மரயானை

சித்துராஜ் பொன்ராஜ்

மரயானை	:	நாவல்
எழுத்தாக்கம்	:	சித்துராஜ் பொன்ராஜ்
	:	© ஆசிரியருக்கு
முதற்பதிப்பு	:	டிசம்பர் 2019
அட்டை வடிவமைப்பு	:	பி.எஸ். வம்சி
வெளியீடு	:	வம்சி புக்ஸ்
		19, டி.எம்.சாரோன்,
		திருவண்ணாமலை - 606 601
		9445870995, 04175 - 235806
அச்சாக்கம்	:	மணி ஆப்செட், சென்னை - 600 077
விலை	:	₹ 280/-
ISBN	:	978-93-84598-72-3

Marayanai	:	Novel
Author	:	Sithuraj Ponraj
	:	© Author
First Edition	:	December - 2019
Wrapper Design	:	B.S. Vamsi
Published by	:	Vamsi books
		19.D.M.Saron,
		Tiruvannamalai - 606 601
		9445870995, 04175 - 235806
Printed by	:	Mani Offset, Chennai - 600 077
Price	:	₹ 280/-
ISBN	:	978-93-84598-72-3

www.vamsibooks.com - e-mail: vamsibooks@yahoo.com

"நான் வாழும் நிலத்தின் முழு உருவமாகவே
எனக்கு எப்போதும் தோற்றம் அளிக்கும்
அம்மாவுக்கு''

முன்னுரை

இந்த நகரமய வாழ்வில் விரும்பா மௌனங்கள் சாத்தியம்தான். சுற்றிலும் நிரம்பிய மனிதர்கள் மௌனங்களால் கட்டப்படுகின்றனர்; அவரவர் இயலாமையால் முடக்கப்படுகின்றனர். இயலாது போன வாழ்வு, அது அதுவாகவே வாழ்க்கையின் தத்துவமாக அவரவருக்கு மாறிவிடுகின்றது. முறைத்து பார்த்துக் கொண்டிருக்கும் கட்டடங்கள் நடுவே எழுப்பப்படும் ஒலிகள் ஒரே சம அளவில் மட்டும் கேட்கும் பட்சத்தில் அந்த கட்டடங்களின் மத்தியில் இருக்கும் ஒரு கட்டடத்தை மட்டும் நெருங்க நெருங்க ஒலிகள் பலவகையாகவும் தெளிவாகவும் இன்னும் நுண்ணிப்பாகவும் அருகாமையில் கேட்கும். மனிதர்களை நாம் நெருங்க வேண்டும். அவர்களை நெருங்கிக் கொண்டே இருக்க வேண்டும். நெருக்கத்தின் மூலமே அவர்களின் குரல்கள் அனுக்கமாகும்.

நாவலில் வருகின்ற சுகவனத்தின் அமைதி வாசகர்களுக்குக் வாழ்க்கை மீதான கேள்விகளுக்குப் பதிலாகவும் சராசரி மனிதன் தனிமையில் கடக்கும் முதுமையின் புலம்பல்களை உணர்ந்த மனநிறைவையும் நிச்சயமாக தரும். பெருத்து கிடக்கும் நகரமய வாழ்க்கையில் ஒரு புள்ளியாகவாது வாழ்ந்திருக்கோம் என்பதற்கு

அடையாளமாய் நினைவுகள் மட்டுமே சாட்சிகளாக கணக்கின்றன. நில உருவம், சுற்றி இருந்த கட்டடங்கள், சாலையில் பயணித்த வாகனங்கள், கதை பேசிய மனிதர்கள் கால போக்கில் நாட்டின் வளர்ச்சிக்காக காணடிக்கப்பட்டப்பின் மீண்டும் அவற்றைத் திரும்பி பார்க்கையில் அங்கு கற்பனைகள் மட்டுமே மிஞ்சியாய் நிற்கின்றன.

சமுதாயக் கட்டமைப்புக்குள் சிக்கிக் கொண்டிருக்கும் பெண்கள், நாவலில் வரும் ஜெயக்கொடியை போல் ஏற்படுத்திக்கொள்ளும் தீடீர் மௌனங்கள், இறப்பில் மட்டுமே பேசப்படுகின்றனர். மனைவி இறந்தப் பின் கணவர்கள் என்ன செய்ய வேண்டும் என எவரும் ஆண்களுக்குப் போதித்ததில்லை. இப்போதனையற்று நிற்கும் ஆண்களுக்கு அந்த ஆண்கள் மட்டுமே காரணமாகவும் ஆலோசனையாவும் சமாதானமாகவும் அமைய முடியும்.

நாவல் நெடுகிலும் ஓடும் கதை மாந்தர்கள் ஒவ்வொருவரின் உளவியல் சிக்கல்களைச் சொல்லிக் கொண்டே நகர்கின்றது. பலருக்கு பலவிதமாக வாழ்க்கை அமைந்து போகின்றது. வாழ்க்கை ஒருபோதும் ஒத்தையில் நிற்கவில்லை இந்த நாவலைப் போன்று.

மணிமொழி வீராசாமி

மரத்தை மறைத்தது மாமத யானை

மரத்தில் மறைந்தது மாமத யானை

பரத்தை மறைத்தன பார்முதல் பூதம்

பரத்தில் மறைந்தன பார்முதல் பூதமே

- திருமூலர்

1

லேசான உறுமலுடன் சாலையோரமாக நிறுத்தப்பட்டிருந்த மோட்டார் சைக்கிளுக்குப் பக்கத்தில் சுகவனம் நின்றிருந்தார். பல நாள் தேங்கிப்போன குட்டையின் பாசி படர்ந்த அழுக்குப் பச்சை நிறத்தில் சுத்தமாய்த் தேய்ந்து போன இருக்கையுடனிருக்கும் பழைய நூற்று இருபத்தைந்து சி.சி. யமாஹா. மோட்டார் சைக்கிளின் இடது பக்கத்தில் சதுர வடிவில் சற்று உயரமாகவே இரண்டு சக்கரங்களோடு குளிரூட்டப்பட்ட வெள்ளி நிறப்பெட்டி இணைக்கப்பட்டிருந்தது. பெட்டியின் நான்கு பக்கங்களிலும் பல வகையான ஐஸ் கிரீம்களின் புகைப்படங்கள் மூவர்ணத்தில் ஜொலித்தன.

பெட்டியின் மீது கவிழ்த்து வைக்கப்பட்டிருந்த கைப்பிடியுள்ள கூம்பு வடிவ மூடியை அகற்றிவிட்டு வண்டியின் முன் குழுமியிருந்த குழந்தைகளுக்குச் சீனக் கிழவன் ஐஸ் கிரீம் கட்டிகளை விநியோகித்துக் கொண்டிருந்தான். பெட்டியின்மீது இரும்பு துவாரத்துக்குள் நடப்பட்டிருந்த இரும்புக் கம்பியின் உச்சியில் சிறிய பதாகை போல் பிரேமில் அரசாங்கத்தால் வழங்கப்பட்ட ஐஸ் கிரீம் விற்கும் உரிமம் ஒன்றரை மணி வெயிலில் கண்ணைப் பறிக்கும் விதமாகப் பளபளத்தது. அவ்வப்போது பலவீனமாய் எழுந்த உஷ்ணக் காற்றில்

அசைந்து அடங்கியது. வண்டியைச் சுற்றி கூடியிருந்த மாணவர்கள் வெள்ளை மேல்சட்டை, சிவப்பு அரைக்கால் சட்டை அல்லது ஸ்கார்ட் எனப் பள்ளிச் சீருடையிலிருந்தார்கள். அவர்களுக்குப் பின்னால் சற்றுத் தள்ளியே நின்றிருந்த சுகவனத்துக்கு மாணவர்களின் படிய வாரிய கறுப்புத் தலைமயிர் சுடர்விடுவதுபோல் தோன்றியது.

ஆகஸ்டு மாதம், மாணவர்களின் முகங்கள் வியர்வையில் நனைந்திருந்தன. தங்களுக்கு வேண்டிய ஐஸ் கிரீம் சுவைகளை அவர்கள் ஒற்றை விரலை நீட்டிக் காட்டியும், எம்பிக் குதித்தும், கீச்சுக் குரலில் சத்தமாகச் சொல்லியும் கிழவனுக்குத் தெரியப்படுத்தினார்கள். மோட்டார் சைக்கிளுக்குப் பின்புறமாக பச்சை நிற இரும்பு வேலிக்குப் பின்னால் பிற்பகல் வகுப்பு மாணவர்கள் தேசிய கீதம் பாடி முடித்துவிட்டு இருவர் இருவராக வரிசை பிடித்து வகுப்பறைகளுக்குப் போய்க் கொண்டிருந்தார்கள்.

மோட்டார் சைக்கிளைச் சுற்றியும் காலை வகுப்பு மாணவர்களுக்காகப் பள்ளிப் பேருந்துகள் காத்திருந்தன. கொஞ்சம் தள்ளிச் சொகுசு கார்கள் நின்று கொண்டிருந்தன. சாயம்போன டீ சட்டைகளையும் இறுக்கமான அரைக்கால் சட்டைகளையும் அணிந்திருந்த பிலிப்பினோ, இந்தோனேசியப் பணிப்பெண்கள் கையில் அகப்பட்ட துண்டுத் தாள்களால் முகத்துக்கு நேராய் விசிறிக் கொண்டே அலுப்புடன் பள்ளிக்கூடத்தின் நுழைவாயிலைப் பார்த்தபடி ஒருவரிடம் தகலோக் மொழியில் பேசினார்கள். பள்ளிப் பேருந்துக்கு வெளியே சாலையை முன்னும் பின்னும் கவனித்தபடி குண்டு சீனத்தி நின்றிருந்தாள். முதுகில் பெரிய புத்தகப் பையுடன் மூச்சிரைக்கத் தாமதமாக ஓடி வந்த இரண்டாம் வகுப்பு மாணவனை சின்னச் சீறலுடன் குண்டுகட்டாய்த் தூக்கிப் பேருந்துக்குள் புகுத்திக் கொண்டாள்.

பேருந்தின் ஓட்டுநன் தனது இருக்கையில் அமர்ந்தபடியே பின்னால் திரும்பித் தனது பேருந்துக்கு வரவேண்டிய அத்தனை மாணவர்களும் வந்துவிட்டார்களா? என்று ஆள்காட்டி விரலைக் காற்றில் அசைத்துக் கணக்கெடுத்துக் கொண்டிருந்தான். அவன் நெற்றியில் விழுந்திருந்த சுருக்கங்களிலும் லேசாய் விரிந்து அடங்கிய அவனுடைய மூக்கின் விடைப்பிலும் நேரத்துக்குள் கிளம்ப வேண்டும் என்ற அவசரம் தெரிந்தது.

குளிரூட்டப்பட்டப் பெட்டியிலிருந்து பெரிய செவ்வக வடிவத்திலிருந்த ஐஸ் கிரீம் கட்டிகளை எடுத்த கிழவன் அவற்றைப் பெட்டியின் மேல் பொருத்தப்பட்டிருந்த மரக்கட்டையின் மீது மல்லாக்க வைத்தான். ஐஸ் கிரீம் கட்டிகள் வெவ்வேறு சுவைகளைக் காட்டும் விதமாக பல வண்ணங்களில் இருந்தன. அவற்றைச் சுற்றி மெல்லிய அட்டைகள் சுற்றப்பட்டிருந்தன. கிழவன் பெட்டியின் மேடைமீது கிடந்த கூரிய கத்தியால் ஐஸ் கிரீம் கட்டிகளை அட்டையை அகற்றாமலேயே சின்னச் சின்ன செவ்வகத் துண்டுகளாக நறுக்கினான். பின்னர் கத்தியை ஒரு பக்கமாகச் சாய்த்து அட்டையை நீக்கிவிட்டு ஐஸ் கிரீம் துண்டுகளை பச்சை நிற பண்டான் ரொட்டித் துண்டுக்குள்ளோ அல்லது மெல்லிய தகடுகள் போன்றிருந்த இரண்டு பிஸ்கெட்டுகளுக்கு இடையிலோ வைத்து மாணவர்களிடம் கொடுத்தான். அவன் கையில் மாணவர்கள் திணித்த சில்லறைகளை விரல்களைப் பயன்படுத்தாமலே உள்ளங்கையில் பரப்பிச் சரி பார்த்துவிட்டு பெட்டியின் மீதிருந்த மூடி அகற்றப்பட்ட பழைய நெஸ்லே கெட்டிப்பால் டின்னுக்குள் கவிழ்த்தான்.

சுற்றியும் இருந்த பள்ளிப் பேருந்துகள் மெல்லிய ஹாரன் முனகலோடு ஒவ்வொன்றாய்க் கலைந்து போகத் தொடங்கின.

பிற்பகல் வகுப்பு மாணவர்களை அழைத்துப் போக இதே பேருந்து ஓட்டுநர்கள் மீண்டும் ஆறரை மணிக்கு இதே இடத்துக்கு வருவார்கள்.

கடைசியாக ஐஸ் கிரீம் வாங்கிய பையன் சிங்கப்பூர்க் காசுகளோடு சேர்த்து மலேசிய காசு ஒன்றையும் தந்திருந்தான். காசுகள் பரப்பப்பட்டிருந்த உள்ளங்கையை வெயிலுக்கு நீட்டி ஓரிரு முறைகள் அசைத்துச் சரிபார்த்த கிழவன், மெல்ல தலையை அசைத்து எதையும் பேசாமல் மலேசிய நாணயத்தை மட்டும் தனியாகப் பெட்டியின்மீது விட்டுவிட்டு மற்ற காசுகளைப் பழைய பால் டின்னுக்குள் கொட்டினான்.

தொடக்கநிலைப் பள்ளி மாணவர்கள் சிங்கப்பூர்க் காசுக்கும் அடுத்த ஊர்க் காசுக்கும் வித்தியாசம் தெரியாமல் சில சமயங்களில் இப்படிச் செய்துவிடுவது உண்டு. இரண்டு ஊர்களின் வெள்ளி நாணயங்கள் கன பரிமாணத்திலும் அளவிலும் ஒன்றை ஒன்று ஒத்திருந்தன. சில மாணவர்கள் கையில் காசில்லாத நேரத்தில் வேண்டுமென்றேகூட அயல்நாட்டுக் காசைச் சிங்கப்பூர்க் காசோடு கலந்து தந்து ஏமாற்றுவார்கள்.

மலேசிய காசைக் கிழவன் தனியாக வைப்பதைப் பார்த்த சுகவனத்துக்குச் சுதந்திரத்திற்கு பின்னால்கூட பல வருடங்களுக்கு இரண்டு நாட்டு நாணயங்களும் ஒத்த மதிப்போடு இருந்ததும், அப்பா மலேசியா சென்று திரும்பும் போதெல்லாம் வீட்டில் விட்டுவிட்டுப் போகும் மலேசியச் சில்லறைகளுக்காக அவரும் தனம் அக்காவும் அடிக்கடிச் சண்டை போட்டுக் கொண்டதும் நினைவுக்கு வந்தது. லேசாய்த் தோள்களைக் குலுக்கிக் கைக்கடிகாரத்தில் மணி பார்த்தார்.

மோட்டார் சைக்கிள் பெட்டியின்மேல் குவிந்திருந்த அட்டைகளைக் கிழவன் மோட்டார் சைக்கிளின் கைப்பிடியில்

கட்டிருந்த சிவப்பு நிறப் பிளாஸ்டிக் பைக்குள் எடுத்துப் போட்டான். பெட்டியின் மீது கிடந்த கத்தியைக் கையிலெடுத்து மரக்கட்டையில் கூர் தீட்டுவதுபோல் தேய்த்துச் சுத்தமாக்கிக் கொண்டே சுகவனத்தைப் பார்த்தான்.

"ஒரு காலத்துல இந்த இடம் முழுக்கப் காய்கறிப் பண்ணைகளா இருந்துச்சு. இங்க இருந்து கொஞ்ச தூரம் போனா சுவா சூ காங்ல பன்னிப் பண்ணைகளும், கோழி, வாத்துப் பண்ணைகளும் இருந்ததா கேள்விப்பட்டிருக்கேன். உங்க இனத்துக்காரி ஒருத்தியும் இந்த இடத்துல பன்னிகளை வளர்த்து வந்தா. இப்பப் பாரு மொத்த இடமும் கட்டடமா மொளச்சு நிக்குது."

சுகவனம் மிக லேசாய்த் தலையாட்டினார். அவருடைய நினைவில் தோளில் விரியவிட்ட சிக்குப் பிடித்த கூந்தலோடு கையில் நீண்ட குச்சியுடன் பிரம்மாண்டமான பன்றிகளை மேய்க்கும் கறுப்பு நிறப் பெண்ணின் கனமான உருவம் தோன்றி மறைந்தது. அவள் நீல நிறச் சட்டையும் விளிம்புகள் மேல் தூக்கி மடித்திருக்கும் சிலுவாரும் அணிந்திருந்தாள்.

அப்பாவுக்குச் சிங்கப்பூரில் வேலை கிடைத்துக் குடும்பமே மலேசியாவின் ஜோகூர் மாநிலத்திலிருந்து புக்கிட் பஞ்சாங் பத்தரை மைலுக்குக் குடிவந்த போது அக்கா தனமும் சுகவனமும் வீட்டில் செய்யும் சேட்டைகள் அளவுக்கு மீறிப் போகும். அம்மா அவர்களைப் 'பன்றிக்கார பொம்பளையிடம் பிடித்துக் கொடுத்துருவேன்' என்று பயமுறுத்துவாள். இருவரும் கொஞ்சம் வளர்ந்த பிறகுதான் அவர்களுக்குப் பன்றிப் பண்ணை வைத்திருந்த தமிழ்ப்பெண் புக்கிட் பஞ்சாங் வட்டாரத்திலிருந்து மிக தூரத்தில் நீளமான மண்டாய் சாலையைத் தாண்டி அப்பர் தாம்ஸன் சாலை

பக்கமாக இருக்கும் ஜாலான் காயுவில் குடியிருந்தார் என்பது தெரிய வந்தது. ஆனாலும், ஓர் ஆள் உயரத்துக்கும் மேல் வளர்ந்திருந்த லாலாங் புற்களின் மறைவான பகுதியில், ஊதா நிற நிழல்கள் கைபிசைந்தபடி கூடிப் பேசிக் கலையும் அமைதியான சாயங்கால நேரங்களிலும், வீடுகளில் மெல்லிய ஒற்றைப் பல்பு விளக்குகள் பலவீனமாக எரியும் கனத்த கறுப்புப் போர்வை போன்ற இரவுகளிலும் பன்றிகள் விற்ற அந்தத் தமிழ்ப் பெண்ணைப் பற்றிய பிரக்ஞை தனிப்பெரும் தொன்மமாகத் தமிழர்கள் வாழ்ந்துவந்த பகுதிகளில் சுகவனத்தின் சிறுவயது காலத்தில் பரவியிருந்தது. அப்படி வளர்த்த பன்றிகளை அவள் சீனர்களுக்கு மட்டும் விற்று வந்தாள் என்பது அவளுக்குக் கூடுதல் மர்மத்தை ஏற்படுத்தித் தந்தது.

மனிதர்களுக்கு வயது அதிகரிக்க நினைவுபடுத்திக் கொள்ளுதல் என்பது மனதின் காரியமாக இல்லாமல் போய்க் கொஞ்சம் கொஞ்சமாய் உடல்ரீதியாக அனுபவிக்கும் உணர்வாக மாறிவிடுகிறது. நடுப்பகல் நேரத்தின் வெப்பத்தில் சாலையோரமாக ஐஸ் கிரீம் வண்டியின் எதிர் நின்று கொண்டிருந்த சுகவனத்தின் உடம்பில் மெல்லப் பரவிய ஜுரம் போன்ற குளிரில் அவர் வாழ்ந்த பழைய புக்கிட் பஞ்சாங் வட்டாரத்தின் ஈரச் சந்தையும், நடுநாயகமாக இருந்த சின் ஹுவா திரையரங்கமும், திரையரங்கத்தின் பக்கதிலேயே இருந்த காவேரி பாட்டியின் தோசைக் கடையும், பொன்மணி விலாஸும், மன்சோங், துளசிதாஸ் புத்தகக்கடைகளும், பத்தாவது மைலிலிருந்த வட்டச் சுற்றுப்பாதையின் எதிரே இருந்த காவல் நிலையமும், இதோ இந்தப் பள்ளிக்கூடமிருக்கும் இடத்திற்கு எதிர்ப்புறமாக தாமோதரன் தையற்கடையும் புகையுருவங்களாக எழுந்தன.

சிங்கப்பூர்த் தீவிலிருந்த மையப்பகுதியிலிருந்த பழைய ஃபுல்லர்டன் தபால் நிலையத்திலிருந்து புக்கிட் பஞ்சாங் வட்டாரம் பத்தாவது மைலில் இருந்ததால் பத்தொன்பதாம் நூற்றாண்டில் அங்கு வசிக்க ஆரம்பித்த சீனர்கள் அதை 'பத்தாவது மைல்' என்று சீனத்தில் 'சாப் கோர்' என்றழைத்தார்கள். புக்கிட் பஞ்சாங் இடப் புள்ளியை வைத்து அதைச் சுற்றியிருந்த இடங்களுக்கு மைல் கணக்கில் சீன மொழியிலேயே முகவரிகள் தரப்பட்டன. 1819ல் சிங்கப்பூரில் தங்களுடைய ஆட்சியை நிறுவிய பிரிட்டிஷ்காரர்கள் 1843ல் சிங்கப்பூரில் உள்ள சாலைகளில் இருபத்தைந்து மைல்கல்களை முதன்முதலாகச் சீனக் கூலிகளின் உதவியோடு நிறுவியிருந்தார்கள். தபால் சேவைகளுக்கு மட்டுமின்றி திருட்டுக்கள் நடந்த இடங்களையும், புலிகளால் அடித்துக் கொல்லப்பட்ட தோட்டக் கூலிகளின் பிணங்கள் கிடந்த இடங்களையும் தேடிப் போக அந்த மைல்கல்கள் காவல் துறைக்கும் பேருதவியாக இருந்தன.

சுகவனம் சிந்திப்பதை உணர்ந்தவன்போல் கையருகே இருந்த சிறிய ஐஸ் கிரீம் மணியை எடுத்து மோட்டார் சைக்கிளின் முன்புறக் கூடையில் வைத்துக் கொண்டிருந்த சீனக் கிழவன் பெரிதாகச் சிரித்தான். வெயிலில் அதிகம் சுற்றியதாலோ அல்லது வெறும் முதுமையினாலோ சீனர்களுக்கு உரிய இளம் மஞ்சள் நிறம்மாறி அவன் உடம்பு பாடம் செய்யப்பட்ட முதலைத் தோலைப்போன்று பழுப்பு நிறத்துக்கு மாறியிருந்தது. வாய்விட்டுச் சிரித்தபோது அவன் வாயில் முன்பற்களையும் சேர்த்து மிகச் சில பற்களே இருப்பது தெளிவாகத் தெரிந்தது. மிஞ்சியிருந்த பற்களும் சீரான வரிசையில் இல்லாமல் கோணல்மாணலாய்க் காபி நிறத்தில் இருந்தன. ஐஸ் கிரீம் பெட்டியின் கம்பிகளை ஈரத் துணியால் துடைத்துக் கொண்டிருந்த

கைகள் ஈரப்பசையின்றிக் காய்ந்திருந்தன. விரல்களில் அடர்பழுப்பு நிற நிக்கோடின் கறைகள் வேறு.

''அந்தக் காலத்துல எங்க இந்த மாதிரியெல்லாம் ஐஸ் கிரீம் இருந்துச்சு. சின் ஹுவா சினிமாவுக்கு பக்கத்தில் கடை வச்சிருந்த அங்கிள் ஐஸ் கட்டிய, மெஷின்ல போட்டுத் துருவிக் கையாலேயே துருவலை எல்லாம் பந்தாக்குவார். அதுல மூணு கலர்ல ஸீரப்ப ஊத்தித் தருவார். பத்துக் காசுதான். ஐஸ் பந்தைக் ரெண்டு கையிலயும் உருட்டி உருட்டி ஸீரப்ப உறிஞ்சுக் குடிச்சிட்டு ஐஸ்ஸத் தின்னுட்டுப் போயிகிட்டே இருக்க வேண்டியதுதான்.''

அவன் கூறுவதை வைத்துக் கிழவனுக்குத் தன்னைவிடப் பத்து பதினைந்து வயது அதிகமிருக்கும் என்று சுகவனம் ஊகித்தார். கிழவன் சுகவனத்திடம் மலாய் மொழியில் பேசினான். அது படித்தவர்கள் பேசும் மலாய் அல்ல. மலாய் மொழியின் அடிப்படைச் சொற்களோடு கொஞ்சம் இலக்கணத்தையும் சேர்த்து சீன மொழியின் வட்டார வழக்குகளான ஹொக்கியன், தியோச்சியூ போன்றவற்றின் வார்த்தைகளையும் சில தமிழ் வார்த்தைகள் கலந்த அரைகுறை மலாய். அதை 'பசார் மலாய்' என அழைப்பார்கள். 'பசார்' என்றால் சந்தை. ஒரு காலத்தில் சிங்கப்பூரில் வசிக்கும் பல்வேறு இனத்தவர்களிடையே ஆங்கிலத்தைக் காட்டிலும் இந்த மொழிதான் பாலமாக இருந்தது. பெரும்பாலும் காணாமல் போய்விட்ட இந்த வழக்கு இழந்த மொழியில், தன்னிடம் ஒருவன் பேசுவதைக் கேட்டுச் சுகவனம் திடுக்கிட்டார். கிழவன் வேண்டாம் என்று ஒதுக்கிய மலேசிய காசு அவர் நினைவுக்கு வந்தது.

''எல்லாம் மாறித்தான் போச்சு'' என்று சுகவனம் பெருமூச்சு விட்டார்.

பள்ளிக்கூட வளாகம் மொத்தமும் வெறிச்சோடிக் கிடந்தது.

''இன்சேக் பேரனுக்காகக் காத்திருக்கிங்களா'' என்று கேட்டான் கிழவன். இன்சேக் என்றால் ஆங்கிலத்தில் மிஸ்டர் என பொருள். பார்த்தவுடன் படித்தவர் வகையில் நடையுடை பாவனையுடன் இருந்த சுகவனத்துக்கு கிழவன் பேச்சில் காட்டிய ஒரே சலுகை.

''ஆமாம், இன்னைக்கு வயலின் கிளாஸ் இருக்கு. முடியுறதுக்கு ரெண்டு மணியோ மூணு மணியோ ஆகும்னு சொன்னான்.''

சுகவனத்துக்குப் பேரன் எப்போது பள்ளி முடித்து வருவான் என்று துல்லியமாகச் சொல்லத் தெரியவில்லை. வலது மணிக்கட்டில் நழுவிப் போயிருந்த பழைய கடிகாரத்திடம் பேரன் எப்போது வருவான் என்ற பதிலை எதிர்ப்பார்ப்பவர்போல் சுகவனம் கையை உயரத் தூக்கி மீண்டும் நேரத்தைப் பரிசோதித்துக் கொண்டார். இரு வேறு திசைகளைக் காட்டிக் கொண்டிருந்த கடிகார முட்களிடமிருந்து எந்தப் பதிலும் சிக்காதது அவருக்கு ஏமாற்றத்தைத் தந்தது. அப்படியே ஐஸ் கிரீம் விற்கும் சாதாரணக் கிழவனிடம் சரியான மணிகூடச் சொல்ல முடியவில்லையே என்ற இயலாமையும்.

சில ஆண்டுகளுக்கு முன்பு வரையில் அவர் தலைமையாசிரியராக வேலை பார்த்த பள்ளிக்கு வெளியே சுகவனம் வரும்போதும் செல்லும்போதும் தலையைத் தாழ்த்தியபடி ஐஸ் கிரீம் மற்றும் குளிர்பான வண்டிகளைக் கவனமாகத் துடைப்பது போலவும் பள்ளிப் பேருந்துகளைப் பள்ளி வாசலுக்கு இடைஞ்சலில்லாமல் இருக்கும்படிக்கு இன்னும் சாலையோரத்தில் ஒடுக்கி நிறுத்த முயல்வது போலவும் பாவனை செய்து வியாபாரிகளும் பேருந்து ஓட்டுநர்களும் தோன்றி மறைந்தார்கள். ஆசிரியர்களின் வாகனங்கள்

நுழையும் இடத்தில் தனது ஐஸ் கிரீம் வண்டியை நிறுத்தியது மட்டுமில்லாமல் வண்டியை நகர்த்தும்படி அறிவுரை வழங்கிய பள்ளிக்கூடப் பாதுகாவலர்களைக் கெட்ட வார்த்தைகளால் திட்டிய ஒரு நடுவயது குளிர்பான வியாபாரியைச் சின்னச் சின்ன மலர்களைப்போல் தொடுத்த அற்புதமான ஒளிமிகுந்த ஆங்கில வார்த்தைகளால் சுகாதார அமைச்சுக்கு எழுதிய கடிதத்தின் மூலமாகச் சுகவனம் உரிமம் இழக்க வைத்திருக்கிறார். உரிமம் இழந்த வியாபாரி விட்டுப்போன இடம் வெகு நாளைக்குக் காலியாக இருந்தது. எத்தனைக் கடுமையான வெயில் நாளிலும் பள்ளிக்கூடச் சுவற்றுக்கு வெளியே காலியாய்க் கிடந்த அந்த காலியிடம் சுகவனத்துக்குக் குளுமை நிறைந்ததாகவும் வண்ணம் நிறைந்த பெரிய பூக்கள் பூத்துக் குலுங்கும் மிக அழகிய பூச்செடிகளால் நிறைந்ததாகவும் தோன்றியது.

உரிமம் இழந்த அந்த வியாபாரியைப் பற்றி நினைக்கும்போது அவருக்குள் எழுந்த கர்வத்தையும் இனம்புரியாத குதூகலத்தையும் சுகவனம் அலட்சியமான ஒரு கையசைவால் துரத்துவதுபோல் பாவனை செய்தார். அவருடைய முகத்தில் அப்பியிருந்த குழப்பத்தைக் கிழவன் முகத்தில் நிழலாடிய புன்னகையோடு பார்த்துக் கொண்டிருந்தான். முன்னர் கறுப்பு நிறமாகத் தோன்றிய கிழவனின் கண்கள் இப்போது அவன் முகத்தில் பலமாக விழும் சூரிய வெளிச்சத்தில் சாம்பல் நிறமாக மாறியிருந்தன.

"ஒரு ஐஸ் கிரீம் சாப்பிடுறியா?"

பாசார் மலாய் விளிப்பில் ஒருமை என்றோ மரியாதை பன்மை என்றோ எந்தப் பேதமும் இல்லை. சுகவனத்துக்கு ஆசையாகத்தான் இருந்தது. அவருக்கு இனிப்பு மிகவும் பிடிக்கும். வேலைக்குப் போகும் காலங்களில் அதிகாலை ஆறரை மணிக்கெல்லாம் குளித்து

முடித்து வீட்டைவிட்டுக் கிளம்பும் போது வெண்ணெய் பூசி அதன்மீது சீனித் தூவிய இரண்டு வறுத்த ரொட்டித் துண்டுகளையும் இனிப்பான டின்னு கெட்டிப்பால் விட்டுக் கலக்கிய கனமான நெஸ்காபியையும் சாப்பிட்டுவிட்டுக் கிளம்புவார்.

அப்போது சுகவனத்தின் உடம்பு தொண்ணூறு கிலோவுக்கு மேல் இருந்தது. சுகவனத்தின் வேலை பார்க்கும் பள்ளிக் கூடத்துக்குப் பக்கத்திலேயே வேறொரு பள்ளிக்கூடத்தில் தமிழ் ஆசிரியையாக வேலைக்குப் போய்க் கொண்டிருந்த ஜெயக்கொடி வேலைக்குப் போகும் அவசரத்தில் இருந்தாலும் அவருக்குப் பசியாற தயாரித்துத் தந்துவிட்டுத்தான் கிளம்புவாள். ஆனால் இப்போது அவருக்குச் சர்க்கரை நோய் உருவாகியிருந்தது. ஒவ்வொரு காலையும் ஏதாவது ஒரு கைவிரலின் சதைப்பற்றுள்ள முனையை மெல்லிய ஊசியால் குத்தி கையளவு இயந்திரத்திலிருந்து நீட்டிக் கொண்டிருக்கும் குறுகலான வெள்ளைப் பிளாஸ்டிக் அட்டையின் உச்சியில் கவனமாய் வைக்க வேண்டிய ஒரு துளி சிவப்பு ரத்தம் பயமுறுத்தியது. சர்க்கரை நோய் அவருடைய உடம்பையும் பாதியாக குறைத்து விட்டிருந்தது. அன்று காலை ரத்தத்திலிருந்த சர்க்கரையின் அளவு 8.5தாக இருந்தது. இது அதிகம்தான். அதனால் சுகவனம் ராகேஷைப் பள்ளிக்குக் கொண்டுவந்து விட்டபிறகு வீட்டுக்கு வந்து வெறும் பால் கலக்காத தேநீரையும் இரண்டு கோதுமை பிஸ்கட்டுகளையும் மட்டும் சாப்பிட்டிருந்தார். அவருக்குள் பசியும் ஆத்திரமும் இரட்டை ஓநாய்களாக அலைந்தன.

சுகவனம் பள்ளிக்கூட வேலிக்குப் பின்னால் சாம்பல் நிறமாய் விரிந்து கிடந்த பள்ளியின் திறந்தவெளிக் கூடைப்பந்து அரங்குகளை ஏறிட்டுப் பார்த்தார். அவற்றின் மத்தியில் துதிக்கைகளை ஆட்டியபடி

நிற்கும் பெரிய வெள்ளை யானைகளைப்போல் மெல்ல அசைந்து கொண்டிருந்தது வெயில். அதன் மத்தியில் எண்ணெய்த் தடவி கழுத்துக்குப் பின்னால் நன்கு சீவி முடியப்பட்ட தலைமயிர் உடையவளாய், கறுப்பான கழுத்தில் மாட்டப்பட்ட மெல்லிய பொன்னிறத் தாலிச் சங்கிலியும், முழங்கை வரைக்கும் கைவைத்த பூப்போட்ட பிளவுஸும் பஞ்சாபி உடையில் உள்ளதைப்போன்று தொளதொளப்பாய் உப்பி நிற்கும் கால்சட்டையும் அணிந்தவளாய்ச் சமையலறையில் சுகவனத்துக்குக் காலையுணவு தயாரித்த தோரணையில் எல்லையில்லாப் பேரோளி வெள்ளம் சூழ ஜெயக்கொடி காட்சி தந்தாள்.

இயற்பியல் மற்றும் கணக்கு ஆசிரியராகப் பயிற்சிப் பெற்றுப் பின்னர் படிப்படியாகத் தலைமையாசிரியராக உயர்ந்த சுகவனம் ஜெயக்கொடி உயிருடன் இருந்தவரைக்கும் அவளை அவ்வளவாக மதித்ததில்லை. மொழிப்பாடங்களையும், இலக்கியம் வரலாறு போன்ற கலைப்பாடங்களையும் நடத்தும் ஆசிரியர்கள் வாழ்க்கைக்கு உதவாத விஷயங்களைத்தான் சொல்லித் தருகிறார்கள் என்பது அவருடைய தனிப்பட்ட எண்ணம். அதனால் அவருக்குச் சமயம் கிடைக்கும் போதெல்லாம் ஜெயக்கொடியை மட்டம் தட்டியே வந்தார்.

ஆனால் அண்மைக் காலமாக ஜெயக்கொடி அவர் கண்களுக்கு மிகப்பெரும் வெளிச்சம் சூழப்பட்டவளாகவே தோன்றுகிறாள். இரண்டு வருடங்களாக கருப்பைப் புற்றுநோய்க்கான சிகிச்சை பலனளிக்காமல் அறுவை சிகிச்சையும் தோற்றுப்போய் செத்துப் போனாள். மருத்துவமனைச் சவக்கிடங்கிலிருந்து ஜெயக்கொடியின் பிணத்தை மருத்துவமனையிலிருந்தவர்கள் சுகவனத்திடம் திருப்பித்

தந்தபோது கூட ஜெயக்கொடி வழவழப்பான வெண்ணெய்த் தடவி, சீனி தூவியிருந்த வறுத்த ரொட்டித் துண்டுபோல காட்சியளித்தாள். சவக்கிடங்கின் குளிரில் வைத்ததாலோ என்னவோ மரணத்தில் வெளிறிப் போயிருந்த அவள் சடலத்தின் மீது எல்லா இடத்திலும் சீனித் துகள்களைப்போலவே மிகச் சிறிய தண்ணீர்த் துளிகள் பூரித்து நின்றன. மோகன்தான் அவனுடைய அம்மாவின் உடம்பை ஈரமாகத் திருப்பித் தந்ததற்காகத் தாதிகளிடம் சிறிது நேரம் கத்திவிட்டு வந்தான். அவன் அப்படிச் செய்தது பாமாவைத் திருப்திப்படுத்தத்தான் என்று சுகவனத்திற்குத் தெளிவாய்த் தெரிந்தது. அவர் துக்கம் என்றோ ஆத்திரம் என்றோ துல்லியமாகச் சொல்ல முடியாத ஆழமான மௌனத்துக்குள் தன் முகத்தைப் புதைத்துக் கொண்டார். அப்போதும் அவருக்கு வெகுவாகப் பசியெடுத்தது.

''ரொட்டியில வச்சுத் தரவா?''

ரொட்டியில் சுற்றித் தந்த ரோஜா நிற ஐஸ் கிரீம் கட்டியைத் தின்னும்போது சுகவனத்தின் தொண்டைக்குள் ஏதோ சிக்கிக் கொண்டதுபோல் இருந்தது. சாப்பிடும்போதே இருமுறை ஹக் ஹக் என்று திக்கிச் சுகவனம் இருமினார். இருமும்போது வாயிலிருந்த ஐஸ் கிரீம் தெறித்ததில் ஐஸ் கிரீமைத் தூக்கிப் பிடித்துக் கொண்டிருந்த அவருடைய முன்னங்கையின் மேல்புறத்தில் ரோஜா நிற ஐஸ் கிரீம் ஒற்றைக் கோடாக வழிந்து ஓடியது. மோட்டார் சைக்கிளின் கைப்பிடிகளை முறுக்கி அதை இன்ஜினை முடுக்கிவிட்டுக் கொண்டிருந்த சீனக் கிழவன் கண்களில் தேங்கியிருந்த ஓயாத சிரிப்போடு அவரைப் பார்த்தபடி நின்றான்.

''பார்த்துச் சாப்பிடு இன்சேக். வயசாயிடுச்சில்லையா. எல்லாத்துலயும் நிதானமாத்தான் இருக்கணும்.''

மிகப் பெரிய நகைச்சுவையைச் சொல்லிவிட்டதைப் போன்று கலகலவென்று சிரித்தான். அப்படி அவன் சிரித்தபோது அவன் முகத்தில் விழுந்த பலமான வெயிலில் அவனுடைய காபி நிறப் பற்கள் சுடர்விட்டன.

''பார்த்துத்தான் சாப்பிடுறேன். தொண்டையில ஏதோ மாட்டிக்கிச்சு.''

''ஐஸ் கிரீம் என்ன மீனா? தொண்டையில முள்ளு மாட்டிக்கிறதுக்கு. வேணும்னா ஒரு உருண்டை சோறு கொண்டு வந்து தரவா?''

தொண்டையில் மீன் முள் மாட்டிக் கொள்ள உடனே ஓர் உருண்டைச் சோற்றை விழுங்கினால் அப்படி விழுங்கிய சோறு முள்ளை அகற்றிவிடும் என்பது இப்பகுதி நாடுகளிலிருந்த நம்பிக்கை. சின்ன வயதில் ஒரு சனிக்கிழமை மதிய உணவுக்காக அம்மா பால்மீன் குழம்பு சமைத்திருந்தார். அம்மா பலமுறை எடுத்துச் சொல்லியும் கவனமில்லாமல் மீன் சதையை விழுங்கியதால் சுகவனத்தின் தொண்டையில் மீன்முள் மாட்டிக் கொண்டது. விகாரமாய்க் கனைத்தபடி தொண்டையைக் கையால் பிடித்துக் கொண்டு சுகவனம் தவிக்க அம்மா பெருங்குரலெடுத்துக் கூப்பாடு போட்டதும் பக்கத்து வீட்டு ரோசியா பாட்டி பானையிலிருந்து ஒரு கைப்பிடி சோற்றையெடுத்து அதைக் கையிலுருட்டி உருண்டையாக்கி அவருடைய வாயில் திணித்ததும் சுகவனத்துக்கு நினைவுக்கு வந்தன. பால்மீன்கள் நிறைய முட்களைக் கொண்டிருப்பதற்குப் பேர் போனவை.

சுகவனம் கண்ணோரங்களில் திரள ஆரம்பித்திருந்த நீரை விரலால் துடைத்தபடி பலமாகத் தலையாட்டினார். கைவிரலிலிருந்த ஐஸ் கிரீம் கண்ணோரத்தில் பட்டு இமைகள் பிசுபிசுத்தன.

''அதெல்லாம் வேணாம். சரியாயிடுச்சி. இப்ப எங்க வீட்டுக்கா?''

சுகவனத்தின் குரலில் லேசாய்ப் பொறாமை. அவரும் அவர் தந்தையும் அதற்குமுன் தந்தையின் தந்தையும் யாருக்காகவோ சம்பளத்துக்காக உழைத்து ஓடாய்த் தேய்ந்தவர்கள் என்ற எண்ணம் அவர் ஆசிரியர் வேலைக்குப் போக ஆரம்பித்த காலத்திலிருந்தே மனதை உறுத்திக் கொண்டிருக்கும் விஷயம். இடைப்பட்ட காலத்தில் 'ஒரு பிடி பிடிச்சா பெரிய ஆளாகிடலாம்' என்று தனக்குத் தானே சுகவனம் சொல்லிக் கொண்டிருக்கிறார். ஆனால் பாடங்களுக்கிடையில் கிடைக்கும் சின்ன ஓய்வு நேரங்களின்போதும் தலைமையாசிரியரின் அறையில் அமர்ந்தபடியும் டியூஷன் செண்டர் ஆரம்பிக்கவும், கல்வி மென்பொருள் தயாரிக்கும் நிறுவனத்தில் சேரவும் அவர் உருவாக்கிய திட்டங்களைச் செயல்படுத்த சுகவனத்துக்குத் தைரியம் வந்ததே இல்லை. இப்போது அவர் வீட்டு படுக்கையறை அலமாரியின் இழுப்பறையின் அடியில் வைக்கப்பட்டிருக்கும் அந்தத் திட்டங்களை எழுதிய தாள்களைப் போலவே அவர் மனதின் அடியில் வெறுப்பு மண்டிக் கிடந்தது.

'கிழவன் நெனச்ச நேரத்துல வீட்டுக்குப் போறான் பார்த்தியா' என்று காலணிக்குள் மாட்டிக் குறுக்கும் சின்ன கருங்கல் பொடியாய் பொறாமையும் அந்தப் பொறாமையோடு தன்னைவிட குறைவாகப் படித்தவன் தான் என்றுமே செய்யத் துணியாததைச் செய்துவிட்டானே என்ற சினமும் ஓர் ஓரமாய் இருந்தது.

பல சீனர்கள் இப்படித்தான் இருக்கிறார்கள். வியாபார விரும்பிகளாய். சீக்கியர்களும். பல ஆண்டுகளாய்த் தனது பள்ளியின் இரவுக் காவலராகத் தலைமையாசிரியர் அறைக்கு வெளியே சார்பாய்க் கட்டிலைப் போட்டுப் படுத்த ஜஸ்பீர் சிங்கின் இரண்டு மகன்கள் பல்கலைக் கழகப் படிப்பை முடித்துவிட்டு அரசாங்கத்திலும் பல்வேறு நிறுவனங்களிலும் உயர்ந்த சம்பளத்தில் வேலை கிடைத்தும்கூட வலுக்கட்டாயமாக மறுத்துவிட்டு ஹை ஸ்திரீட்டில் எங்கோ மற்ற பஞ்சாபிகளின் நிறுவனங்களின் மத்தியில் வாடகைக்குக் கடையெடுத்து எலெக்ட்ரானிக் கருவிகளையும் கைத்தொலைபேசிகளையும் இந்தியாவுக்கும், ஆப்ரிக்க நாடுகளுக்கும் மறு ஏற்றுமதி செய்து வருகிறார்கள். அவர்கள் முடிவுக்குப் பின்னால் அவர்கள் தகப்பனின் மெல்லிய வற்புறுத்தலும் அறிவுரைகளும் இருந்தன. சமீபத்தில் பழைய பள்ளி நடத்திய விருந்துபசரிப்பில் ஜஸ்பீரைச் சந்தித்தபோது தனது பையன்களின் நிறுவனம் அப்போதுதான் ஆண்டுக்கு அரை மில்லியன் வெள்ளி விற்பனையை எட்டியிருந்ததாக அவன் சொன்னான்.

ஒரு பிடி பிடித்தால் எங்கேயோ போய்விடலாம். ஹெல்மெட்டை மாட்டிக் கொண்டிருந்த கிழவன் சுகவனம் கேட்ட கேள்விக்குத் தயங்கினான்.

''இல்ல, அவ்வளவு சீக்கிரம் வீட்டுக்குப் போக முடியுமா? ஐஸ் கிரீம் கம்பெனிக்குப் போய் வித்த ஐஸ் கிரீமுக்குக் கணக்குக் காட்டணும். சாயங்காலம் விக்குறதுக்குத் தேவையான புது ஸ்டாக் எடுத்துகிட்டு வரணும்.''

''தூரமா?''

‘‘புன் லே பக்கம்.’’

பெருவிரைவுச் சாலையை எடுத்தால் குறைந்தது நாற்பது நிமிட ஓட்டம். புன் லே தீவின் மேற்கு முனையில் இருந்தது. வேகாத வெயிலில் மோட்டார் ஓட்டும்போது ஏற்படும் களைப்பையும் மேற்குப் பகுதியிலுள்ள தொழிற்சாலைகளுக்குப் போகும் வாகன நெரிசலையும் கணக்கில் எடுத்துக் கொண்டால் அது ஒன்றே கால் மணி நேரம்கூட ஆகலாம்.

‘‘உனக்கென்ன வயசு. எழுபத்திரண்டு இருக்குமா? மனைவி குழந்தைகளோட வாழ்க்கையைப் போக்காம இப்படி தினமும் வந்து ஏன் கஷ்டப்படணும்? இந்த ஐஸ் கிரீம் வியாபாரத்தை வேற யாருக்காவது வித்துட்டு ஓய்வெடுக்கலாமே?’’ என்று சுகவனம் கிழவனைக் கேட்டார்.

கிழவனுக்குத் தன் சொந்த வயதோடு எட்டு வருடங்களைச் சுகவனம் கூட்டியிருந்தார்.

‘‘எனக்கு எழுபத்தெட்டு வயசாகுது இன்சேக். பத்து வருஷத்துக்கு முன்பு அவ செத்துப் போயிட்டா. இருபது வருஷமா ஐஸ் கிரீம் விக்குறேன். எதையும் சேத்து வைக்க முடியல. அவ கொஞ்சம் கொஞ்சமா சேர்த்து வச்ச பணமும் அவ ஆஸ்பத்திரிச் செலவுக்கும் சாவு காரியச் செலவுக்கும் போச்சு. இப்ப இருக்குற வீட்டுக்கு வாடகை கட்டணும். எனக்கும் சிறுநீரகத்துல கோளாறு இருக்கு. கண்ணும் தெரிய மாட்டேங்குது. மருத்துவ செலவு. ஓடற வரைக்கும் ஓடட்டும். எனக்கப்புறம் இந்த ஐஸ் கிரீம் உரிமத்தை யாருக்கும் விக்க முடியாதுனு அரசாங்கத்துல சொல்லிட்டாங்க. நான்தான் கடைசி. இப்பக்கூட இப்படி ஐஸ் கிரீம் விக்குறவங்க ஏழு பேருதான் இருக்கோம்னு அன்னைக்குச் சீனப் பேப்பர்ல போட்டிருந்தாங்க, இன்சேக்’’.

மனைவியின் மரணத்தைப் பற்றிச் சொன்ன போது கிழவனின் கண்கள் தாழ்ந்து கொண்டன. அவன் முகம் கடுமையாய் மாறியது. மனிதர்களுக்கு வயது அதிகரிக்க நினைவுபடுத்திக் கொள்ளுதல் மனதிலிருந்து உடலில் உணரப்படும் அவஸ்தையாக தாவுவது மட்டும் நிகழ்வதில்லை. தனக்கு ஒத்த வயதையுடைய மற்றவர்கள் நினைவுபடுத்திக் கொள்வதும் தனக்கே ஏற்படுவதுபோலவும் தோன்ற ஆரம்பிக்கிறது. சீனனின் கதையைக் கேட்ட சுகவனம் முதுகுத்தண்டில் ஏற்பட்ட திடீர் ஜில்லிப்பில் உறைந்து போய் நின்றிருந்தார். அவர் வாய்க்குள் அதக்கி வைத்திருந்த ஐஸ் கிரீம் துண்டு கரைந்து கதகதப்பாகியிருந்தது. அதன் அதீத தித்திப்பு பெயரிட்டு அழைக்க முடியாத விசித்திர நோவாய் வாயின் மேல் அண்ணத்தைத் தடவித் தொண்டைக்குள் கனமாய் இறங்கியது.

"குழந்தைகள்?" என்றார் சுகவனம்.

கிழவன் மோட்டார் சைக்கிளில் அமர்ந்தபடியே கைப்பிடிகளிலிருந்து இரண்டு கைகளையும் வானத்துக்குத் தூக்கித் திருப்பிக் காட்டி தலையை இடதும் வலதுமாய் அசைத்தான்.

"இதுலயும் நான்தான் கடைசி" என்றான். அவனுடைய வாயிலிருந்து பெரிய சிரிப்பு இப்போது வெறும் சாம்பல் நிறநிழலாய் மாறியிருந்தது.

சீனர் ஒவ்வொருவருக்கும் சொந்தப் பெயரின் முன்னால் வரும் குடும்பப் பெயர் உண்டு. ஒவ்வொரு சீன ஆணும் எப்பாடு பட்டாவது குடும்பப் பெயரைத் தொடரச் செய்யும் வகையில் ஆண் மக்களைப் பெற்றுக் கொள்ள வேண்டும் என்பது சீனக் கலாச்சாரத்தின் எழுதப்படாத கட்டளை. ஒற்றைப் பிள்ளையைப் பெற்றுக்

கொள்பவர்கள் நோயினாலோ, விபத்தினாலோ, போர் காயங்களாலோ அப்பிள்ளையை இழக்கும் ஆபாயம் இருக்கிறது என்பதால், இரண்டுக்கும் அதிகமான ஆண் வாரிசுகளைப் பெற்றிருக்கும் குடும்பங்களைப் பொறாமையோடு பார்த்தார்கள்.

குடும்பப் பெயரைத் தொடரச் செய்யும் வகையில் ஆண் குழந்தையைப் பெற்றுக் கொள்ளாமல் இருப்பது பெரும் சாபம். அப்படி ஆண் வாரிசில்லாமல் சாகிறவர்கள் குடும்பத் தொடர்ச்சியை அழித்தவன் என்ற அவப்பெயரைச் சுமப்பது மட்டுமின்றி, மரணத்துக்குப் பிறகு தனது மூதாதைகளுக்குப் பதில் சொல்ல வேண்டியது வரும். ஒவ்வொரு ஆண்டும் நரகத்தின் பிரம்மாண்டமான கதவுகள் ஒரு மாதத்துக்கு அகலத் திறக்கப்பட்டு நரகத்தில் வாழும் ஆவிகள் பூமியில் தமது வாரிசுகளைக் காண அனுமதிக்கப்படுவார்கள் என்பது சீனர்களின் நம்பிக்கை. அப்போது பூமியில் வாழும் அவர்களின் வாரிசுகள் ஒவ்வொரு நாளும் அழகாக அலங்கரிக்கப்பட்ட பீங்கான் தட்டுகளில் சோற்றையும், பதமாகச் சமைக்கப்பட்ட வாத்து மாமிசத்தையும், கோழி இறைச்சியையும், பன்றி இறைச்சியையும், காய்கறிகளையும், பழங்களையும் சாலைகள் கூடும் முச்சந்திகளில் பரிமாறுவார்கள். உணவு வகைகளோடு பல வகையான இனிப்புப் பண்டங்களையும் சில வேளைகளில் சிகரெட்டுகளையும் அருமையான மதுவையும் படையல் இட்டிருப்பார்கள்.

வாரிசுகளை விட்டுச் சென்ற அதிர்ஷ்டக்கார ஆவிகள் வாரிசுகள் படைக்கும் உணவை ருசித்துத் தின்னும் நேரத்தில் பிள்ளையில்லாத ஆவிகள் கடும்பசியால் தவித்து பூமியெங்கும் ஓலமிட்டபடி அலைய வேண்டியதாக இருக்கும். பசி தாங்க முடியாமல் தவிக்கும் சில

ஆவிகள் மற்ற ஆவிகளின் உணவை எடுத்து உண்ணப் பார்க்கும். அப்போது கறுப்பு நிறத்தில் ஒருவரும் வெள்ளை நிறத்தில் ஒருவருமாக தலையில் அணிந்திருக்கும் தொப்பியின் பின்பக்கத்தில் மயிலிறகுகளைச் செருகியிருக்கும் நரக தேவதையின் போலீஸ்காரர்கள் கையில் வைத்திருக்கும் மரக்கட்டைகளால் அந்த பாவம் செய்த ஆவிகளை நையப் புடைப்பார்கள். அப்போது பிள்ளை பெறத் தவறிய ஆவிகளின் அழுகுரல் எல்லாத் திசைகளிலும் அமைதியான மாலை கருக்கல் நேரங்களில் உயரமான தாழ்வாரங்களும் கூரைகளும் உள்ள வீடுகளில் அலையும் வாடைக் காற்றின் ஒலிபோல கேட்கும்.

சீனக் கிழவன் மோட்டாரைக் கிளப்பாமல் எதையோ பார்த்தபடி சிறிது நேரம் மௌனமாக நின்றிருந்தான். சுகவனம் சீனனிடத்தில் இந்தியர்களுக்கும் அதே மாதிரியான நம்பிக்கைகள் உண்டு என்று சொல்ல நினைத்தார். 'புத்' என்னும் நரகத்தைப் பற்றியும், சோற்றுப்பிண்டமும் தண்ணீரும் தர்ப்பணம் செய்வதற்கு வாரிசுகள் இல்லாத ஆவிகளும், வாரிசுகள் இருந்தும் அவர்களது அலட்சியத்தால் படையலோ தர்ப்பணமோ கிடைக்காத ஆவிகள் படும் வேதனை பற்றியும் சீனனிடம் சொல்ல வேண்டும் என்று அவருக்குத் தோன்றியது.

ஆனால் அவர் சொல்லவில்லை. உயிர் வாழ்வதற்கே எழுபத்தெட்டு வயதைத் தாண்டியும் உழைக்க வேண்டிய ஒருவனுக்கு இந்தக் கதைகள் எப்படி உதவும் என்று சுகவனத்துக்குத் தோன்றியிருக்க வேண்டும். மேலும் அவரே தன் தகப்பனாருக்கு வருடா வருடம் இறந்த தேதியில் வீட்டிலிருக்கும் கறுப்பு வெள்ளைப் புகைப்படத்துக்கு மாலை போட்டு, வாழையிலை விரித்து சோற்றையும் மீன்

குழம்பையும் மூன்று வகை மேன்கறிகளையும் படைத்து, ஓரத்தில் அப்பாவுக்குப் பிடித்த 555 சிகரெட்டுகளையும் ஒரு போத்தல் டைகர் பீரையும் வைத்துக் கும்பிட்டுப் பல வருடங்கள் ஆகிவிட்டது. அப்பா செத்த தேதிகூட அவ்வளவாக ஞாபகமில்லாமல் இருக்கிறது.

தனம் தனது வீட்டில் ஏதேனும் செய்வாள் என்று சுகவனம் நினைத்துக் கொண்டார். தன் சாவுக்குப் பின் மோகன் நிச்சயம் எதையும் செய்யமாட்டான். கடந்த இரண்டு தீபாவளிகளுக்கு மோகனும் பாமாவும் அவரோடு கோவிலுக்கு வரவில்லை. நடுப்பகலில் வீட்டுக்கு மட்டும் வந்து சுகவனம் தேக்காவுக்குப் போய் வாங்கி வைத்திருந்த முறுக்குகளில் சிறிதளவை வேண்டா வெறுப்பாகக் கொறித்துவிட்டு அரைமணி நேரத்தில் மற்ற வீடுகளுக்கும் போகவேண்டும் என்று சொல்லிவிட்டுக் கிளம்பிவிட்டார்கள்.

நீலா அறவே வரவில்லை. நைஜீரியனான அவள் கணவனோடு எங்காவது போக வேண்டும் என்று சொல்லி விடுகிறாள். ஒரு வேளை அவள் சில வருடங்களுக்கு வேண்டுமானால் சிவன் கோயிலுக்குப் போய் சுகவனத்தின் பெயரில் பழ அர்ச்சனை செய்யலாம். இரண்டு நிமிடங்கள் ஜாஜ்வல்யமாக பிரகாசிக்கும் சிவலிங்கத்தை வெறித்துப் பார்த்தபடியே கைகூப்பி நிற்கலாம்.

ஐஸ் கிரீம் தனது சட்டையில் விழாமலிருக்க அதை உயரத் தூக்கிச் சுகவனம் அதன் ஈரமான முனைகளை அவசரமாக நக்கினார்.

"உன்னைப் பார்த்துக்க வேற யாரும் சொந்தக்காரங்க இல்லையா?"

"மலாக்காவுல சில பேர் இருக்காங்க…"

‘‘அங்கப் போயி அவங்களோட இருக்கலாமில்லையா?’’

கால்களை நிலத்தில் ஊன்றியவாறு மோட்டார் சைக்கிளை ஒரு பக்கமாய்ச் சாய்த்து நிறுத்தியிருந்த கிழவன் எதையும் சொல்லாமல் தூரத்தில் மெல்ல எழுந்து கீழிறங்கிய புக்கிட் பஞ்சாங்கின் மேடான திடல்களைப் பார்த்தபடி இருந்தான். அவன் கண்களில் சாம்பல் நிறம் மத்தியான வெயிலில் பல அடுக்குகளாகப் பரவி ஆழப் பெருங்கடலாக அலைந்தது.

‘‘இந்த இடமும் வாசனையும் பழகிடுச்சு’’ என்றான். அவன் குரலில் அடங்காத தாபம் தொனித்தது.

பல வருடங்களாகப் புழங்கிப் பழக்கப்பட்ட இடம், அது எவ்வளவு குறைகள் உடையது என்றாலும், மனிதர்களுக்குத் தீராத தாபத்தைத் தரக் கூடியது. காமம் போல் வலிமையானது. நன்கு பரிச்சயமான பெண்ணுடன் கொள்ளும் உறவைப் போலவே மனதுக்கு இதமளிக்கக் கூடியது. அச்சங்கள் இல்லாதது. சர்வ சுதந்திரமானது. வாசனைகள் நிறைந்தது. சுகவனத்துக்குக் கிழவனின் சொற்கள் புரிந்தன.

‘‘மலேசியாவுல இருக்குற சொந்தக்காரங்களப் போய்ப் பார்க்குற வழக்கமிருக்கா?’’

‘‘இல்ல ஓ. ஆ கிம் இருக்கும்போது அவளோட போவேன். இப்பப் போகணும்னு தோணல. வயசும் ஆகிடுச்சு. நீ இந்தியாவுக்குப் போய்ட்டு வருவியா இன்சேக்.’’

மற்ற நேரங்களில் இந்தக் கேள்வி சுகவனத்துக்குக் கோபத்தை ஏற்படுத்தியிருக்கும். பல இந்தியச் சிங்கப்பூரர்களைப் போலவே மற்ற இனத்தவர்களால் கேட்கப்படும் இத்தகைய கேள்விகள் தன்னை முழுமையான சிங்கப்பூரனாக அங்கீகரிக்க மற்றவர்கள் காட்டும்

தயக்கத்தைப் பிரதிபலிப்பதாகவே சுகவனம் எண்ணுவார். இந்தக் கேள்வி கேட்கப்படும்போது சுகவனத்தின் முகம் கறுக்கும். குரல் பல படிகள் கீழிறங்கி மெல்லிய குரைப்பாய் தானும் சிங்கப்பூரான் தெரியுமா? என்ற ரீதியில் ஏதேனும் பட்டென்று சொல்லிவிடுவார். ஆனால் இம்முறை கிழவன் கேட்ட கேள்வியால் சுகவனத்துக்குக் கோபம் வரவில்லை. கோபம் வராமல் மனதின் அடியில் பெரிய பாறாங்கல்லாய் அழுந்திய சுமை தடுத்தது.

"போகணும்."

"சொந்தக்காரங்களப் பார்க்கப் போறியா இன்சேக்?"

சுகவனம் சிறிது நேரம் யோசித்தார். இந்தியாவில் தனது சொந்தக்காரர்கள் யார் என்ற கேள்வி அவருக்குள் எழுந்து அடங்கியிருக்க வேண்டும். சுகவனத்தின் முகம் ஒரு கணம் இறுகித் தளர்ந்தது. அவர் கற்பனையில் நீல நிறமாக ஆர்ப்பரிக்கும் ஏதோ ஓர் அந்நியக் கடலும் கடலின் ஓரமாய் வெள்ளை நிறத்தில் நிற்கும் கோவில் கோபுரமும் தோன்றிக் கலைந்தன. ஒரு முடிவுக்கு வந்தவர்போல் முகம் தெளிவாகிச் சுகவனம் தீர்க்கமாகப் பேசினார்.

"இல்ல, ராமேஸ்வரம் போகணும்."

கிழவன் சுகவனத்தைக் குழப்பத்துடன் பார்த்தான்.

"ராமேஸ்வரம். பெரிய கோவில். கடற்கரையில இருக்குது. அங்கப் போய்ச் செத்துப்போன என் மனைவிக்காகக் கடல்ல நூத்தியெட்டு முழுக்குப் போடணும்" என்றார் சுகவனம்.

பதிலைக்கேட்ட கிழவனின் முகத்தில் மேலும் சில விநாடிகளுக்குக் குழப்பம் நீடித்தது. பிறகு அவருடைய வார்த்தைகளின் முழு

அர்த்தமும் அவனுக்குப் பிடிபடத் தனது மோட்டார் சைக்கிளின் இரு கைப்பிடிகளை லேசாக முறுக்கியபடி நின்றிருந்த கிழவன் சுகவனத்துக்குத் தனது வலது கைவிரலை உயர்த்திக் காட்டி மீண்டும் கலகலவென்று சிரித்தான். இருவர் மீதும் பாலாய்ப் பொழிந்த வெயில் வெளிச்சத்தின் அவனுடைய காபி நிறப் பற்கள் சாணை போட்டுத் தீட்டிய வைடூரியங்களாக மின்னின.

மோட்டார் சைக்கிள் தலைக்கவசம் தலையை முழுக்க மறைக்காதபடி நெற்றிக்கு மேல்புறமாக நன்கு பின்னுக்குச் சாய்த்துத் தள்ளியது. தலைக்கவசத்தின் இரண்டு பக்கமும் உள்ள வார்களை முகவாய்க்குக் கீழே பொருத்தாமல் தலையின் இரண்டு பக்கத்திலும் தொங்க விட்டபடி மோட்டார் சைக்கிளின் பழைய சைலன்சர் சடசடக்கக் கிளம்பிப் போன கிழவனைச் சுகவனம் கையில் ஐஸ் கிரீமைப் பிடித்தபடி நெடுநேரம் பார்த்துக் கொண்டிருந்தார்.

ஜொலிக்கும் வண்ணக்குழம்பாய்த் தொடங்கித் தூரம் செல்லச் செல்ல வெறும் சாம்பல் புள்ளியாய்க் குறுகிப் போன மோட்டார் சைக்கிளிலும் அதன் பக்கத்தில் இணைக்கப்பட்டிருந்த குளிரூட்டப்பட்ட பெட்டியிலும் சொற்களால் விவரிக்க முடியாத சோகமும் ஏக்கமும் நிறைந்திருப்பதாக அவருக்குத் தோன்றியது.

2

ராமேஸ்வரத்துக்குச் சென்று ஜெயக்கொடியின் ஆத்ம சாந்திக்காகக் நூத்தியெட்டு முழுக்குகளைப் போடும் யோசனையைச் சோமசுந்தரம் கொடுத்தான். ஜெயக்கொடி செத்துப் பதினாறு நாட்களுக்குப் பிறகு கேலாங் சிவன் கோவிலில் அமர்ந்து சோமசுந்தரத்திடம் பேசிக் கொண்டிருந்த போது அற்புதமான யோசனையாகத் தோன்றிய விஷயம் உண்மையில் எவ்வளவு அபத்தமானது என்று பல நாட்களுக்குப் பின்புதான் சுகவனத்துக்கே புரிந்தது.

உலக வரைப்படத்தில் இந்தியா என்னும் நாட்டின் தென்பகுதியில் பழுத்த நாவல் பழம்போல் தொங்கிக் கொண்டிருக்கும் தென்னகத்தின் தென்கிழக்கு முனையில் ஓர் ஈயாய் ஒட்டிக் கொண்டிருக்கும் ராமேஸ்வரம். அந்த ஈக்குள்தான் ராமேஸ்வரம் கோவிலும் அதன் ஆயிரங்கால் மண்டபமும் இருக்கின்றன. அதற்குள்தான் ராமலிங்கேஸ்வரர் என்ற கடவுள் இருக்கிறார். அந்தக் கோவிலின் பிரகாரத்தில் புனிதத் தீர்த்தங்கள் சுரக்கும் இருபத்திரண்டு கிணறுகள் உள்ளன. அதன் ஓரமாக நீல நிறப் பெருங்கடல் இருக்கிறது.

பெயரைத் தவிர சென்னையிலிருந்து அறுநூறு கிலோமீட்டர்கள் தூரத்திலிருப்பதாக இணையத்திலிருந்து தெரிந்து கொண்ட அந்த

இடமும், கடவுளும், கடலும் சுகவனத்துக்கு அந்நியமாகவே தோன்றின. மலேசியாவைவிட்டு வந்த பிறகு அப்பாவும் அம்மாவும் சிங்கப்பூரைவிட்டு வேறு வெளிநாடுகளுக்குச் சென்றதில்லை. அவ்வப்போது மலேசியாவில் நடக்கும் திருமணங்களுக்கும் சாவுகளுக்கும் மட்டுமே புக்கிட் பஞ்சாங்கிலிருந்து நூறு கிலோமீட்டர் தூரத்திற்குள் இருக்கும் லாபிஸ் வரை மட்டுமே போய் வருவார்கள்.

இந்தியாவில் உறவினர்கள் இருக்கிறார்களா இல்லையா என்பதைக்கூட அப்பாவோ அம்மாவோ தனத்திடமோ சுகவனத்திடமோ சொன்னதில்லை. அவர்களுக்கு வெளிநாடு என்பது கடைசி வரைக்கும் மலேசியாவாகத்தான் இருந்தது. பல்கலைக்கழகப் படிப்பை முடித்துவிட்டு ஆசிரியர் வேலையில் சேர்ந்த சுகவனம்கூட அவ்வப்போது நடக்கும் பயிற்சிகளுக்கும், குடும்பத்தோடு சேர்ந்து போன விடுமுறைச் சுற்றுலாக்களுக்காகவும் தாய்லாந்து, இந்தோனேசியா, தைவான், ஜப்பான் என்ற நாடுகளுக்குப் போயிருக்கிறாரே ஒழிய இந்தியாவுக்குப் போனதில்லை. போகவேண்டும் என்றும் தோன்றியதில்லை.

ராமேஸ்வரத்தைப் பற்றி நினைக்கும்போது சுகவனத்திற்கு அவ்வப்போது பார்த்த தமிழ்த் திரைப்படங்களில் தோன்றும் மனிதர்களின் முகங்களும், கோவில்களும், தட்டேந்திய அர்ச்சகர்களும், பாடல்களும், உரையாடல்களுமே தோன்றி மறைந்தன. இவையனைத்தும் உண்மையில் ராமேஸ்வரப் பயணத்துக்கு எந்த அளவுக்கு உதவும் என்று சுகவனத்துக்குத் தெரியவில்லை.

மரணம் கூட ராமேஸ்வரம் போலவே தூரமானதாகவும், மர்மம் நிறைந்ததாகவும், கொஞ்சம் சினிமாத்தனம் நிறைந்ததாகவுமே

இருக்கிறது. கைத்தொலைப்பேசி வழியாக மோகனிடமிருந்து சுகவனத்துக்குச் செய்தி வந்தது. சட்டையின் நடுவிலிருந்த ஒரு பொத்தானைப் போட மறந்த நிலையில் இடுப்பிலிருந்து சட்டையின் முனைகள் தளும்பி வழியக் கலைந்த தலைமயிரோடு மருத்துவமனையில் போய் நின்ற சுகவனத்தை விநோதமாகப் பார்த்த தாதியர்கள் வெகு நேரமாக வார்டுக்கு வெளியே வரிசையாகப் போடப்பட்டிருந்த பிளாஸ்டிக் இருக்கைகளில் ஒன்றில் அமர வைத்தார்கள். மோகனும் நீலாவும் வார்டுக்குள் இருப்பதாக அவருக்குத் தகவல் தரப்பட்டது.

இந்தத் தகவல்தான் சுகவனத்தைக் கடுப்பேற்றியது. கண்கள் சிவக்கவும் உதடுகள் மிக லேசாய்த் துடிக்கவும் 'நான் அவளோட புருஷன்' தெரியுமா என்று தாதியர்களிடம் அவர் மீண்டும் மீண்டும் சொன்னார். சுகவனத்தின் கைகள் அவருக்கும் ஜெயக் கொடிக்குமிடையே இருந்த நாற்பதாண்டு கால உறவைச் சைகைகளால் விவரிக்கக் காற்றில் அளைந்தபடி தவித்தன. சாவுக்காரியங்கள் நடந்து முடிந்த பல நாட்களுக்குப் பின்னால்தான் சுகவனம் மனப்பிறழ்ச்சியடைந்தவர்போல் வார்டின் வாசலில் நின்று உரக்கக் கத்திக் கொண்டிருந்ததாகவும் தன்னெதிரில் நிற்கும் தாதியர்களை அடிக்கப் போவதைப்போல் கைகளை நீட்டி நீட்டிப் பேசியதாகவும் மோகனும் நீலாவும் சுகவனத்திடம் விவரித்தார்கள். எவ்வளவு யோசித்துப் பார்த்த போதும் சுகவனத்துக்குத் தான் என்ன செய்தோம் என்பது நினைவுக்கு வரவில்லை. மரணத்தோடு சேர்ந்து வரும் களேபரங்களில் இதுவும் ஒன்று என்று அவர் தனக்குத்தானே சொல்லிக் கொண்டார்.

வார்டுக்கு வெளியே அமர்ந்திருந்த வேளையில் ஜெயக்கொடியின் சாவினால் ஏற்பட்ட துக்கத்தைவிடச் சொல்லாமல்

கொள்ளாமல் இப்படிச் செத்துப்போன ஜெயக்கொடியின் மீது சுகவனத்துக்குக் கோபம் வந்தது. தனது திருமண வாழ்க்கை முழுவதும் ஜெயக்கொடி எங்கு போனாலும் தன்னிடம் சொல்லிவிட்டுப் போக வேண்டும் என்று சுகவனம் எதிர்ப்பாத்துப் பழகியிருந்தார். அவள் போகும் இடத்தையும் காரணத்தையும் தன்னிடம் சொல்லவும், அதைவிட முக்கியமாக வீட்டுக்குத் திரும்ப வரும் நேரத்தைச் சொல்லவும் அதன்படியே வீட்டுக்கு வந்துவிடவும் சுகவனம் ஜெயக்கொடியை வற்புறுத்துவார்.

வீட்டுப் பெண்ணைக் கட்டுப்பாட்டோடு வைத்திருப்பது ஆண்பிள்ளைக்கு அழகு என்று அவர் கருதியிருந்தார். உண்மையில் ஜெயக்கொடி இல்லாமல் தன்னால் சுயாதீனமாக இயங்க முடியாது என்று உணர்ந்து கொண்ட அச்சத்தின் வெளிப்பாடுதான் ஜெயக்கொடிக்கு அவர் விதித்த கட்டுப்பாடுகள். மிகப் பெரிய வெள்ளைத் தூண்களாய் இறங்கும் மருத்துவமனை விளக்குகளின் வெளிச்சத்தில் அமர்ந்திருந்த நேரத்தில் சுகவனத்துக்குத் தெரிந்து போனது.

சில மாதங்களுக்கு முன் இறந்துபோன சிங்கப்பூர் முன்னாள் முக்கிய அமைச்சரின் மனைவியைப் பற்றிய தொலைக்காட்சிக் காணொளியும் அந்தப் பெண்மணியைப் பறிகொடுத்த பிறகு அவருக்கு புத்திச் சாதுர்யம், செயலாற்றல், முக மலர்ச்சி ஆகிய அனைத்தும் அவருக்கு முன் சூழ்ந்த வெறுமையில் கரைந்து போனதாகக் காபிக் கடையில் தனது நண்பர்கள் பேசிக் கொண்டதும் சுகவனத்தின் நினைவில் வந்து போயின.

இதை யோசித்த போது ஜெயக்கொடியின்மீது சுகவனத்துக்கு மீண்டும் அசாத்தியமான கோபம் வந்தது. மருத்துவமனையின்

குறுகலான ஆரஞ்சு நிறப் பிளாஸ்டிக் நாற்காலியில் சுகவனம் இரண்டு கைகளையும் மார்புக்குக் குறுக்காக இறுக்கமாகக் கட்டிய நிலையில் இரண்டு நீலக் கோடுகள் வரையப்பட்டிருந்த சுவற்றை வெறித்துப் பார்த்தபடி அமர்ந்திருந்தார். ஒரு கோடு சுகவனம், அடுத்தது ஜெயக்கொடி என்று அவருக்குள் ஒரு குரல் மீண்டும் மீண்டும் சொல்லிக் கொண்டிருந்தது.

ஜெயக்கொடி சுகவனத்தைவிட கொஞ்சம் உயரம். குடும்பத்தின் முதல் பட்டதாரியான மகனுக்குப் பட்டதாரி பெண்தான் வேண்டும் என்று அம்மா வற்புறுத்திப் பீடோக்கில் சென்று ஜெயக்கொடியைப் பெண்பார்த்துவிட்டு வந்த பிறகு சுகவனம் இதைச் சொல்லிக் குறைப்பட்டுக் கொண்டார்.

'சிங்கப்பூர் பொண்ணுங்க வசதியோட வளர்ந்தவங்கடா. கொஞ்சம் தாஷ்டிகமாத்தான் இருப்பாங்க. ஒல்லிப் பிச்சானா இருக்க அவ என்ன ரப்பர் காட்டுப் பொண்ணா' என்று அம்மா சொல்லி அவர் வாயை அடைத்துவிட்டாள். முருகன் திருக்குன்றத்தில் திருமணம் முடித்தவுடன் தெக் வாயிலிருந்த பழைய அடுக்குமாடி வீட்டிற்கு ஜெயக்கொடி குடிவந்தாள். அலங்கரிப்பட்ட படுக்கையறையின் மங்கிய வெளிச்சத்தில் முதன்முதலாகப் பார்த்த ஜெயக்கொடியின் பழுப்பு நிற உடம்பும், மோகனை வயிற்றில் சுமந்திருந்தபோது அவளுடைய உப்பிய வயிற்றின் பளபளப்பும், முத்துப்போல் புடைத்துச் சுடர்விட்ட நாபிக் கமலமும், நீலாவைச் சுமந்திருந்தபோது ஏற்பட்ட மசக்கையால் உடம்பிலுள்ள நீர்ச்சத்துக் குறைந்து அவளை பழைய அலெக்ஸாண்டிரா மருத்துவமனைக்கு அழைத்துக் கொண்டு ஓடியது நினைவில் உண்டு. கொஞ்சம் தாமதித்திருந்தால் குழந்தை செத்துப் போயிருக்கும் என்று சீனப் பெண் டாக்டர் கூறியது சுகவனத்தின் கண்களின் ஓரங்களை நனைத்திருப்பதை

சித்துராஜ் பொன்ராஜ்

உணர்ந்திருந்தார்.

ஜெயக்கொடியை எப்போதும்போல் 'கடன்காரி' என்று ஏசியவர், வழக்கம்போல் அவள் திரும்ப வந்தவுடன் அவளை நாலு வார்த்தைகள் நறுக்கென்று கேட்டுவிட முடியாது. வயிற்று வலியால் பீடிக்கப்பட்டவரைப் போல் நாற்காலியில் சாய்ந்து அமர்ந்து கொண்டார். அவர் கண்களில் கட்டி நின்ற கண்ணீர்த் துளிகளில் எதிரிலிருந்த கன நீலக் கோடுகள் வாய்விட்டுச் சிரிப்பதுபோல் அசைந்தன.

அரைமணி நேரத்துக்குப் பிறகு கைத்தொலைப்பேசியில் பேசியபடியே மோகன் வெளியே வந்தான். பின்னர் பாமா. பின் நீலா. அவளுடைய கணவன் மால்கம். எல்லோருடைய கண்களும் சிவந்திருந்தன. ஜெயக்கொடி தனது வாழ்க்கை முழுவதும் எல்லோருக்கும் நல்லவளாக இருந்திருக்கிறாள் என சுகவனத்துக்குத் தோன்றியது. அதே சமயம், தான் செத்தால் எல்லோரும் இப்படிக் கலங்கிய கண்களோடு இருப்பார்களா என்ற அசட்டுப் பொறாமையும் அவரைப் பற்றிக் கொண்டது. நீலாவும் மோகனும் அவரிடம் பேச முயன்றபோதும் சுகவனம் கைகளைக் கட்டியபடித் தனக்கு முன்னாலிருந்த சுவரில் வரையப்பட்டிருந்த நீல நிறக் கோடுகளை வெறித்துப் பார்த்தார்.

வார்டிலிருக்கும் மற்ற நோயாளிகளுக்குக் கலக்கம் ஏற்பட்டுவிடக் கூடாது என்பதற்காக ஜெயக்கொடியின் பிணத்தைத் தனியறைக்கு மாற்றியிருந்தார்கள். அறைக்குள் பொருத்தப்பட்டிருந்த சக்திவாய்ந்த விளக்குகளின் வெளிச்சத்தில் வெள்ளை வெளேரென்று காட்சி தந்த படுக்கையில் சன்னலில் மோதிய அதிர்ச்சியில் மல்லாக்க விழுந்து கிடக்கும் மைனாவைப்போல் ஜெயக்கொடி உறைந்து கிடந்தாள்.

இன்னமும் திறந்தே இருந்த அவளுடைய உயிரற்ற கண்களில் சன்னலில் மோதிச் சாவதற்கு முன்னதாகச் சன்னலின் வழியாக அகண்ட வானத்தை பார்த்துவிட்ட குருவியின் கண்களில் பார்க்கக் கூடிய அதே பூரிப்பு இருந்தது. நோயினால் அவள் உடம்பு பாதியாகச் சுருங்கியிருந்தது. சுகவனத்தின் அம்மா எப்போதோ பாராட்டிப் பேசிய சிங்கப்பூர்ப் பெண்களின் தாஷ்டிகம் முற்றாகக் கரைந்து போயிருந்தது.

''டாக்டர் வந்து அம்மாவின் கண்களை மூடுவார்'' சுகவனத்தின் பக்கத்தில் நின்ற மோகன் அவர் காதில் கிசுகிசுத்தான். அவனுக்கு ஏராளமான தொலைபேசி அழைப்புக்கள் வந்து கொண்டிருந்தன. படுக்கையின் எதிர்ப்புறமாக நின்றிருந்த பாமா எல்லாம் அறிந்தவள்போல் 'கண்வழியாக உயிர் போயிருக்கிறது' என்று சொல்லிவிட்டுச் சுகவனத்தைக் குற்றம் சொல்வதுபோல் பார்த்தாள். சுகவனம் ஜெயக்கொடியின் முகத்தையே பார்த்துக் கொண்டிருந்தார். கன்னங்கள் ஒடுங்கி மூக்கு மட்டும் மகாபெரியதாய்த் தெரிந்த அந்தச் சின்ன முகத்தில் நெடும்தூரம் ஓடி மிகக் கடினமான ஓட்டப்பந்தயத்தை முடித்துவிட்ட வெற்றிக் களிப்பு இருந்தது.

சுகவனம் விளக்குகளின் வெளிச்சத்தில் நன்கு துடைத்துக் கழுவிய தரைபோல் தெரிந்த ஜெயக்கொடியின் நெற்றியை விரல்களால் ஒரு முறை தொட வேண்டும் என்று ஆசைப்பட்டார். ஒரு கணம் இரண்டு கரங்களையும் ஜெயக்கொடியின் கூப்பி உரத்த குரலில் ஏதேனும் நீளமான மந்திரங்களைச் சொல்ல வேண்டும் என்று நினைத்தார். தமிழ்ப்பதிகங்கள் பாட வேண்டும் என்று விரும்பினார். அவருக்கு உயிரில்லாமல் உறைந்த நிலையில் கிடந்த ஜெயக்கொடியின் கையைத் தனது கைகளில் எடுத்து வருடிக் கொடுத்தபடி 'என்னை மன்னிச்சுடுடி 'ஜெயா' என்று கதறி அழ வேண்டும்போல் இருந்தது.

ஆனால் பிள்ளைகளும் தாதிகளும் சுற்றி நிற்கும் நேரத்தில் இதையெல்லாம் செய்வதற்கு தயங்கியபடி படுக்கையின் குளுமையான கம்பிகளைப் பிடித்தபடி வெறும் மரமாக நின்றார்.

பெண்டாட்டியின் பிணத்தை முதன்முதலாகப் பார்க்கும்போது என்ன செய்வது என்று தனக்கு யாரும் சொல்லித் தராததை எண்ணி சுகவனம் தன் நிலைமையை நொந்து கொண்டார்.

அவருக்கு மந்திரங்களோ, பதிகங்களோ தெரிந்திருக்கவில்லை. எல்லோருடைய வீட்டில் இருப்பதுபோலவும் வீட்டில் ஓர் ஓரமாகச் சில சாமிப் படங்கள். அவற்றுக்கு வெள்ளிக்கிழமைகளில் மட்டும் கொளுத்திய ஊதுபத்திகளை இட வலதாய்க் காட்டி பூஜை. தீபாவளிக்குப் படங்களுக்குக் குங்கும், சந்தனப் பொட்டுகளைச் சாற்றிக் கற்பூர ஆரத்தி, பின்பு புதுத்துணி உடுத்தி பக்கத்திலிருக்கும் முருகன் கோவிலுக்கு விஜயம். சாமி கும்பிட்ட கையோடு பசியாற இறைச்சிக் கறியோடு தோசை, பின்பு நாள் முழுவதும் நீளும் தடபுடல் விருந்துகள்.

தனது வாழ்நாள் முழுமைக்கும் அவர் கடைப்பிடித்து வந்த மதம் தொடர்பான சடங்குகள் அத்தனையும் அந்நேரத்தில் உதவி கரமானவையாக இல்லை என்பதைச் சுகவனம் அறிந்து கொண்டார். நாற்பதாண்டு காலமாய்த் தனது வாழ்க்கையின் மிகப் பெரும் பகுதியாக இருந்த ஜெயக்கொடிக்கு எப்படி சரியாக விடை கொடுப்பது என்று சுகவனம் தீர்மானிக்கும் முன்பே உடம்பைத் தயார் செய்ய வேண்டும் என்று கூறிச் சுகவனத்தை அந்த அறையிலிருந்து பிள்ளைகளும் தாதியர்களும் அப்புறப்படுத்தினார்கள்.

நோய்வாய்ப்பட்ட உடம்பு, சவப்பெட்டியைத் திறந்து வைக்க வேண்டாம், முடிந்தால் சீக்கிரம் தகனம் செய்துவிடுங்கள் என்று

சொல்லித்தான் மருத்துவமனைக்காரர்கள் ஜெயக்கொடியின் சவத்தைத் தந்ததாக மோகனும் நீலாவும் சொன்னார்கள். மோகனும் நீலாவும்தான் எல்லாக் காரியங்களையும் ஏற்பாடு செய்ய நாலா திசையிலும் ஓடினார்கள்.

மோகன் ஜெயக்கொடிக்குச் செய்ய வேண்டிய எல்லாக் காரியங்களையும் மொத்தமாகக் கவனித்துக் கொள்ள, ஒரே குத்தகைக்காரராக சவக்காரிய 'பேக்கேஜ்' வசதி செய்யும் ஒரு நிறுவனத்திடம் குறைந்த விலையில் ஏற்பாடு செய்துவிட்டதாக அறிவித்தான். விளம்பரத் துறையில் வேலை பார்த்த நீலா ஆங்கில, தமிழ் நாளிதழ்களில் அம்மாவின் மரணச் செய்தி அறிவித்தலை கொடுக்க ஜெயக்கொடியின் பாஸ்போர்ட் அளவு புகைப்படத்துடன் மோகனின் வாகனத்தில் போய் வந்தாள். அண்ணனும் தங்கையுமாகச் சேர்ந்தே மருத்துவமனை அலுவலகத்தில் ஜெயக்கொடியின் மரணச் சான்றிதழை வாங்கி வந்தார்கள். பாமா எட்டு வயதான ராகேஷ், ஜெயக்கொடியின் பிணத்துக்கு அருகில் போகாதபடிக்குத் தன்னருகிலேயே வைத்துக் கொண்டாள். குழந்தை அவனுக்குக் கொடுக்கப்பட்டிருந்த கைத்தொலைபேசியில் ஏதேதோ கேலிச் சித்திரங்களை பார்த்துக் கொண்டிருந்தான். சின்னச் சின்ன அலறல்களுடன் தொலைபேசித் திரைக்குள் ஓடிய விளையாட்டுகளில் மூழ்கியிருந்தான்.

சவக்காரியங்களை நடத்தித்தரும் நிறுவனத்திலிருந்து மோகன் ஏற்பாடு செய்திருந்த நான்கு இளைஞர்களும், ஒரு மத்திய வயதுக்காரரும் ஜெயக்கொடியின் சவப்பெட்டியை மருத்துவமனையிலிருந்து வாங்கி நீத்தார் ஊர்தியில் வைத்தார்கள். ஊர்தியின் மேலே பொருத்தப்பட்டிருந்த ஒலிபெருக்கிகளிலிருந்து தேவாரப் பாடல்கள் மெல்லிய முனகலாய் முழங்கியபடி புக்கிட்

பஞ்சாங் வீட்டிற்குக் கொண்டு வந்தார்கள்.

கறுப்பு நிற நீத்தார் ஊர்தியின் முன்புறம் சாதாரண லாரியின் முன்புறம் போலிருந்தது. பின்புறத்திலிருந்த லாரியின் தளம் அகற்றபட்டு நீளமான கண்ணாடிப் பெட்டி பொருத்தப்பட்டிருந்தது. குளிரூட்டப்பட்ட கண்ணாடிப் பெட்டியின் மேலே போடப்பட்டிருந்த இரும்புக் கூரையின் முன்புறத்தில் வெள்ளை, சிவப்புச் சாயத்தில் விபூதிப் பட்டையும் குங்குமமும் வரையப்பட்டிருந்த அட்டைத்தாளால் தயாரிக்கப்பட்ட கறுப்புச் சிவலிங்கம் இருந்தது. பெட்டியின் நான்கு புறத்திலும் விரிந்த இறக்கைகளோடு துந்துபிகளை ஊதிக் கொண்டிருந்த பொன்னிற தூதுவர்கள் அமர்ந்திருந்தார்கள். கண்ணாடிப் பெட்டிக்குள் நான்கு மூலைகளிலும் பொருத்தபட்டிருந்த குமிழ்களோடு ஜெயக்கொடியின் சவப்பெட்டி அசையாமலிருக்கும் படிக்குப் பொருத்தப்பட்டிருந்தது. சவப்பெட்டியை எடுத்து வந்த இளைஞர்களும் மத்திய வயதுக்காரரும் சட்டையின் பின்புறமாக நிறுவனத்தின் பெயரைக் கொட்டை எழுத்துக்களில் பொறிக்கப் பட்டிருந்த இளநீல நிற போலோ டீ சட்டைகளை அணிந்திருந்தார்கள்.

ஜெயக்கொடியின் உடலிருந்த கனமான தேக்குமரச் சவப்பெட்டியை மின்தூக்கியின் வழியாக சுகவனத்தின் வீடிருந்த பதினோராவது மாடிக்கு எடுத்துப் போகச் சிரமப்பட்டார்கள். சவப்பெட்டியை உள்ளே வைத்துத் தூக்கிப் போகும் அளவுக்கு மின்தூக்கியின் உயரமும் அகலமும் போதவில்லை. பதினோராவது மாடிக்கு படிக்கட்டுகளின் வழியாக எடுத்துச் செல்லலாமே என்று மோகனும் நீலாவும் சொன்னபோது அவர்கள் முகம் சுளித்தார்கள். உதடுகளைப் பிதுக்கினார்கள். குறுகலான படிக்கட்டுகளில் கனமான பெட்டியை எடுத்துப் போவது கடினம் என்றார்கள். சடசடக்கும் பல நூறு புறாக்களின் சிறகசைப்புகளாக அடுக்குமாடிக் கட்டடத்தின்

வாகன நிறுத்துமிடத்தில் மெல்ல எழுந்து பரவிய வாக்குவாதத்தின் முடிவில் சவப்பெட்டியை வீட்டுக்கு எடுத்துப் போக வேண்டாம் என்று அனைவரும் ஒப்புக் கொண்டார்கள்.

கட்டடத்தின் கீழ்த் தளத்திலேயே கூடாரம் அமைத்து ஜெயக்கொடியின் சவப்பெட்டியை அங்கு வைத்துக் காரியங்களை முடித்துவிடலாம் என்று முடிவானது. இதற்குப் பதில் எங்கேனும் நீத்தார் நினைவுக் காரியங்களுக்காகவே கட்டிவைக்கப்பட்டிருக்கும் அரங்கங்களில் ஒன்றை வாடகைக்கு எடுத்திருக்கலாமே என்று பாமா தலையில் அடித்துக் கொண்டாள்.

மோகனும் நீலாவும் தரைத் தளத்தை ஒரு நாள் ஓரிரவுக்கு மட்டும் பயன்படுத்திக் கொள்ள வீடமைப்பு வளர்ச்சிக் கழகத்திடம் அனுமதி வாங்க ஓடினார்கள். தரைத்தளத்தின் அடுத்த பகுதியில் மறுநாள் ஒரு திருமணத்தை நடத்த ஆயத்தம் செய்து கொண்டிருந்த மலாய்க் குடும்பத்தார் வாகனம் நிறுத்துமிடத்தில் சவ வண்டி நிற்பதைப் பார்த்து, கவலை தோய்ந்த முகங்களோடு வந்து பார்த்தார்கள். ஆனால் அவர்கள் அங்கு ஜெயக்கொடியின் பிணம் ஒரு நாள் கிடக்கப் போவதற்காக அதிகம் அலட்டிக் கொள்ளவில்லை.

வீடமைப்புப் பேட்டைகளில் ஒரே இடத்தில் சவகாரியமும் திருமணமும் நடப்பது அவர்களுக்கு ஏற்கனவே பரிச்சயமாகியிருந்தது. கறுப்புத் தொப்பியும் பளபளக்கும் பட்டாடையும் அணிந்திருந்த அவர்கள் குடும்பத்துப் பெரியவர் ஒருவர்மட்டும் தரை தளத்தின் ஓர் ஓரமாய்ப் போடப்பட்டிருந்த கல்மேசையில் அமர்ந்திருந்த நீலாவிடம், தங்கள் விருந்தினர்களுக்கும் வாகன நிறுத்துமிடங்கள் தேவைப்படும் என்று மெல்லிய குரலில் சொன்னார்.

கட்டடத்தில் குடியிருப்பவர்களுக்குத் தொந்தரவு இல்லாதபடி மலாய்க் கல்யாணத்துக்குத் தேவையான வாகன நிறுத்துமிடங்களை பழுப்பு நாற்காலிகளை வைத்தும், ஜெயக்கொடியின் காரியத்துக்கு வருபவர்களுக்கான நிறுத்துமிடங்களைச் சாம்பல் நிற நாற்காலிகளை வைத்தும் 'ரிசர்வ்' செய்யப்பட்டது. விஷயம் சுமுகமாக முடிந்ததையொட்டி மலாய் முதியவர் முகமலர்ச்சியுடன் திரும்பிப் போனார். ஜெயக்கொடி ஒற்றைக் காலில் நின்று ஆசை ஆசையாய்ப் பார்த்து வாங்கிய வீட்டுக்குள் போகாமலேயே தகனம் செய்யப்படப் போவதை எண்ணி, கல் மேசையின் ஓர் ஓரமாய்த் தரையில் நட்ட குடையில் இரண்டு கைகளையும் வைத்தபடி சுகவனம் அமர்ந்திருந்தார்.

பல இன மக்கள் வாழும் பெருநகரங்களில் நிகழும் மரணம் மனிதர்களின் நம்பிக்கைகளுக்கு இடையே நடக்கும் ஓயாத பரிவர்த்தனை. பெருநகரங்களில் நிகழும் மரணங்கள் நில்லாமல் நடந்து கொண்டிருக்கும் போதலும் வருதலும்.

கட்டடத்தின் தரை தளத்தில் ஒரு முனையில் வெள்ளைக் கான்வாஸ் துணியால் கூடாரம் அமைத்து அதன் நடுவில் உயரமான மேசையில் ஜெயக்கொடியின் சவப்பெட்டியைக் கிடத்தி ஸ்டாண்டில் ஜெயக்கொடியின் புகைப்படத்தை வைத்தார்கள்.அதன்பிறகு இரவு முழுவதும் ஜெயக்கொடியின் உடலுக்கு அஞ்சலி செலுத்த யார்யாரோ வந்தபடியும் போனபடியும் இருந்தார்கள்.

ஜெயக்கொடியின் சவப்பெட்டி இருந்த இடம் மின்சார விளக்குகளால் பலமாக ஒளியூட்டப்பட்டிருந்தது. விளக்குகளின் வெளிச்சத்தில் மேலே இருந்த வெள்ளைத் துணியில் சவப்பெட்டியின் நிழலுருவம் பெரிதாகத் தெரிந்தது. சவப்பெட்டியின் மீது முனையில்

ஆர்க்கிட் மலர்கள் கட்டிய மல்லிகைப்பூ மாலைகள் குவியலாய்க் கிடந்தன. சவப்பெட்டியின் தலைமாட்டிலும் சவப்பெட்டியின் காலடியில் வைக்கப்பட்டிருந்த அவளுடைய புகைப்படத்துக்கு அருகிலும் காமாட்சி விளக்குகளை ஏற்றியிருந்தார்கள்.

ஜெயக்கொடியின் காரியத்துக்கு வந்தவர்கள் ஜெயக்கொடியின் புகைப்படத்திற்கு முன்னால் நின்று மூன்று முறைகள் தலைகளைக் குனிந்து சீனர்களின் பாணியில் மரியாதை செலுத்தினார்கள். பின்னர் தரைத்தளத்தைச் சுற்றியிருந்த தூண்களில் சாய்ந்தோ சவப்பெட்டிக்கு சுற்றி இடம் முழுவதும் போடப்பட்டிருந்த மடக்கு மேசைகளில் அமர்ந்தோ கொஞ்ச நேரம் துக்கம் பேசினார்கள். அவர்களில் பலர் மோகன், பாமா, நீலா, மால்கம் ஆகியோர் வேலை பார்க்கும் நிறுவனத்திலிருந்து வந்தவர்களாக இருந்தார்கள். கால்மணி நேரம் பேசியவர்கள் மோகனிடமோ நீலாவிடமோ வெள்ளைக் கவர்களில் வைக்கப்பட்டிருந்த பணத்தைக் கொடுத்துவிட்டுக் கிளம்பினார்கள்.

அடுத்த நாள் ஆங்கில தமிழ் நாளிதழ்களில் 'பிரிவால் துயருறும்' என்ற தலைப்பில் ஜெயக்கொடியின் புகைப்படத்தோடு அறிவிப்பு வந்தபிறகு, முதல் நாள் வந்த கூட்டத்தோடு சுகவனத்தோடும் ஜெயக்கொடியோடும் வேலை பார்த்தவர்களும் சேர்ந்து கொண்டார்கள்.

ஜஸ்பீர் கிழவன் இறுகக் கட்டிய பச்சை நிறத் தலைப்பாகையில் வந்தார். அரைக்கைச் சட்டையும் பழுப்பு நிறக் கால்சட்டையும் அணிந்திருந்தார். முன்பைவிட அதிகம் இளைத்திருந்தார். அவருடைய தாடியும் மீசையும் முழுக்க நரைத்திருந்தன. ஜெயக்கொடியின் சவப்பெட்டியின் பக்கமே போகாமல் நெடுநேரம் சுகவனத்தின் கையைப் பிடித்தபடி நின்றிருந்தார்.

சித்துராஜ் பொன்ராஜ்

கண்பார்வை மிகவும் மங்கிப்போன நிலையிலும் பழைய சாயம்போன காட்டன் சேலையில் அக்கா தனம் டாக்ஸியில் தோ பாயோவிலிருந்து தட்டுத் தடுமாறி வந்திருந்தாள். ஆனால் அவள் ஜெயக்கொடியின் உடம்பு வைக்கப்பட்டிருந்த சவப்பெட்டியின் பக்கம் போகவில்லை. எதுவும் பேசாமல் சுகவனத்தின் பக்கத்தில் போடப்பட்டிருந்த பிளாஸ்டிக் நாற்காலியில் காரியம் முடியும்வரை அமர்ந்திருந்தாள். அவ்வப்போது மெல்ல எழுந்து சவப்பெட்டி நிறுவனம் சாவுக்கு வருபவர்கள் சௌகரியத்துக்காக வாகன நிறுத்துமிடத்தின் ஓரத்தில் கொண்டு வந்து வைத்திருந்த பச்சை நிற போர்ட்டாலூ நடமாடும் கழிவறைக்குப் போய்விட்டு வந்தாள். மீண்டும் நாற்காலியில் அமர்ந்து ரவிக்கையின் மேல்புறத்தில் செருகி வைத்திருந்த கட்டம்போட்ட சீனக் கைக்குட்டையை எடுத்து ஜெயக்கொடியின் புகைப்படத்தைப் பார்த்தபடி கண்களைத் துடைத்துக் கொண்டாள்.

வந்தவர்களில் சில பேர் காரியங்களை நடத்திக் கொண்டிருந்த நிறுவனம் ஏற்பாடு செய்திருந்த இடியாப்பத்தையும் சைவக் குருமாவையும் பேப்பர் தட்டுகளில் ஏந்தி சாப்பிட்டுக் கொண்டிருந்தார்கள். வந்திருந்தவர்கள் கொடுத்த பணத்தைப் பங்கு பிரித்துக் கொள்வதில் மோகனுக்கும் நீலாவுக்கும் தரைத்தளத்தின் தூரத்து மூலையில் வாக்குவாதம் நடந்தது. அதில் பாமாவின் குரல்தான் மிகச் சத்தமாகக் கேட்டது.

ஜெயக்கொடியின் உடலை எரியூட்ட மண்டாயிலிருந்த மின்தகன நிலையத்தில் பிற்பகல் இரண்டரை மணிக்கு நேரம் குறித்திருந்தார்கள். பன்னிரண்டு மணிக்கு நிறுவனத்திலிருந்து வந்திருந்த பையன்கள் சடங்குக்காகச் சவப்பெட்டியை ஆயத்தம் செய்ய ஆரம்பித்தார்கள். ஓரிரவு தூங்காமல் கண்கள் சிவந்து கிடக்க கட்டடத்திற்கு வெளியே

வெகு தூரத்தில் எங்கோ வெறித்துப் பார்த்துக் கொண்டிருந்த சுகவனத்தையும் மோகனையும் மேலே வீட்டிற்குச் சென்று தலைக்குத் தண்ணீர் ஊற்றிவிட்டு வெற்றுடம்போடு ஒற்றை வேட்டி கட்டிக் கொண்டு வர சொன்னார்கள். குளியலறையில் ஷவர் தண்ணீரில் குளித்துவிட்டு ஜட்டியில் நின்றபடி நிறுவனத்தார் கொடுத்த வேட்டியை விரித்து வைத்தபடி குழப்பத்துடன் பார்த்துக் கொண்டிருந்த சுகவனத்தின் இடுப்பில் வேட்டியைப் பொருத்தி மோகன் குத்துமதிப்பாய்க் கட்டிவிட்டான். அவனுக்கும் வேட்டி கட்டத் தெரிந்திருக்கவில்லை. பிரம்மாண்டமாய்ப் பெருத்திருந்த அவனுடைய இடுப்புக்குமேல் தட்டுச் சுற்றிச் சுருட்டியிருந்த வேட்டியை இறுகப் பிடித்தபடி அவனுடைய தோல் பெல்ட்டு மின்னியது.

இருவரும் கீழே போனபோது மத்திய வயதுக்காரர் சின்ன பிளாஸ்டிக் பையிலிருந்து பூணூல்களை எடுத்து அருவருக்கும் விநியோகித்தார். பூணூலைக் கையில் வைத்துக் கொண்டு அவர்கள் விழிப்பதைப் பார்த்து அவர்கள் தோள்களில் அவற்றை வலதிடமாக அணிவித்தார். பையிலிருந்த மற்ற பூணூல்களைக் கையில் கொத்தாய்ப் பிடித்துக் கொண்டு வேறு யாருக்கேனும் பூணூல் வேண்டுமா என்ற கேள்வியோடு மௌனமாய் சுற்றியிருந்த கூட்டத்தை ஒருமுறை பார்த்தார்.

அந்த நேரத்தில் ஜெயக்கொடியின் சவப்பெட்டியைச் சூழ்ந்த கூட்டம் மிகவும் குறைந்திருந்தது. பழைய குடும்ப நண்பர்கள் சில பேரும், மோகன், நீலா இவர்களுடைய பள்ளித் தோழர்கள் சிலரும், மோகனின் தேசியச் சேவை நண்பர்கள் சிலரும் நின்றிருந்தார்கள். கையில் பூணூலோடு நின்றவரை அவர்கள் விநோதமான பூச்சியைப் பார்ப்பதுபோல் பார்த்தார்கள்.

சாங்கியங்களைப் பற்றி அவர்கள் கேட்ட கேள்விகளுக்குச் சுகவனத்தாலோ மோகனாலோ பதில் சொல்ல முடியவில்லை. அதனால் நிறுவனத்திலிருந்து வந்தவர்கள் ஏதோ கலவையாய்ச் சடங்குகளைச் செய்து முடித்தார்கள்.

ஜெயக்கொடியின் சவப்பெட்டியை 'அரோகரா, ஓம் நமச்சிவாயா' என்று மோகனும் அவனுடைய நண்பர்களும் மெல்லிய குரலில் கோஷமிட்டபடியே தூக்க ஆரம்பித்த போது எதிரில் மலாய்த் திருமண நிகழ்ச்சியிலிருந்து பறைகளின் வடிவத்திலிருக்கும் கொம்பாங் இசை கருவியை முழங்க ஆரம்பித்தனர். நாற்காலியிலிருந்து எழுந்த சுகவனம் தானும் ஜெயக்கொடியின் சவப்பெட்டியைத் தூக்க முனைந்தபோது நீலா உங்கள் வயதில் வேண்டாம் என்று சொல்லி அவரை அங்கிருந்து அப்புறப்படுத்தினாள்.

வாகனம் நிறுத்துமிடத்தில் நின்றிருந்த நீத்தார் ஊர்தியில் ஜெயக்கொடியின் சவப்பெட்டி பொருத்தப்பட்ட பிறகு ஊர்தி மெல்ல கிளம்பியது. சடங்கிற்கு வந்திருந்தவர்கள் எல்லோரும் சீனர்களின் பாணியில் ஊர்தியைப் பின் தொடர்ந்து சுமார் ஐம்பது மீட்டர்கள் நடந்தபின் ஊர்திக்குப் பின்னால் வந்து கொண்டிருந்த பேருந்தில் ஏறி மின் தகன மையத்துக்குச் சென்றார்கள்.

சவப்பெட்டி கிளம்பும்போது செத்தவரின் குடும்பத்தார் அதனுடன் நடந்து போவது செத்தவருக்குத் தரும் மிகப் பெரிய மரியாதையாகக் கருதப்பட்டது. ஆரம்பத்தில் ஊர்தி மிக மெதுவாகப் போவதும் உயிரோடிருப்பவர்கள் செத்தவரை விட்டுப் பிரிய மனமில்லாமல் இருப்பதைக் காட்டுவதாக நம்பப்பட்டது.

3

பதினாறாம் நாள் சிவன் கோவிலில் ஜெயக்கொடியின் ஆத்ம சாந்திப் பிரார்த்தனையை நடத்தி விளக்குப் பார்க்கப் போன சுகவனம் இதையெல்லாம் சோமசுந்தரத்திடம் சொன்னபோது சோமு வருத்தத்துடன் தலையாட்டினார். அன்று வேலைநாள் என்பதாலும் அடுத்த நாள் பள்ளிகளில் அரையாண்டு தேர்வு என்பதாலும் மோகனும் நீலாவும் பதினாறாம் நாள் பிரார்த்தனைக்கு வரமுடியாமல் போயிருந்தது. கோவிலுக்குச் சுகவனம் மட்டும் தனியே வந்திருந்தார். வந்த இடத்தில் சோமசுந்தரத்தைச் சந்தித்தார்.

பிரார்த்தனை முடிந்து அர்ச்சகர் கையில் கொடுத்த பிரசாதத்தைச் சுகவனம் கோவில் சிப்பந்தியிடமே தந்து வந்திருப்பவர்களுக்கு விநியோகம் செய்யச் சொன்ன பிறகு இருவரும் எண்கோண வடிவத்தில் இருந்த சந்நிதியின் ஓர் ஓரமாக அமர்ந்து கொண்டார்கள்.

"அரைகுறையா நடத்துன சடங்குனால எதாவது பிரயோஜனம் இருக்கும்னு நினைக்குறீங்களா சுகவனம்?" என்று கையில் கொடுத்திருந்த புளியோதரையை வாயில் போட்டுச் சாப்பிட்டபடியே கேட்டார் சோமசுந்தரம்.

சோமசுந்தரம் சுகவனத்தின் பள்ளியில் ஒன்றாகப் படித்த கணேசனின் தந்தை. கணேசன் இப்போது தாய்லாந்தில் தலைமையகத்தைக் கொண்டிருக்கும் அமெரிக்க மென்பொருள் நிறுவனத்தில் கணினிக் கட்டமைப்புப் பொறியிலாளனாய் வேலை செய்கிறான் என்று சோமசுந்தரம் சொல்லியிருந்தார். சுகவனம் தலைமையாசிரியராய் இருந்த காலத்தில் சோமசுந்தரம் பள்ளியின் பெற்றோர்-ஆசிரியர் ஆலோசனைக் குழுவின் துணைத் தலைவராக இரண்டாண்டுகள் இருந்திருக்கிறார். பல ஏற்றுமதி-இறக்குமதி நிறுவனங்களைச் சிங்கப்பூரிலும் தாய்லாந்திலும் நடத்தி வந்தார்.

பள்ளிக் காரியங்களுக்காக சமூகத்திலிருக்கும் பெரிய மனிதர்களிடம் நன்கொடைகள் வாங்கித் தருவதில் சோமசுந்தரம் சாமர்த்தியசாலி. பல இந்து கோவில்களின் செயற்குழுக்களில் பல்வேறு பொறுப்புகளில் இருந்தார். இரண்டாள் அகலத்துக்குக் கனமான உருவம், கறுப்பான பாறாங்கல்லின் இடுக்கில் மாட்டிக்கொண்ட சுடர்மிகுந்த மழைத்துளியின் வடிவத்திலிருக்கும் சிறிய, கூர்மையான கண்கள். உருவத்தைப் போலவே கனமான குரல்.

பள்ளி ஆலோசனைக் குழுவில் இருந்த நேரத்திலும் கூட சோமசுந்திரம் சுகவனத்தைக் கோவில் நிகழ்ச்சிகளில் கலந்து கொள்ளச் சொல்வார். சுகவனம்தான் கலந்து கொள்ளாமல் இருந்தார். சுகவனம் தலைமையாசிரியர் பதவியிலிருந்து ஓய்வு பெற்ற பிறகு இருவரும் ஏதேனும் ஒரு கோவிலில் சந்தித்துக் கொள்வார்கள். இப்போது சோமசுந்தரம் சுகவனத்தைக் கோவில் காரியங்களில் கலந்து கொள்ள வற்புறுத்துவதில்லை.

''புளியோதரையில என்னமோ சரியில்ல'' என்று சொன்னவர் கோவில் சேவகர்களில் யாரேனும் தென்படுகிறார்களா என்று

சுற்றுமுற்றும் பார்த்தார்.

‘‘நீங்க சொல்றது எனக்குப் புரியல சோமசுந்தரம். ஜெயக்கொடியோட காரியத்தை நடத்துனவங்க என்னென்ன காரியம் செய்யணும்னு சொன்னாங்களோ அதையெல்லாம் குறைவில்லாமத்தான் செஞ்சிருக்கோம். இன்னைக்குக் பிள்ளைங்க ரெண்டு பேரும் வரமுடியாதது ஒரு குறைதான். ஆனா ரெண்டு பேருக்கும் நண்டும் சிண்டுமா குழந்தைங்க இருக்கு. நாளைக்கு பேரனுக்கு எக்ஸாம் வேற.’’

லேசாய் மூச்சிரைத்தபடி சுகவனம் விரைவாகப் பேசினார். பல ஆண்டுகளாய்ச் சந்தித்துப் பேசியிருந்த போதும் அவரை இவர் சோமு என்றோ இவரை அவர் சுகா என்றோ அழைத்துக் கொள்ளும் அளவுக்கு அவர்களுடைய பரிச்சயம் வளரவில்லை. சில பேர்களுக்குள் அப்படித்தான் சுவர் எழும்பியிருக்கும். ஒருவர் பேசுவதை மற்றவரால் புரிந்து கொள்ள முடியுமென்றாலும்கூட அவர்கள் உண்மையில் இருவேறு மொழிகளைப் பேசிக் கொண்டிருந்தார்கள்.

சோமசுந்தரம் வியாபாரி. இதே சிங்கப்பூரில் குறைந்தது இரண்டு தலைமுறைகளுக்குப் பணக்காரர்.பல வண்ணத்திலிருக்கும் பந்துகளைக் காற்றில் வீசி அவை ஒன்றோடொன்று மோதிக் கொள்ளாத வகையில் நித்தியமாய்க் காற்றில் சுற்ற வைக்கும் திறமையுடைய மாயாஜாலக்காரனைப்போன்று பொது அமைப்புகளைத் தனது விரல்நுனிகளில் சுழற்றி விளையாடுகிறவர். ஒரு மாயாஜாலக்காரனுக்கு இருக்கும் பகட்டும், தந்திரமும், பேச்சுச் சாதுர்யமும் சோமசுந்தரத்திடம் இருந்தன. இத்தகைய மனிதர்கள் பெரும்பாலும் எதையும் ஆழமாய்க் கற்று வைத்திருப்பதில்லை.

ஆனால் எல்லாவற்றிலும் எது எது பொது மக்களுக்கு வசீகரமானதோ அதையெல்லாம் அறிந்து வைத்திருப்பார்கள்.

சுகவனம் வெறும் கல்வியாளர். ஒரு தலைமுறைக்கு முன்னால்தான் மலேசியாவிலிருந்து சிங்கப்பூருக்கு குடிபெயர்ந்த குடும்பத்தில்முதல் ஆளாய் உயர்கல்வியைப் பெற்றுக் கொண்டவர். இதனால் அவர் அமைப்புகளின் சேவகர். அமைப்புகளும் அவற்றின் விதிகளும் அவரை எளிதில் பயமுறுத்தும் ஆற்றல் வாய்ந்தவை. சுகவனம் போன்றவர்கள் அந்த அச்சத்தை சமூக ஒழுக்கம் என்று அழைப்பார்கள்.

சோமசுந்தரம் சிறிது நேரம் சுகவனத்தை உற்றுப் பார்த்தார். பிறகு குழந்தைக்குப் பாடம் சொல்லித் தருபவர்போல மிக நிதானமான குரலில் சுகவனத்துக்கு விளக்கம் தர ஆரம்பித்தார்.

''உங்க மனைவியோட உடம்ப அவங்க ஆசையா வாழ்ந்த வீட்டுக்குள்ள கொண்டு போகல.உங்கச் சம்பிரதாயப்படி அவங்களுக்குச் செய்ய வேண்டிய முக்கியமான சடங்குகளச் செய்யல. சரியான மந்திரங்களச் சொல்லல. அடுத்த நாள் அவங்க அஸ்திய மின் மயானத்துல இருந்து தூக்கி வந்து அழுக்கு நிறைஞ்ச சாங்கிக் கடற்கரையில கரைச்சிருக்கிங்க. இப்படியெல்லாம் துன்புறுத்தப்பட்ட உங்க மனைவியோட ஆத்மா எப்படி சாந்தியடையும்னு எதிர்ப்பார்க்குறிங்க...''

துன்புறுத்தபட்ட ஜெயக்கொடி என்று சோமசுந்தரம் சொன்னது சுகவனத்தை துணுக்குறச் செய்தது. சம்மணமிட்டு அமர்ந்திருந்த இடத்திலிருந்து கொஞ்சம் முன்னகர்ந்து கோவிலின் பளிங்குத் தரையில் கைவிரல்களைப் பலமாக ஊன்றி வைத்துக் கொண்டு

லேசாய் மூச்சிரைக்க அவசர கதியில் பேசினார்.

"இதையெல்லாம் செய்யணும்னு யாரும் எனக்குச் சொல்லித் தரலையே சோமசுந்தரம். எங்க குடும்பத்துக்கே அவ்வளவு இந்தச் சடங்கு சம்பிரதாயத்தோட எல்லாம் பரிச்சயம் இல்ல. ஏதோ தெரிஞ்சத மனசார செஞ்சிருக்கோம். சுத்தமான மனசால செய்யும் எதையும் சாமியும் ஜெயக்கொடியும் ஏத்துக்க மாட்டாங்களா என்ன?"

சாட்சிக்காகச் சுகவனம் தனக்கு இடது பக்கமாக இருந்த கர்ப்பக்கிருகத்துக்குள் அசைந்து கொண்டிருந்த ஆரத்தித் தட்டின் வெளிச்சத்தில் சுடர்விட்டுக் கொண்டிருந்த சிவனைத் திரும்பிப் பார்த்தார். ஆனால் இம்முறை மட்டும் சிவபெருமான் சாட்சிக்கு வராமல் சும்மா இருந்தார்.

"அது எப்படிச் சரியாகும் சுகவனம்? எல்லாத்துக்கும் ஒரு விதி இருக்கில்லயா. ஒரு ஊருக்குப் போறிங்க. அங்கச் சாலை விளக்குல பச்ச மனுஷன் விழுந்தா ரோட்டக் கடக்கலாம்னும் செவப்பு மனுஷன் விழுந்தா கடக்கக் கூடாதுனும் சொல்லியிருக்கு. பெரிய ரோடு. காரெல்லாம் நூறு நூத்து இருபது கிலோமீட்டர் வேகத்துல பறக்குது. நீங்க சுத்தமான மனசோட சிவப்பு மனுஷன் விழுந்திருக்குறப்ப ரோட்டக் கடக்குறிங்க. உங்க நல்ல மனசுக்காக கார் உங்கள அடிக்காம இருக்குமா? அதுபோலத்தான் இதுவும்."

சுகவனம் சோமசுந்தரத்தைச் சந்தித்த பல சந்தர்ப்பங்களை நினைவுபடுத்திக் கொண்டார். பள்ளி நிகழ்ச்சியானாலும், வியாபார நிகழ்ச்சியானாலும், ஆன்மீக நிகழ்ச்சியானாலும் சந்தேகமே இன்றி சோமசுந்தரம் முதல் வரிசையில் போடப்பட்டிருக்கும் இருக்கை ஒன்றில் அமர்ந்து கொள்வார். அங்கு குழுமியுள்ள கூட்டத்தினர்

எந்தக் கருத்தை முன்மொழிகிறார்களோ அந்தக் கருத்தில் கண்கள் சொருக, கைகள் தட்டி ஆரவாரித்தபடி முழுவதும் கரைந்து போகும் அசாத்தியமான ஆற்றல் சோமசுந்தரத்திற்கு இருந்தது.

''ஜெயக்கொடிக்கு இன்னமும் மனக்கஷ்டம் இருக்கும்னு சொல்றீங்களா சோமசுந்தரம்?''

''ஆமாம்.''

''ராமேஸ்வரம் போய் கடல்ல ஜெயக்கொடி பேர்ல தர்ப்பணம் செஞ்சுட்டுக் கடல்ல நூத்தியெட்டுத் தடவை முங்கிக் குளிச்சுட்டுச் சாமி கும்புட்டுட்டு வாங்க. எல்லாம் சரியா போயிடும்.''

''ராமேஸ்வரமா? ஏன் சிங்கப்பூர்லயே பண்ணா முடியாதா?''

''எங்க வேணும்னாலும் செய்யலாம் சுகவனம். சாமி கருணையுள்ளவர்தான். ஆனா இந்திந்த இடத்துல இத இதச் செஞ்சா இன்னின்ன பலன் கிடைக்கும்கிற விதி இருக்கே. பக்தி உசந்ததுதான். இல்லங்கல. ஆனா விதிய மீறுனா என்ன நடக்கும்னும''

சிவப்பு மனிதன் விழுந்திருக்கும்போது சுத்தமான மனதோடு சாலையைக் கடந்தாலும் கார் உன்னை அடிக்கும். சுகவனம் தனக்குத் தானே சொல்லிக் கொண்டார். அந்தக் கணத்தில்தான் சாலையைக் கடக்க உதவும் விளக்குகளுக்கும் ராமேஸ்வரத்துக்கும் பிரிக்க முடியாத முடிச்சு அவர் மனதில் விழுந்தது. பேரழகானதும், ஆயிரம் பகல்களைப்போன்ற வெளிச்சத்தால் சூழப்பட்டவளான ஜெயக்கொடி மற்ற அதிர்ஷ்டமில்லாத ஆத்மாக்களோடு ஒரு பெரிய விரைவுச் சாலையின் ஓரமாய் நிற்பதுபோலவும் வேகமாக முன்னும் பின்னும் ஓடிக் கொண்டிருக்கும் வாகனங்களின் வேகத்தால் சாலையைக் கடக்கத் தவிப்பதுபோலவும் அவர் கண்ணுக்குத்

தோன்றியது. அப்படி நின்ற ஜெயக்கொடியின் முகத்தில் தெரிந்த கலக்கம் சுகவனத்தைக் கலவரப்படுத்தியது. அவராகவே முன்னோக்கியும் பின்னோக்கியும் செல்லும் சாலைகளுக்குப் பாவம் என்றும் புண்ணியம் என்றும் பெயர் கொடுத்தார்.

மிக உயர்ந்த ஆடைகளில் உடம்பின் எடையை உள்ளங்கைகளில் ஊன்றியபடி பின்னோக்கி அமர்ந்திருக்கும் சோமசுந்தரம் விதிகளின்மீது வைத்திருந்த அசைக்க முடியாத நம்பிக்கை சுகவனத்துக்குப் பொறாமையைக் கொடுத்தது. பதினைந்து ஆண்டுகளுக்கு முன்னால் இந்த நாட்டுக்குக் குடியேறியவர் தன் கடினமான உழைப்பால் முன்னேறி அமைப்புகளில் பங்கெடுப்பதாலும் அமைப்புகளை உருவாக்கி வழிநடத்துவதாலும் தனது வாழ்க்கையின் விளைவுகளை மாற்றிவிடலாம் என்று பலமாக நம்பிக் கொண்டிருக்கிறார். தனக்கு மட்டும் ஏன் அந்த நம்பிக்கை பிறக்கவில்லை என்று சுகவனம் யோசித்த போது அவருக்குத் துக்கம் ஏற்பட்டது. தனது சூழ்நிலையின் போதாமையும், ஜெயக்கொடி வாழ்ந்த சூழலின் போதாமையும்தான் அவர்களை இந்த நிலைமைக்குக் கொண்டு வந்திருக்குமோ என்ற எண்ணம் சுகவனத்துக்குத் தோன்றி மறைந்தது.

அந்த விநாடியில் எப்படியேனும் ராமேஸ்வரத்துக்குச் சென்று ஜெயக்கொடியின் ஆத்ம சாந்திக்காக கடலில் நூற்றியெட்டு முறை முங்கிக் குளிப்பது என்று சுகவனம் முடிவெடுத்துக் கொண்டார்.

''சரி சோமசுந்தரம். நீங்க சொல்றதும் சரியாத்தான் படுது. நான் எவ்வளவு சீக்கிரம் முடியுமோ அவ்வளவு சீக்கிரம் ராமேஸ்வரத்துக்குப் போய் என் மனைவிக்காகக் கடல்ல முங்கிக் குளிச்சுச் சாமி கும்புடுறேன்.''

பாலைவன மணலில் மெல்லப் பரவும் சிவப்பு நிறச் சூர்யோதயம்போல் சோமசுந்தரத்தின் அகலமான முகத்தில் புன்னகை பரவியது. இப்போது சோமசுந்தரத்தின் பார்வையில் கருணையோடு சிறிதளவு கேலியும் கலந்திருந்தது.

"நல்லா செய்யுங்க. வேணும்னா என்கிட்ட சொல்லுங்க. எங்க மனைவியோட சொந்தக்காரங்க அந்த ஊர்க்காரங்கதான். நான் சொன்னா என்ன உதவி வேணாலும் செஞ்சித் தருவாங்க."

"ரொம்ப நன்றி சோமசுந்தரம். அப்படியெல்லாம் உங்களத் தொல்லை பண்ணுற எண்ணம் எனக்கில்ல. நானே பார்த்துக்குறேன். ஒரே ஒரு கேள்வி."

"சொல்லுங்க."

ராமேஸ்வரம் என்ற நான்கு அட்சரங்கள் அவருக்கு வெகு பரிச்சயமானவை. அவர் உயிரின் உணர்வின் ஏதோ ஒரு மூலையில் அந்தக் கடலும், கடலைத் தொட்டுவிடும் தூரத்திலேயே இருக்கும் வெள்ளை நிறக் கோபுரமும், முத்துராமலிங்க சேதுபதி கட்டித் தந்த மூன்றாம் பிரகாரத்தின் ஆயிரத்து இருநூற்று பன்னிரண்டு தூண்களும், ஆதிசங்கரர் பிரதிஷ்டை செய்த படிக லிங்கமும் இருக்கின்றன. ஆனால் இப்போது சுகவனத்துக்கு ராமேஸ்வரம் என்பது விமானப் பயணங்களாகவும், செம்மண் புழுதி எழும்பும் மிக நீண்ட நெடுஞ்சாலைகளாகவும், தொண்டையை வறளச் செய்யும் கோடைத் தாகமாகவும், லட்சக்கணக்கான அந்நிய மனிதர்களாகவுமே தோன்றியது.

சுகவனம் தொண்டையைப் பலமாகச் செருமியபடியே சோமசுந்தரத்தைப் பார்த்தார். சுகவனத்தின் கண்கள் நிலவுபோல்

ஒளிபொங்கச் சோமசுந்தரத்தின்மீது நின்றன.

"ராமேஸ்வரம் தமிழ்நாட்டுல எங்க இருக்கு?"

சோமசுந்தரத்தின் கண்கள் ஈயக் குண்டுகளாய்ச் சுகவனத்தின்மீது பாய்ந்து அவர் உடம்பைக் குதறியெடுத்தன. தனது கேள்வி மிக மிக நேர்மையானதாக, இதயத்தின் ஆழத்திலிருந்து பிறந்ததாகக் கருதிய சுகவனம் முகத்தில் சொல்லில் அடங்காத குதூகலம் ஒட்டியிருந்தது. சோமசுந்தரம் சொல்லப் போகும் பதிலுக்காக சுகவனம் அவர் வாயை மிக உன்னிப்பாகக் கவனித்துக் கொண்டு அமர்ந்திருந்தார்.

கோவிலை விட்டுக் கிளம்பும்போதுதான் ஜெயக்கொடியின் காரியத்துக்குத் தனது மலேசிய உறவினர்களையும் யாரையும் அழைக்காதது சுகவனத்தின் மனதில் உறைத்தது. அந்தத் தவறு எதனால் நடந்திருக்கும் என்று யோசித்துக் கொண்டே சுகவனம் பயா லேபார் பெருவிரைவு ரயில் நிலையத்துக்கு நடந்தார். ரயிலில் ஏறப்போனபோது நெடுநாள் தொடர்புவிட்டுப் போனதன் பயனால் மலேசிய உறவினர்களின் தொலைபேசி எண்களும், பெயர்களும், முகங்களுமேகூட சுத்தமாய் மறந்து போயிருந்தது அவருக்குத் தெளிவானது.

✦✦✦

பாதி ஐஸ் கிரீமைத் தின்ற சுகவனம் மீதத்தை அருகிலிருந்த குப்பைத் தொட்டியில் எறிந்தார். மணி இரண்டு பத்தாகியிருந்தது. ராகேஷைத் தேடி பள்ளிக்குள் போகாமலாமா என்று சுகவனம் தனக்குள் விவாதிக்க ஆரம்பித்திருந்தார்.

போன முறை ராகேஷ் வருவதற்குத் தாமதமான போது சுகவனம் பதற்றத்தில் நேராகப் பள்ளி அலுவலகத்திற்குச் சென்றிருந்தார். அங்கு

ராகேஷ் மோகன் என்ற பையன் இன்னும் பள்ளியில்தான் இருக்கிறானா என்று பள்ளி அலுவலகக் காரியதரிசியிடம் விவாதிக்கும்போது சுகவனத்தின் கைகள் லேசாய் நடுங்கிக் கொண்டிருந்தன. மூச்சு முட்டுவதுபோல் இருந்தது. அந்த நேரத்தில் பள்ளித் தலைமையாசிரியர் அறையிலிருந்து கையில் காபிக் கோப்பையுடன் வெளிவந்த மலாய்ப் பெண் சுகவனத்தைச் சிறிது நேரம் உற்றுப் பார்த்தாள். பின்பு அவரிடம் வந்தவள் தன்னை அறிமுகப்படுத்திக் கொண்டாள்.

''நீங்கள் திரு சுகாதானே?''

இளமையான வட்ட முகம். தலையில் துடோங் என்றழைக்கப்படும் முக்காட்டை அணிந்திருந்தாள். முகத்திலிருந்து சற்றே புடைத்து நிற்கும் வெள்ளி இலைகளைப்போன்ற அகலமான கண்களில் சாந்தமும் கல்வியின் விஸ்தாரமும் சுடர்விட்டன. சுகவனத்துக்கு அவளை எங்கோ பார்த்துப் பேசிப் பழகியிருப்பதுபோலவும் தோன்றியது. அதே சமயம் அவள் தனக்குப் பரிச்சயமே இல்லாதவள்போலவும் தோன்றியது. ஐந்தாம் வகுப்பு மாணவர்களின் பாட அட்டவணையை ஆராய்ந்து கொண்டிருந்த பள்ளி அலுவலகக் காரியதரிசியையும் பக்கத்தில் நின்ற மலாய்ப் பெண்ணையும் மாறிப் மாறிப் பார்த்தபடி நின்றார்.

''நான்தான் ராஃபியா. 1998ம் ஆண்டு. உங்கள் பள்ளியில்தான் பயிற்சி ஆசிரியராக இருந்தேன்.''

சுகவனம் புரிந்ததுபோல் லேசாய் தலையை ஆட்டினார். முகத்தில் வறண்ட புன்னகையை வரவழைத்துக் கொண்டார். சுகவனத்தின் வருகைக்கான காரணத்தை அறிந்துகொண்ட ராஃபியா அலுவலக

உதவியாள் ஒருத்தியை அனுப்பி ராகேஷை அழைத்துவரச் செய்தாள். சுகவனத்தின் எதிரே வைத்துப் பெற்றோரிடமும் தாத்தா பாட்டியிடம் பள்ளி முடியும் துல்லியமான நேரத்தைக் கூறுவதின் அவசியத்தைச் சொல்லிக் கடிந்து கொண்டாள். தலைமையாசிரியர் தன்னைக் கடிந்து கொள்ளும் நேரத்தில் ராகேஷ் எதையும் பேசாமல் தனது வெள்ளை நிறக் காலணிகளை மட்டும் பார்த்துக்கொண்டு தலையைக் கவிழ்த்து நின்றிருந்தான். தலைமையாசிரியர் ராகேஷை அழைத்திருந்ததால் என்ன நடக்கிறது என்று பார்க்க அவனுடைய வகுப்பு ஆசிரியரும் பின்னால் வந்திருந்தார். ஆசிரியரின் வருகையை ஓரக்கண்ணால் கவனித்த ராகேஷின் காது மடல்கள் மேலும் சிவந்தன.

பள்ளியைவிட்டு வெளியே நடந்தபோது ராகேஷின் புத்தகப்பையை எடுத்துக் கொள்ளச் சுகவனம் நீட்டிய கையை ராகேஷ் தட்டிவிட்டான். சிங்கப்பூரின் மற்ற எல்லாத் தொடக்கப் பள்ளி மாணவர்களின் புத்தகப்பையைப் போலவே ராகேஷின் புத்தகப் பையும் பல பாடப்புத்தகங்களும் பயிற்சி புத்தகங்களும் அடைத்து கனமான சிறு மூட்டைபோல் இருந்தது. பையின் ஓரத்திலிருந்து ஒரு ஸ்கேல் நீட்டிக் கொண்டிருந்தது. புத்தகப்பையிலிருந்து நீண்டு, தனது தோள்களில் மாட்டப்பட்டிருந்த இரண்டு வார்களைச் சின்னக் கைகளால் இறுகப் பிடித்துக் கொண்டு கடுமையான முகத்தோடு நடந்துவரும் பேரனைச் சுகவனம் பரிதாபமாகப் பார்த்தார்.

அவர் தலைமையாசிரியராய் இருந்த காலத்தில் தோளில் கனமான புத்தகப்பைகளுடன் பள்ளிக்கு அரக்கப் பரக்க வியர்வை படிந்த முகங்களோடு ஓடிவந்த பல ஆயிரம் மாணவர்கள் அவர் கண்களில் வண்ணமும் சாம்பலும் அள்ளித் தெளித்த பழைய காலப் புகைப்படங்களாகத் தெரிந்தார்கள்.

"தாத்தாவோட பேச மாட்டியா ராகேஷ்?"

"இன்னிக்குக் கிளாஸ் லேட்டா முடியும்னே நேத்தே உங்க கிட்ட சொன்னேனா இல்லையா?"

"தாத்தாவுக்கு வயசாயிடுச்சில்ல. மறந்துபோச்சு."

"நான் இன்னைக்கு உங்களால அவமானப்பட்டுட்டேன் தாத்தா."

இருவரும் ஆங்கிலத்தில் பேசிக் கொண்டார்கள். தாத்தா என்ற வார்த்தையைத் தவிர ராகேஷ் பெரும்பாலும் வீட்டில் தமிழைப் பயன்படுத்துவதில்லை. தமிழாசிரியர் கொடுத்த வீட்டுப் பாடங்களைச் செய்யும் நேரத்தைத் தவிர்த்தும், கட்டாயமாய்ப் பார்த்தே தீர வேண்டும் என்று ஆசிரியர் வற்புறுத்திச் சொன்ன தொலைக்காட்சித் தமிழ் சிறுவர் நிகழ்ச்சிகளைப் பார்க்கும் நேரத்தைத் தவிர்த்தும் ராகேஷுக்கும் தமிழ் மொழிக்கும் எந்தப் பரிச்சயமும் இல்லை. ராகேஷின் தோள்களில் அழுந்திக் கொண்டிருந்த புத்தகப்பையின் வார்கள் பிளவுபட்ட நாக்குகளை நீட்டிக் காட்டியபடி அவன் உடம்பு முழுக்க அலையும் ஜொலிக்கும் வெள்ளிநிறச் சர்ப்பங்களாகச் சுகவனத்துக்குத் தோன்றின. ராகேஷ் பள்ளிப்படிப்பை முடித்த பிறகு நிச்சயம் தமிழில் பேச மாட்டான் என்று சுகவனம் எண்ணினார். பள்ளியில் எல்லோரும் அவனை ராகேஷ் மோகன், ராகேஷ் மோகன் என்று அழைத்ததை எண்ணிக் கொண்டார். பெயரில்கூட சுகவனமோ அவருடைய தந்தை ஆறுமுகமோ ராகேஷுடன் பிற்காலத்தில் தொடர்ந்து வரப்போவதில்லை. புத்தகப்பையை இறுகப்பிடித்துக் கொண்டு தன் பக்கத்தில் வெள்ளைக் காலணிகள் அணிந்த கால்களைப் பலமாய் மிதித்து நடக்கும் சிறுவன் தனக்கு மிகுந்த பரிச்சயமானவன் என்றாலும்கூட அக்கணத்தில் அவருக்கு அந்நியனாகவே தெரிந்தான்.

இரண்டரை மணியாகியும் ராகேஷ் பள்ளியிலிருந்து வராததால் சுகவனம் பள்ளிக்குள் செல்லத் திரும்பி நடந்த நேரத்தில் அவருக்குப் பின்னாலிருந்து யாரோ கீழே விழுந்ததைப்போல் பலத்த சத்தம் கேட்டது. அரசாங்க அடுக்குமாடி வீடுகளின் தரைத்தளம் பொதுவாகவே அகலமான பல தூண்களை உடையதாக இருக்கும். சத்தம் சுமார் இருபது தூண்களுக்குப் பின்னாலிருந்து வருவதாகச் சுகவனம் ஊகித்தார். பெரிய சத்தத்திற்குப் பிறகு யாரோ சிறிய பொட்டலங்களைக் சிமெண்டு தரையில் ஓங்கி எறிவதைப்போல் சிறு சிறு சத்தங்கள் கேட்டன. அவற்றோடுகூட பலத்த வாக்குவாதம் நடைபெறுவதுபோல் உரத்த குரல்கள். சுகவனம் ஜாக்கிரதைக்காக ஒவ்வொரு தூணுக்குப் பின்னாலும் ஆராய்ந்து பார்த்தபடி சத்தம் வந்த இடத்தை நோக்கி மெல்ல முன்னேறினார்.

சத்தம் வந்து கொண்டிருந்த இடம் மின்தூக்கிகளுக்கு அப்பால் இருந்தது. சுகவனம் அங்கு சென்று சேர்ந்தபோது மலாய்க்கார இளையர்கள் மூன்று பேரும், உயரமான ஒரு சீனப் பையனும் ஒரு தமிழ்ப் பையனும் அவர்களின் கால்களுக்கருகே தரையில் சுருண்டு கிடக்கும் தமிழ்ப் பொடியன் ஒருவனின் வயிற்றில் ஓங்கி மிதித்துக் கொண்டிருந்தார்கள். கீழே கிடந்த பையன் கிராப் உணவுச் சேவை இளைஞர்கள் அணியும் பச்சை நிற முழுக்கை டீ சட்டையை அணிந்திருந்தான். கிராப் ஊழியர்கள் தூக்கிச் செல்லும் பெரிய பை தளத்தின் ஓர் ஓரமாய் அவனிடமிருந்து வெகு தூரத்தில் கிடந்தது. அதிலிருந்த உணவுப் பொட்டலங்களில் சில சாம்பல் நிறத் தரையில் கொட்டிக் கிடந்தன.

பையன் தன் முழங்கால்களை மார்புவரை இழுத்துவிட்டுக் கொண்டும் தலையை மார்புவரை வளைத்தும் கைகளை வயிற்றின்

குறுக்காக வைத்தபடி அடிவாங்கினான். அவன் முகம் வலியில் சுருங்கியிருப்பது சுகவனத்துக்குத் தெளிவாகத் தெரிந்தது. அவனைச் சுற்றியிருந்த இளையர்கள் அவன் முனகல்களைப் பற்றி அதிகம் அலட்டிக் கொள்ளாமல் அவன் உடம்பின் மென்மையான பகுதிகளைக் குறிவைத்து மீண்டும் மீண்டும் மிதித்தார்கள். மிதிப்பதற்காக அவர்கள் கால்களைத் தூக்கும் சமயத்தில் மேலே எழுந்த அவர்களுடைய டி சட்டைகளின் வழியாக அவர்கள் உடம்பிலும் கைகளிலும் பலவகையான மிருகங்களையும் சீன சொற்களையும், பலதரப்பட்ட எண்களையும் சிவப்பு, பச்சை, நீலம் போன்ற நிறங்களில் பச்சை குத்தியிருப்பது தெரிந்தது.

அவர்கள் உடம்பில் குத்தியிருந்த பச்சைகளை வைத்துச் சுகவனம் அவர்கள் ஏதோ ரகசிய குண்டர் குழுவைச் சேர்ந்தவர்கள் என்பதை அறிந்து கொண்டார்.

புக்கிட் பஞ்சாங் போன்ற குடியிருப்புப் பேட்டைகளில் இத்தகைய குண்டர் குழுக்கள் அவ்வப்போது தலையெடுப்பதுண்டு. அவற்றில் சில ஆயிரத்து தொள்ளாயிரத்து ஐம்பதுகளிலும் அறுபதுகளிலும் சிங்கப்பூரில் புழங்கிப் போலீஸாரால் அழித்து ஒழிக்கப்பட்ட சீனக் குண்டர் படைகளின் பெயரைத் தாங்கியிருக்கும். அப்படிப்பட்ட குழுக்களுக்குப் பழைய குண்டர் படையைச் சேர்ந்த யாரேனும் பழைய கைதி ஆலோசகராக இருப்பார். அந்தக் குழுக்களில் உள்ளவர்கள் பழைய குண்டர் படை பயன்படுத்திய ரகசிய கடவுச்சொற்களையும் சமிக்ஞைகளையும் பயன்படுத்துவார்கள்.

தரையில் கிடக்கும் தமிழ்ப் பையனின் மார்பில் மிதிக்கும் உயரமான சீனப் பையன் அவர்களின் தலைவனைப்போல் இருந்தான். குண்டர்களிடையே காலாள் தொடங்கி, உபவட்டத் தலைவன், வட்டத்

தலைவன், வட்டாரத் தலைவர்கள், உச்சத் தலைவன் என்ற மிகத் தெளிவான கட்டமைப்பு இருக்கும். எதிரிக் குழுக்களோடு நடக்கும் சண்டையில் ஒருவன் செய்யும் வீரதீர பராக்கிரமங்களைப் பொறுத்தும் குழுவுக்காக ஒருவன் செய்யும் தனிப்பட்ட சாகசச் செயல்களைப் பொறுத்தும் பதவி உயர்வு.

தனக்கு மேல் உள்ளவர்கள் சொல்வதை எந்தக் கேள்வியும் கேட்காமல் செய்வதும் போலீஸார் கைது செய்தால் உயிரே போனாலும் தனது குழுவின் ரகசியங்களைக் காட்டிக் கொடுக்காமல் இருப்பதும் இந்தக் குழுக்கள் எதிர்ப்பார்க்கும் அடிப்படை இலக்கணம். இந்தக் குழுக்களில் சேர விரும்பும் புதியவர்களை வெறும் காலாளாகச் சேர்த்துக் கொள்ளும் முன் அவர்களுக்கு ஏதேனும் ஒரு வேலையைக் கொடுத்து அதைச் சிறப்பாகச் செய்தால் மட்டுமே உள்ளே அனுமதிப்பார்கள்.

''இருமல் மருந்தைப் போய்ச்சேர்க்கச் சொன்னா எங்ககிட்டயே திருடுறியா வேசி மகனே'' என்று சொல்லியபடி கீழே முனகலுடன் கிடந்த இளைஞனை மீண்டும் மிதித்தான் உயரமான சீனன்.

அவன் பக்கத்தில் நின்றிருந்த மலாய்க்கார இளையர்களும், தமிழ் இளைஞனும் மெல்லிய குரலில் சிரித்தார்கள். அவர்கள் சிரிப்பு ஒன்றோடொன்று புரண்டு சண்டையிடும் வாளிப்பான கருநாகங்களின் சீறலைப்போல் சுகவனத்தின் காதுகளுக்குக் கேட்டது.

பழைய நாட்களில் குண்டர் கும்பலில் புதிதாய்ச் சேர விரும்புகிறவர்களுக்குக் கொடுக்கப்படும் வேலை பெரும்பாலும் எதிரிக் குழுவிலிருக்கும் ஒருவனைக் கொலை செய்யச் சொல்வதாகத்தான் இருக்கும். ஆனால் இப்போதெல்லாம்

போலீஸாரால் ஏற்படக்கூடிய கடுமையான விளைவுகளை மனதில் கொண்டு எந்தக் குழுவும் அப்படிச் செய்யச் சொல்வதில்லை. திருட்டு, போதைப்பொருள் விற்பது, சுங்கவரி கட்டாத சிகரெட்டுகளைச் சிங்கப்பூருக்குள் கடத்தும் செயல்களோடு மட்டுமே நிறுத்திக் கொள்கிறார்கள்.

பழைய குண்டர் குழுக்களைத் தவிர பள்ளி மாணவர்களிடையே அவ்வப்போது குண்டர் குழுக்கள் எழுவதும் உண்டு. சுகவனம் தலைமையாசிரியராக வேலை பார்த்த பள்ளியிலும் இத்தகைய குண்டர் குழுக்கள் உருவாகியிருந்தன. ஆனால் இக்குழுக்கள் பெரும்பாலும் பொழுதுப்போக்குக்காக ஏற்படுபவை. அவற்றின் கட்டமைப்போ உறுப்பினர் தொகையோ ஸ்திரமானதல்ல. இக்குழுக்கள் பெரும்பாலும் சில்லறைத் திருட்டுகளிலும், சில்லறைச் சண்டைகளிலுமே ஈடுபடுவார்கள். இப்படிப்பட்ட சில குழுக்கள் பாரம்பரியமான குண்டர் குழுக்களுக்குக் குத்தகை அடிப்படையில் காரியங்களை நடத்தித் தருவதும் நடக்கும்.

இரண்டு வகைக் குழுக்களிலும் சீனர்கள் மட்டுமின்றி, மலாய்க்காரர்களும், இந்தியர்களும் இருந்தார்கள். கேலாங் செராய், பிடோக் போன்ற கிழக்கு கடற்கரைப் பகுதிகளில் மலாய்க்கார இளையர்கள் மட்டுமே உறுப்பினர்களாக இருக்கும் மலாய் குண்டர் குழுக்களும், செம்பவாங் யீஷுன் பகுதிகளில் தமிழ்க் குண்டர் குழுக்களும் இயங்கி வந்திருக்கின்றன.

சுகவனம் வேலை பார்த்த பள்ளியில் குண்டர் படையில் ஈடுபட்டிருந்த உயர்நிலை நான்காம் வகுப்பில் படிக்கும் மூன்று மாணவர்களுக்கு பள்ளியின் மாணவர்கள் ஆசிரியர்கள் அனைவரின் முன்னிலையிலும் தலா இரண்டு பிரம்படிகள்

கொடுத்திருக்கிறார். சிங்கப்பூர்ப் பள்ளிகளில் இத்தகைய பிரம்படிகள் அனுமதிக்கப்பட்ட தண்டனைகள்.

கீழே கிடந்த கிராப் இளைஞனை தொடர்ந்து அடித்துக் கொண்டிருந்தவர்கள் சுகவனத்தைக் கவனிக்கவில்லை. சுகவனம் அவர்களைப் பார்த்து உரக்கக் குரல் கொடுக்க வாயெடுத்தும் அதிலிருந்து சத்தம் வராததால் தன் கையிலிருந்த கைத்தொலைபேசியில் போலீஸாரை அழைக்க முயன்றார். போலீஸாரை அழைக்கப் பயன்படுத்த வேண்டிய 999 என்ற எண் சட்டென்று அவருக்கு மறந்து போனதால் கைத்தொலைபேசி பிடித்திருந்த கையை நீட்டி கீழே கிடந்தவனின் பக்கமாய்க் குனிந்து அவன் முகத்தில் குத்த ஆரம்பித்திருந்த இளையர்களைப் பார்த்து ‘ஹேய்’ என்று கத்தினார். காலியாய்க் கிடந்த பிற்பகல் நேர அடுக்குமாடித் தரைத்தளத்தில் அவர் குரல் விகாரமாய் எதிரொலித்தது.

சுகவனத்தின் குரலைக் கேட்டுத் தரையில் கிடந்த இளைஞனைத் தாக்கிக் கொண்டிருந்தவர்கள் திகைத்தார்கள். இவரையும் அடிப்பது எந்த விதத்திலாவது பயனுள்ளதாக இருக்குமா என்று கணக்குப் போடுவதுபோல் அவர்கள் சுகவனத்தைச் சில விநாடிகள் உற்றுப் பார்த்தார்கள். பிறகு அவர்களுடைய தலைவன்போல் இருந்த கழுத்தில் மச்சமுள்ள சீனன் அவர்களுக்குக் கண்களைக் காட்டிச் சமிக்ஞை தரவே எல்லோரும் அவனுக்குப் பின்னால் அந்த இடத்தை விட்டு மிக சாவகாசமாய் நடந்து போனார்கள்.

தரையில் இன்னமும் முனகிக் கொண்டிருந்த இளைஞனுக்கு உதவுவதற்காகச் சுகவனம் முன்னோக்கி நடந்தார். ஆனால் அவனை நோக்கி நீட்டிய அவருடைய கையை அவன் வேகமாய்த்

சித்துராஜ் பொன்ராஜ் 63

தட்டிவிட்டான்.

நெடுநெடுவென்று வளர்ந்த உருவம். குறைந்தது ஆறடி உயரமாவது இருப்பான் என்று சுகவனம் எண்ணிக் கொண்டார். அடுக்குமாடிக் கட்டடத்தின் சாம்பல் தரையில் பரவும் பிற்பகல் வெயிலை உள்வாங்கி உடம்பிலிருந்து மெல்லிய பால்வண்ணமாய் சுடரச்செய்யும் தாமிர நிறம். திறந்த முகம். எடுப்பான மூக்கு. அவ்வப்போது முனகியபோது வெள்ளை வெளேரென்று மின்னிய சீரானப் பல்வரிசை. கன்ன மேட்டிலும் நெற்றியின் விளிம்பிலும் அவனுக்கு ஏற்பட்டிருந்த காயங்கள் சிவந்த பழங்களாய் அவன் முகத்திலிருந்து புடைத்து நின்றன. இடது கண் பெரிதாய் வீங்கி ஊதா நிறத்துக்கு மாறி இறுக மூடியிருந்தது. கைகளைத் தரையில் ஊன்றி எழுந்தவன் இடுப்பை அசைக்க முடியாமல் தனது பை சிதறிக் கிடந்த இடத்துக்கு மெல்ல விந்தி விந்தி நடந்து போனான். கீழே கிடந்த உணவுப் பொருட்களை அதற்குள் பைக்குள் அள்ளிப் போட்டுக் கொண்டவன் உணவுப் பொட்டலங்களோடு சில காலி இருமல் மருந்து பாட்டில்களும் இருப்பதைச் சுகவனம் அப்போதுதான் கவனித்தார்.

பையைத் தோளில் மாட்டிக் கொண்டு தலையைத் திருப்பிச் சுகவனத்தை ஒரு கணம் பார்த்தபடி நின்றான். அடிபடாத அவன் வலது கண் வெண்கலமாய்ப் பளபளத்தது. அதிலிருந்து கிளம்பிச் சிதறிய திமிரும் ஆத்திரமும் சுகவனத்தைத் திகைக்க வைத்தன.

மிகக் குறுகிய காலத்திற்குள் மூன்றாவது முறையாக மிகப் பரிச்சயமானவன் போலவும் அதே சமயம் பரிச்சயமே இல்லாத அந்நியன் போலவும் ஒரே நேரத்தில் தோன்றும் ஒருவனைத் தனக்கெதிரே பார்த்ததில் சுகவனம் வியந்து போய் நின்றிருந்தார்.

பலம்வாய்ந்த பின்னந்தொடையில் குண்டடி பட்ட நீண்ட கொம்புகளுடைய கலைமானின் கம்பீரத்தோடும் அகங்காரத்தோடும் சுகவனத்தைப் பார்த்துக் கொண்டு நின்றவன் அதே திமிரோடு தூணோரமாக நின்றிருந்த சுகவனத்தைத் தனியே விட்டுவிட்டு அந்த இடத்தை விட்டு நகர்ந்து போனான்.

பரிச்சயமே இல்லாதவையாக இருந்தாலும்கூட நன்கு பரிச்சியமானவைகளைப்போல் தோன்றும் விஷயங்கள் மற்றும் என்றும் அறிந்து கொள்ள முடியாத அன்றாட பரிச்சயங்கள் என்ற இந்த இருவேறு உந்து சக்திகளின் நடுவில் தோன்றும் வெறுமையில்தான் மனித வாழ்க்கை முழுவதும் நகர்ந்து செல்கிறது.

அதிலும் பரிச்சயமானவைபோல தோன்றும் அப்பரிச்சயங்களே நம்மை அதிகம் ஆட்டி வைக்கின்றன.

ராமேஸ்வரம் போல.

4

சண்டை நடந்த இடத்தைவிட்டுச் சுகவனம் பள்ளிக்கூடத்தை நோக்கி நடந்தார். அவர் மனதில் ஏதோ ஒரு காரணத்துக்காக அடிப்பட்ட அந்தப் பையனின் முகமே பதிந்திருந்தது. பள்ளிக்கூடத்தின் பிரம்மாண்டமான வாசல் கேட்டில் முதுகைச் சாய்த்தபடி ராகேஷ் புத்தகப் பையோடும் கறுப்பு வயலின்கேஸோடும் நின்றிருந்தான். பள்ளியின் கறுப்புத் தார்ச்சாலையில் வெள்ளிக்குடைக் கம்பிகளின் கூரிய முனைகளாக வெயிலின் பிரகாசம் சிதறியிருந்தது. ராகேஷின் முகமும் சட்டையும் வியர்வையில் நனைந்திருந்தன.

"தாத்தா, இன்னைக்குப் பள்ளிக்கூடம் ரெண்டு முப்பத்தஞ்சுக்கு முடியும்னு சொன்னேனா இல்லையா?"

மோகனும் நீலாவும் சின்ன வயதாக இருந்த போது சுகவனம் என்றுமே அவர்களைப் பள்ளிக்கூடத்துக்குக் கொண்டு சென்று விட்டதோ பள்ளிக்கூடத்திலிருந்து அழைத்து வந்ததோ இல்லை. மாறாக ஒரு முறை தனது பள்ளியில் தேர்வுக் கண்காணிப்புப் பணி இருப்பதாகவும் மோகனுக்கும் நீலாவுக்கும் பள்ளி அன்று தேர்வு காரணமாகச் சீக்கிரம் முடிவதால் சுகவனம் அவர்களைப்

பள்ளியிலிருந்து அழைத்துவர வேண்டும் என்று அதிகாலையில் பள்ளிக்குக் கிளம்பும் சமயத்தில் அடம்பிடித்த ஜெயக்கொடியின் முகத்தில் ஓங்கி ஒரு குத்து விட்டிருக்கிறார். அப்போது ஜெயக்கொடியின் பல் ஈறுகளில் அவருடைய மடக்கிய முஷ்டி தாக்கி அவள் உதடுகள் வீங்கி முன் பற்களின் மேலிருந்த ஈறுகளிலிருந்து ரத்தம் வந்தது. வீங்கியிருந்த உதடுகளை ஒரு கையால் பொத்தியபடி ஜெயக்கொடி அன்றைக்குப் படுக்கையறையை விட்டுப் போனாள். அன்று ஜெயக்கொடிதான் ஏதோ சாக்குச் சொல்லிப் பள்ளிக்கூடத்தைச் சீக்கிரமே விட்டுக் கிளம்பிப் பிள்ளைகளை வீட்டுக்கு அழைத்து வந்தாள். என்ன என்று கேட்டவர்களிடம் தனது வீங்கிய உதட்டுக்கும் வாயோரமாய்த் தெரிந்திருக்கக் கூடிய மிக மங்கலான ரத்தத் திட்டுக்கும்கூட அவள் ஏதேனும் சாக்குச் சொல்லி மழுப்பியிருக்கக் கூடும்.

சுகவனத்துக்கு வன்முறை என்பது சர்க்கஸ் மாயாஜாலக்காரனின் நீண்டு சிவந்த விரல் நுனிகளில் லாவகமாகத் தோன்றி பின்பு கனமாக இருட்டுக்குள் மறைந்து போகும் வழவழப்பான சீட்டுக்களைப்போல் மிக நாசூக்கானதாகவும், கலா பூர்வமானதாகவும், யாரும் அறிய முடியாத வகையில் ரகசியமானதாகவும் இருக்க வேண்டும் என்று எண்ணினார்.

தனமும் அவரும் தெக் வாய் வீட்டில் சிறுவர்களாக இருந்த காலத்தில் அண்டை வீடுகள் அதிர்ந்து அடங்க மிகச் சாதாராணமான விஷயங்களுக்காக வெறியும் மூர்க்கமும் கொண்டவராக அப்பா அம்மாவைக்குனிய வைத்து அவள் முதுகில் பொத்து பொத்து என்ற அடித்ததை அவர் என்றுமே ரசித்ததில்லை. சுற்றியிருந்த அண்டைவீட்டுச் சீனர்களும், மலாய்க்காரர்களும் அப்பாவின் முரட்டுத்தனத்தை வாய்ப்பிளந்து பார்த்ததும், வாயில் தேங்கிய

நமுட்டுச் சிரிப்போடு ஒருவருடைய காதில் மற்றொருவர் குனிந்து பேசிக் கொண்டதும் அவர் நினைவில் இன்னமும் இருந்தன. அம்மாவை அடிக்கும்போது அப்பா வலது உள்ளங்கையை கத்தியின் பிளேடுபோல் நேர்க்கோட்டில் வைத்து முழங்கை முகத்துக்கு நேராக இருக்கும்படி உயர்த்தித் தூக்கி மிகப் பெரும் நாட்டியக் கலைஞன்போல இடுப்பிலிருந்து உடம்பை வளைத்து அடி வைப்பார். அப்படி அடிக்கும்போது 'ஹாய்' என்று சீனத் தற்காப்பு வல்லுநர்கள் கத்துவதைப்போல கூக்குரல் போடுவார். அப்படி அவர் இரண்டு மூன்று முறை செய்யும்போது நிச்சயமாக சுற்றி நிற்கும் பல இன மக்களிடமிருந்து கொல்லென்று ஒரு சிரிப்பு எழும். யாரேனும் உரத்தக் குரலில் 'மாபோக் லா' என்பார்கள். 'மாபோக்' குடிபோதையில் தள்ளாடுபவர்களைக் குறிப்பதாகும்.

உண்மையில் தீபாவளி சமயத்தில் மட்டும்தான் தன்னைப் பார்க்க வரும் கூட்டாளிகளோடு கொஞ்சம் அப்பா பீர் குடிப்பதைத் தனமும் சுகவனமும் பார்த்திருக்கிறார்கள். அதுகூட அரை கிளாஸ் உள்ளே போனதும் கண்கள், கன்னங்கள், கழுத்து எல்லாம் சிவப்பாகி லேசாகச் சாமியாடத் தொடங்கிவிடுவார். அடுத்த நாள் காலை அவர் மார்பிலும் தோளிலும் முதுகிலும் சொறிபோல் ஏதோ ஒன்று பொறிப்பொறியாய்க் கிளம்பியிருக்கும். ரெண்டு நாள் சொறி ஏற்படுத்தும் எரிச்சலால் மிகவும் சிரமப்படுவார். மிக மெல்லியச் சட்டையை அணிந்தால்கூட சொறியத் தோன்றும். கொஞ்சம் நகம் கீறினாலே உடம்பெல்லாம் மீண்டும் பொறிகளாய் சிவப்புப் பரவும். அம்மாதான் அப்பாவைப் படுக்கையில் வெறும் கைலி மட்டும் கட்டி வெற்றுடம்புடன் படுக்க வைத்து பிரிக்லி ஹீட் பௌடரை உடம்பெல்லாம் தூவி விடுவார்.

அப்போதெல்லாம் உடம்பில் பட்ட பௌடரின் குளிர்ச்சியில் லேசாய் முனகும் அப்பா 'என்ன செய்ய எனக்குச் சீனன் ரத்தம்டி. கொஞ்சம் குடிச்சாலே உடம்பெல்லாம் சிவந்து போயிருது.' என்று சொல்லிச் சிரிப்பார். அம்மாவும் சிரிப்பாள். இந்த அவஸ்தைக்குப் பயந்தே அப்பா அதிகம் குடிப்பதே இல்லை. ஆனால் அந்த வட்டாரத்தில் இருந்த நிறைய தமிழர்கள் மதுப்பிரியர்களாக இருந்ததால் கொஞ்சம் அதிகமாகக் கோபப்படும் எல்லாத் தமிழர்களுக்கும் விசாரணை இல்லாமலே வழங்கப்படும் பட்டம் 'மாபோக்'.

சில நேரங்களில் ஆக்ரோஷத்தோடு நிமிர்ந்து எழும் அம்மா இரு கைகளாலும் அப்பாவின் தலையின் இரண்டு பக்கமும் இருக்கும் தலைமயிரைக் கொத்தாய்ப் பிடித்து "ஹேய்" என்று கூச்சலிட்டபடியே மிக வேகமாக உலுக்குவாள்.

வன்முறை என்பது அது புழங்கும் சூழலுக்கு மிக நெருக்கமானது. அந்தச் சூழலால் தெளிவாய்த் தீர்மானிக்கப்படுவது. சுகவனம் ஜெயக்கொடியை அவ்வளவாகக் கைநீட்டி அடித்ததில்லை. எப்போதேனும் அதிகமாகக் கோபம் ஏற்பட்டால் மட்டும் சட்டென்று கைநீட்டி விடுவார். அந்த அடி சில நேரங்களில் மிக உக்கிரமாய்ப் போவதும் உண்டு. குற்ற உணர்வு அதிகரிக்கும்போது மிகப் பெரும்பாலான நேரங்களில் ஓர் இயற்பியல் ஆசிரியருக்கு இருக்க வேண்டிய நாசூக்கோடுதான் இதுவரை நான்கு சுவர்களுக்குள் வைத்து மட்டுமே தன் மனைவியை அடிப்பதாக அவர் தனக்குத் தானே சமாதானம் சொல்லி வந்தார். துணைத் தலைமையாசிரியர், தலைமையாசிரியர் என்று பதவியுயர்வுகளைப் பெற்று சமுதாயத்தின் பெரிய மனிதர்களோடு பழகும் வாய்ப்புக் கிடைக்கும்போது மட்டும்

தனது வீட்டில் அவர் மனைவிமீது பயிலும் வன்முறைகள் அவருக்குத் தன் மீது ஒட்டியிருக்கும் மிகப் பெரிய கறுப்புக் கறையாகத் தெரியும். அணிந்திருக்கும் வெள்ளைச் சட்டையில் உணவுக் கறை ஒட்டிக்கொண்ட ஒருவன் கறைபட்ட இடத்தை மீண்டும் மீண்டும் இழுத்துப் பார்ப்பதைப்போல் சுகவனமும் இப்படிப்பட்ட பெருங்கூட்டங்களில் நின்று கொண்டிருக்கும் நேரத்தில் எங்கே தனது வாழ்க்கையில் ஒட்டிக் கொண்டிருக்கும் கறை வெளியில் தெரிந்துவிடுமோ என்று தன்னுள் புழுங்கினார். தன்னிடம் எவ்விதக் குறையும் தெரிந்துவிடக் கூடாது என்ற முயற்சியில் தன்னைவிட உயர்ந்த அதிகாரத்தில் உள்ளவர்களோடு பழகும் போதும், பள்ளிக்கூடத்தில் படிக்கும் மாணவர்களின் பெற்றோர்களிடம் பழகும்போதும் அளவுக்கு மீறிக் கனிவாய், ஒருவகையான சேவக மனப்பான்மையோடு பழகினார். அதே சமயம் தன் அதிகாரத்திற்கு உட்பட்டவர்களிடம் பழகும் நேரத்தில் அதிகம் விறைப்பானார். அவர்கள்மீது சின்னச் சின்ன வன்முறைகளை மனதளிவிலும் உடல் அளவிலும் பயின்றார். குடும்பத்தில் உள்ளவர்கள் தவிர்த்து வெளியாட்கள் எவரேனும் ஏதேனும் ஒரு வகையில் எதிர்ப்புக் காட்டப் பின் வாங்கினார்.

பலரும் அச்சமென்பதே என்னவென்று அறியாத முரடர்களால்தான் வன்முறையைக் கையிலெடுக்க முடியும் என்று நினைக்கிறார்கள். ஆனால் உண்மையில் வன்முறைக்குத் தன் இடம் பறிபோய்விடக் கூடும் என்ற அச்சம்தான் அடிப்படைக் காரணம். தனது இடம் பறிபோய்விடுமோ என்ற அச்சத்தில்தான் நாடுகள் போர் செய்கின்றன. வகுப்பிலும், போட்டியிலும் லாபத்திலும் தங்கள் இடங்களைத் தக்க வைத்துக் கொள்ள வேண்டுமே என்ற பயத்தினால்

மாணவர்களும், விளையாட்டு வீரர்களும், கலைஞர்களும், வியாபாரிகளும் ஒருவர்மீது ஒருவர் நுணுக்கமான வன்முறைகளை ஏவி விடுகிறார்கள். தன் உடல்மீதே விரதங்கள் என்றும், தவம் என்றும், வேண்டுதல் என்றும் பலவகையான வன்முறைகளைக் கட்டவிழ்த்துவிடும் பக்திமானும் ஞானியும் சொர்க்கத்தில் ஓரிடத்தைத் தேடிக் கொள்ளத்தான் இவையனைத்தையும் செய்கிறார்கள்.

சொந்த நாட்டிலிருந்து சிங்கப்பூருக்கு வந்து படித்து ஒரு வேலையைத் தேடிக் கொண்ட பிறகும் சுகவனத்துக்குத் தன் இடம் எது என்ற பிரச்சனை இருந்தது. பிள்ளைகளைப் பள்ளிக்கு அனுப்பவும் பள்ளியிலிருந்து அழைத்து வரவும் வாகனம் வாங்கும் அளவுக்கோ, பள்ளிக்கூட பேருந்துக்கு மாதாந்திரக் கட்டணம் கட்டும் அளவுக்கோ தன்னிடத்தில் சம்பாதிக்கும் சக்தியில்லை என்று மனைவியிடம் ஒப்புக்கொண்டால் குடும்பத் தலைவன் என்ற தனது இடம் பறிபோய்விடுமோ என்று அஞ்சினார். அந்த அச்சம்தான் சுகவனத்தைத் தன் மனைவிமீது வன்முறையைப் பயன்படுத்த வைத்தது.

அரசாங்கம் அப்போது ஆசிரியர்களுக்கான சம்பளங்களை இப்போதுள்ள தொகைகளுக்கு உயர்த்தியிருக்கவில்லை. சுகவனம் ஜெயக்கொடி இருவரின் சம்பளமும் வீட்டுச் செலவுகளுக்கும், தவணை முறையில் கோர்ட்ஸ் நிறுவனத்திடமிருந்து வாங்கிய மின்சாரப் பொருள்களின் கடனை அடைக்கவும், பிள்ளைகளின் டியூஷன் செலவுக்குமே சரியாக இருந்தது. மோகனும் நீலாவும் கணக்குப் பாடத்தில் சிரமப்பட்டார்கள். இதில் தனியே வாகனம் வாங்குவது எண்ணிப் பார்க்க முடியாத செலவு.

ஒரு வேளை தன் இடம் எதுவென்று அறியாத குழப்பம்தான்

அவரை ராமேஸ்வரம் என்ற இடத்தையும் அந்தக் கடலையும் தேடிச் செல்ல வைக்கிறதோ என்று சுகவனம் ஒரு கணம் யோசித்தார். தான் செய்த குற்றங்களுக்கும் ஜெயக்கொடியின் மனக்குறைகளுக்கும் ஒரே சமயத்தில் நூற்றியெட்டு கடல் முழுக்குகளில் முழுமையான விடுதலை தரக்கூடிய இடம் என்பது எவ்வளவு அழகான விஷயம். அது வெறும் கற்பனையாக மட்டும் இருக்கக் கூடாது என்று சுகவனம் மனதிற்குள் வேண்டிக் கொண்டார்.

தனது வன்முறையைப் பற்றி யோசித்த சுகவனத்துக்கு ஜெயக்கொடியிடமும் வன்முறை இருந்திருக்குமா என்று யோசிக்கத் தோன்றவில்லை. ஜெயக்கொடிக்குள் வன்முறையே இருக்காது என்றுதான் அவர் நினைத்தார். அப்படித்தான் அவருக்குப் பலராலும் சொல்லித்தரப்பட்டிருந்தது. ஜெயக்கொடியை நடத்திய விதத்தில் அவர் செய்த குற்றங்களே அவருக்கு முன்பு பூதாகரமாக உயர்ந்து நின்றன.

சுகவனத்தின் கையைப் பிடித்தபடி நடந்து வந்து கொண்டிருந்த ராகேஷ் அவர் கையைப் பலமாக இழுத்தான்.

"தாத்தா நான் சொன்னதக் கேட்டிங்களா இல்லையா?"

"ஹ்ம்ம்ம். ஹ்ம்ம்?"

"நாளைக்கு எனக்குத் தமிழ்த் தேர்வு இருக்கு. படிக்கணும். அப்புறம் கட்டுரையும்..."

ராகேஷ் கட்டுரை என்ற வார்த்தையை இழுத்தே சொன்னான். தொடக்கப்பள்ளி தொடங்கியது முதல் ராகேஷ் கட்டுரையில் தேர்வாகும் வகையில் மதிப்பெண்கள் வாங்கியதே இல்லை. முதன்முதலாக ராகேஷை வார நாட்களில் ராகேஷ் ஐந்தாம் வகுப்பில்

சேர்ந்தவுடன் அவனைச் சுகவனத்தின் வீட்டில் தங்க வைப்பது பற்றிப் பேச ஒரு டிசம்பர் நாளில் அவரைப் பார்க்க வந்தபோது பாமாவும் அதையேதான் சொன்னாள்.

நீலாவும் அவள் புருஷனும் ஞாயிற்றுக்கிழமை காலையில் சுகவனத்தின் வீட்டிற்குக் காலை உணவுக்காக வருவார்கள். ஜெயக்கொடி இறந்த சில நாட்களில் மோகனும் பாமாவும் கொஞ்சம் பேச வேண்டும் என்று சொல்லிச் சனிக்கிழமை மாலையே வந்துவிட்டார்கள். நீலா தன்னைவிட பன்னிரண்டு வருடங்கள் மூத்தவனான மால்கம் என்ற நைஜீரியாக்காரனைத் திருமணம் செய்து கொண்டதிலிருந்து அவர்களுக்கும் நீலாவுக்கும், குறிப்பாகப் பாமாவுக்கும் நீலாவுக்கும், ஆகாமல் இருந்தது. ஜெயக்கொடியின் காரியத்துக்கு வந்த பலர் வெள்ளைக் கவர்களில் வைத்துத் தந்த நன்கொடைகளைக் கணக்கில் சேர்க்காமல் மோகனே வைத்துக் கொண்டான் என்று நீலா சொல்லியிருக்கிறாள். இதைப் பேச்சு வாக்கில் சுகவனம் மோகனிடமும் பாமாவிடமும் வாய்தவறி வந்தபோது இருவரும் உயிரே போய்விடுவதுபோல் கத்தினார்கள். பாமாதான் அதிகம் கத்தினாள். சாதிகெட்ட பாதிக் கிழவனை நீலா திருமணம் செய்துவிட்டிருப்பதாகவும் அதனால் தன் பெற்றோருக்கும் தம்பிக்கும் ஏற்பட்டிருந்த தலைக்குனிவையும் சொல்லிக் காட்டினாள்.

"வெக்கமில்லாம இந்த புக்கிட் பஞ்சாங்குலேயே ஜெலாபாங் பக்கம் வீடு வாங்கியிருக்கா. அவங்க ரெண்டு பேரும் மார்க்கெட்டுல சுத்துறதப் பார்க்குறவங்க எல்லாரும் நேர எங்க அப்பா அம்மாகிட்ட போய் துக்கம் விசாரிக்குறாங்க. இப்பத்தான் சி,சி எங்க அப்பாவுக்கு நல்ல பதவி ஒண்ணு போட்டுக் கொடுத்திருக்காங்க. இந்திய நிகழ்ச்சிகள் பிரிவுலயும் இந்த நாலஞ்சு வருஷமா தலைவரா

இருக்காரு. அவருக்கும் அம்மாவுக்கும் எப்படி இருக்கும் யோசிச்சுப் பாருங்க.''

சி,சி. என்றால் சமூக மன்றம். சிங்கப்பூரிலிருக்கும் ஒவ்வொரு சட்டமன்றத் தொகுதியும் பல வட்டாரங்களாகப் பிரிக்கப்பட்டிருந்தன. மலாய் மொழியில் ''நீண்ட மலை''யான புக்கிட் பஞ்சாங்கின் குறுக்கே நீளமும் குள்ளமுமான ஒரு கருங்கல் குன்று ஓடி தென்மேற்கில் உயர்ந்திருக்கும் சிங்கப்பூரின் மிக உயரமான குன்றான புக்கிட் டிமா குன்றோடு இணைந்தது. புக்கிட் டீமா பகுதியில் வசித்து வந்த வயதான சீனர்களின் நம்பிக்கைப்படி புக்கிட் பஞ்சாங்கில் இருக்கும் இந்த நீளமான குன்று சிங்கப்பூரின் நிலத்தின் அடியில் புதைந்திருக்கும் ஐந்து கடல் நாகங்களின் ஒன்றினுடைய முதுகு என்று நம்பினார்கள். இந்த ஐந்து கடல் நாகங்களே சிங்கப்பூரின் செல்வச் செழிப்புக்கும் பாதுகாப்புக்கும் காரணம் என்பது அவர்களின் நம்பிக்கை. சிங்கப்பூரில் சுரங்க ரயில் கட்டப்பட்ட போது மண்ணுக்குள் புதைந்துள்ள கடல்நாகங்கள் துண்டிக்கப்பட்டு சிங்கப்பூரின் செல்வமும் பறிபோகும் என்று இவர்கள் பயந்தார்கள். சுவா சூ காங் சாலையை வடக்கிலும் புக்கிட் டீமா சாலையைத் தெற்கிலும் கொண்ட ஒரு நீண்ட செவ்வகமாகவே இருந்த புக்கிட் பஞ்சாங்கில் செகார், ஃபாஜார், சென்ஜா, செங்ஹுவா, ஜெலாபாங் என்று பல குடியிருப்பு வட்டாரங்கள் இருந்தன. வசிப்போர் நலனைப் பாதுகாக்கவும் அவர்களுக்காக பல்வேறு கேளிக்கைகளையும் நடனம், கம்ப்யூட்டர், கொரிய மொழி, சமையல் வகுப்புக்களை ஏற்பாடு செய்யவும் அங்கங்கே சமூக மன்றங்கள் இருந்தன. அத்தகைய சி.சிக்களில் நிர்வாகக் குழுவில் இருப்பவர்கள் வட்டாரத்தில் செல்வாக்குள்ளவர்களாக, அனைவரும் அறிந்தவர்களாகக்

கருதப்பட்டார்கள். அவர்களுக்கு அந்தந்த சட்டமன்றத் தொகுதிக்குரிய அரசியல் தலைவர்களோடு நெருங்கிய தொடர்பு இருந்தது.

இப்போது முகமெல்லாம் சிரிப்போடு அவரெதிரே அமர்ந்திருந்த சத்யபாமாவைச் சுகவனம் வியப்போடு பார்த்தார். அவர் ஆரம்பத்திலிருந்தே பாமாவோடு அதிகம் பேசுவதில்லை. வீட்டில் நடந்த எல்லாப் பெரிய காரியங்களைப் போலவும் மோகனின் கல்யாணத்தையும் ஜெயக்கொடியே தீர்மானித்திருந்தாள். மாலை பள்ளிக்கூடத்திலிருந்து சுகவனம் வந்தபோது வழக்கமாகச் சமையலறையில் வேலையாகவோ திருத்த வேண்டிய வீட்டுப்பாடங்களைச் சமையலறை மேசையில் திருத்திக் கொண்டோ இருக்கக்கூடிய ஜெயக்கொடி சுகவனத்திடம் வலிய வந்து பேசினாள். அவளுக்கு எப்படியும் பள்ளிக்கூடம் மூன்று மணிக்கெல்லாம் முடிந்துவிடும். தலையாசிரியரான சுகவனம் பள்ளியின் கடைசிப் பாடமோ புறப்பாட நடவடிக்கையோ முடியும்வரை இருந்துவிட்டு ஆறு ஆறரைக்குத் தான் வருவார்.

"காபி கலக்கவா?"

வழக்கமாக அவரே சமையலறைக்குப் போய்த் தனக்கு வேண்டிய காபியையோ மைலோவையோ தயாரித்துக் கொள்ளும் சுகவனம் வாசல் கதவில் சாய்ந்து கொண்டு சாக்ஸுகளைக் கழற்றும் நேரத்தில் தன்முன் பிரசன்னமாகியிருந்த ஜெயக்கொடியை ஆச்சரியத்துடன் பார்த்தார். மோகனும் நீலாவும் இன்னமும் வேலையிலிருந்து வீட்டிற்கு வரவில்லை. ஜெயக்கொடியின் முகத்தில் களைப்புத் தெரிந்தது. தேர்வு நேரம். அவள் ஆசிரியையாய் இருந்த பள்ளியில் நிறைய தமிழ்ப் படிக்கும் மாணவர்கள் இருந்தார்கள். சுகவனம்

சித்துராஜ் பொன்ராஜ் 75

தலைமையாசிரியராக இருந்த பள்ளிக்கூடம் புக்கிட் சாலை தொடங்கும் இடத்தில் இருந்தது. ஜெயக்கொடியின் பள்ளிக்கூடம் இருந்த வட்டாரத்தைவிட கொஞ்சம் வசதியான இடம். தமிழ்ப் படிக்கும் மாணவர்கள் அங்குக் குறைவு. பள்ளியில் படித்த இரண்டு மூன்று தமிழ் மாணவர்களின் பெற்றோர்கள்கூட அதன் வளரும் பொருளாதார முக்கியத்துவத்தையும் உலகளாவிய வீச்சையும் கருதி தங்கள் பிள்ளைகள் சீன மொழியை இரண்டாம் மொழியாகப் படிக்க இடம் உள்ளதா என்றுகூட கேட்டுக் கடிதம் எழுதியிருக்கிறார்கள். கல்விக் கொள்கையின்படி பெற்றோர்களின் தாய்மொழியைக் கணக்கில் எடுத்துக் கொண்டால் அவர்கள் தமிழ் படிப்பது கட்டாயம் என்று சுகவனம் விளக்கினார். இரண்டு ஜோடி பெற்றோர்களும் லேசாக முறைத்துக் கொண்டு கிளம்பினார்கள். சில மாதங்களுக்குப் பிறகு அவர்கள் தங்கள் பிள்ளைகளை வெளியில் நடந்து கொண்டிருந்த சீன வகுப்புகளில் சேர்த்திருப்பதாகச் சுகவனத்துக்குக் காற்றுவாக்கில் தெரிய வந்தது.

வாசல்படியில் நின்றுகொண்டு காலுறைகளைக் கழற்றும் சுகவனத்துக்கு ஒரு படி மேலே வாசலில் நின்று கொண்டு ஜெயக்கொடி பேசினாள். சுகவனத்தையும் விஞ்சக் கூடிய உயரம் என்று சொல்லக்கூடிய உயரம். பெண் பார்த்துவிட்டு வந்தபோது அவளுடைய தாஷ்டிகத்துக்கு அம்மா விளக்கம் சொன்னது சுகவனத்துக்கு நினைவுக்கு வந்தது. இப்போது இளைத்திருந்திருந்தாள். முதுகிலும் கூன் விழுந்திருந்தது. சுத்தமான மாநிறம். வயதின் காரணமாக கன்னத்தின் மேல்புறங்களில் கறுப்பு நிறம் கட்டியிருந்தது. முகத்தில் அழகாய்ப் பொருந்தாமல் லேசாய்ப் பொத்துக் கொண்டு வெளிவருவதுபோல் முட்டைக் கண்கள்.

அளவுக்கதிகமாக பெரிய மூக்கு. ஜெயக்கொடி சிரிக்காமல் இருந்தபோதும் மூடிய உதடுகளுக்கு வெளியே கொஞ்சமாய் நீட்டிக் கொண்டிருக்கும் முன்பற்களின் மெல்லிய பழுப்பு நிறம். சரிந்த தோள்கள். இத்தனை முரணான விஷயங்களைக் கூட்டாக அமைந்திருக்கும் முகத்திலும் உருவத்திலும் இத்தனை அமைதியும் கம்பீரமும் தேஜசும் வாய்த்திருப்பது சாத்தியம்தானே என்று சுகவனம் பலமுறை வியந்திருக்கிறார். கடைசியில் வசீகரமும் தேஜசும் உடம்பின் உருவ அமைதியால் மட்டும் வருவதில்லை என்று தனக்குத் தானே சமாதானம் சொல்லிக் கொள்வார். பெண் பார்த்து வந்த பிறகு ஜெயக்கொடியைத் திருமணம் செய்துகொள்ள அவர் சம்மதம் தெரிவித்ததற்கும் ஜெயக்கொடியின் இந்த அமைதியும் கம்பீரமுமே காரணம் என்று அவருக்குப் பட்டது.

ஜெயக்கொடியைக் கைநீட்டி அடித்த போதும், வார்த்தைகளால் இம்சித்த போதும் அவளுடைய முகத்தில் தெரியும் அமைதியும் கம்பீரமுமே அவருடைய மனக்கண்ணில் தோன்றி அவரை வருத்தப்பட வைத்தன.

சுகவனத்தின் கையிலிருந்த பிரீப்கேஸை வரவேற்பறை சோபாக்களின் மேல் வைக்கும் வரைக்கும் காத்திருந்த ஜெயக்கொடி அவர் அருகில் நின்றபடி பேசினாள்.

‘‘இன்னைக்கி டீச்சர்ஸ் டிரெய்னிங் போயிருந்தப்ப கௌரி டீச்சரப் பார்த்தேன். நம்ம மோகனுக்கு ஏத்தாப்புல ஒரு பொண்ணு இருக்குனு சொன்னாங்க. இந்தப் பக்கம்தானாம். நல்ல குடும்பமாம். அவங்க அப்பாகூட ஜூரோங்குல இரும்பு உருளைகளத் தயாரிக்குற ஏதோ ஒரு பாக்டரி வச்சிருக்காராம். இந்த சி.சில, அரசகேசரி சிவன் கோவில், சாங்கி ராமர் கோவில்னு நிறைய கோவில் கமிட்டில

இருக்காராம். அம்மாவும் நல்ல மாதிரிதாங்குற மாதிரி கௌரி டீச்சர் பேசுனாங்க. பொண்ணு ஏதோ மார்க்கெட்டிங் வேலையில இருக்காம். ரெண்டு அண்ணனுங்க, ரெண்டு பேருக்கும் அப்பாவோட பாக்டரியிலதான் வேலையாம். விருப்பப்பட்டா பேசிப் பார்க்கலாம்னு சொல்லியிருக்காங்க. எனக்கு நல்ல சம்பந்தம்னுதான் படுது. மோகனுக்கும் வயசாகிகிட்டே வருது.''

மனப்பாடம் செய்து ஒப்பிப்பதுபோல் ஒரே மூச்சில் சொல்லி முடித்தாள் என்றாலும் ஜெயக்கொடியின் குரலில் மிகுந்த தீர்க்கம் இருந்தது. இந்தப் பேச்சே அவளுக்குப் பெரிய பேச்சுத்தான். திருமணமாகி மூன்றாண்டுகளுக்குப் பிறகு மோகன் பிறக்கும்வரை இந்த அளவுகூட கோர்வையாக ஜெயக்கொடி பேச மாட்டாள். ஆனால் சுகவனத்தினுள்ளே பழைய மிருகம் விழித்திருந்தது.

''ரொம்ப ஷோ காட்டுற குடும்பம் மாதிரில்ல தெரியுது. இந்த மாதிரி புதுப் பணக்காரங்க தாம் தூம்னு இருப்பாங்க. நமக்குச் சரிப்பட்டு வருமானு பார்க்கணும். அவங்க அப்பா வேற ஊர் விஷயத்தை எல்லாம் தன் தலையில இழுத்துப் போட்டுகிட்டுச் செய்யுற மனுஷன்னு சொல்லுற. பின்னால நமக்குத்தான் சிரமம்.''

சுகவனத்துக்குத் தனது சமூக தகுதியைப் பற்றிய பழைய சந்தேகங்கள் இருந்தன. அதனாலேயே சின்ன வயதில் பழகிய அந்தக் கால புக்கிட் பஞ்சாங் நண்பர்களைத் தவிர்த்து அவர் வேறு எந்தப் புதிய நண்பர்களை உருவாக்கிக் கொள்ளவில்லை. ஜெயக்கொடி தன்னுடன் வேலை பார்க்கும் பல ஆசிரியைகளுடனும் முன்னாள் மாணவர்களுடனும் மிக சகஜமாகவும் நட்புடனும் பேசுவாள் என்றாலும்கூட அவர்களிடம் மிக நெருங்கிய நட்பை வளர்த்துக் கொள்ளவோ அவர்களை வீடுவரை அழைத்து வரவோ சுகவனம்

அனுமதித்தே இல்லை. சுகவனமும் ஜெயக்கொடியும் அநேகமாக யாருடைய வீட்டுக்கும் போகவும் மாட்டார்கள். திருமணங்களுக்கும் சாவுகளுக்கும் போய் வருவதோடு சரி.

சோபா செட்டின் ஓரமாக எல்லா சந்தாதாரர்களுக்கும் வருடா வருடம் விநியோக்கிக்கப்படும் கனமான மூன்று டெலிபோன் டைரக்டரிகளின் மேலிருக்கும் தொலைபேசியின் மூலமாக மட்டும் ஜெயக்கொடி இப்போது தோ பாயோவுக்குக் குடி பெயர்ந்திருந்த தனது அம்மாவுடனோ திருமணம் செய்து கொள்ளாத தங்கையுடனோ சுகவனம் வீட்டிற்கு வரும் முன்பாக அரைமணி நேரமோ முக்கால் மணி நேரமோ பேசுவாள். வாசலில் சுகவனம் வந்துவிட்ட சத்தம் கேட்டதும் 'நான் அப்புறம் கூப்புடுறேன்' என்று தொலைபேசியை டப்பென்று வைத்துவிடுவாள். வார இறுதிகளில் மட்டும் சுகவனம் மத்தியானத் தூக்கம் போடும் நேரங்களில் அவர்களிடம் நீண்ட நேரம் பேச ஜெயக்கொடிக்கு அனுமதி இருந்தது. அவர் தூங்கும் நேரத்தில் ஜெயக்கொடி எவ்வளவு நேரம் பேசினாலும் கண்டுகொள்ள மாட்டார். அவர் எழுந்தவுடன் தொலைபேசியை வைத்துவிட்டு ஜெயக்கொடி தேநீர் ஆற்றவில்லை என்றால் கோபப்படுவார். ஜெயக்கொடியின் அம்மாவும் அக்காவுமே இதையெல்லாம் அறிந்து வைத்திருந்தார்கள். அவர்களே வீட்டிற்கு அழைக்கும் போதெல்லாம்கூட பேச்சை 'மோகன் அப்பா வீட்டில் இருக்காரா' என்று கேட்டு, அவர் இல்லை என்று தெரிந்த பின்புதான் ஆரம்பிப்பார்கள்.

ஆனால் தன்னுடைய தகுதியைக் குறித்த சுகவனத்தின் குழப்பங்களை மீறியும் அவருக்கு வேறொரு கவலை இருந்தது. பல்கலைக் கழகத்தில் தொழில் நிர்வாகப் படிப்புப் படித்திருந்த

மோகன் பட்டம் வாங்கியதற்குப் பின்னால் மாநாடுகளையும் கருத்தரங்குகளையும் பெரிய கலை நிகழ்ச்சிகளையும் ஏற்பாடு செய்யும் ஒரு நிறுவனத்தில் சேர்ந்து ஐந்து வருடங்களாக வேலை பார்த்து வந்தான். அந்த நேரத்தில் சிங்கப்பூரை அனைத்துலக மாநாட்டு மையமாக உருவாக்க அரசாங்கம் முனைப்புக் காட்டியது. பல்கலைக் கழகப் படிப்பை முடித்து மோகன் வெளியேறியதற்கு சில ஆண்டுகளுக்கு முன்னால்தான் சன் டெக் சிட்டி போன்ற அதிநவீன மாநாட்டு வளாகங்கள் கட்டப்பட்டிருந்தன. அந்தத் துறையில் வேலை செய்ய விரும்பிய இளையர்களுக்குத் தேவை இருந்தது. இன்னின்ன நேரம் என்று கணக்கில்லாத வேலை. இரவு பகலாக மோகன் உழைத்தான். வாடிக்கையாளர்களைத் திருப்திப்படுத்துதல் என்ற பெயரில் இரவு வெகுநேரம்வரை முஹம்மது சூல்தான் சாலை, போட் கீ போன்ற இடங்களிலிருந்த இரவுக் கேளிக்கைக் கூடங்களுக்கு அடிக்கடிப் போய் வந்தான். அவன் வீட்டிற்கு வந்து கதவு தட்டும்போது அவன் வாயிலிருந்து உயர்ரக மதுவின் வாசனையடித்தது. மோகன் சீனப் பெண்களோடு சுற்றுவதைப் பார்த்ததாக சுகவனத்தின் பழைய கூட்டாளி ராஜேஸ்வரன் ஒரு முறை அவரிடம் வந்து சொன்னார். மோகன் ஒரு நாள் சீனத்தி ஒருத்தியைக் கட்டிக் கொண்டு வந்து நிற்கக் கூடும் என்று சுகவனம் எதிர்ப்பார்த்தார். இந்த திருமணப் பேச்சை எப்படி எடுத்துக் கொள்வானோ என்று அஞ்சினார்.

ஜெயக்கொடிக்கும் அந்த அச்சம் இருந்திருக்க வேண்டும். ஆனால் அவள் வேறு அணுகுமுறையை நம்பினாள்.

‘‘நான் நல்லா விசாரிச்சுட்டேன். மோகன் பார்க்குற வேலைக்கும் அவன் குணத்துக்கும் ஏத்த பொண்ணு. நான் சொன்னா கேப்பான்.’’

அவள் குரலில் ஒலித்த தீர்க்கம் சுகவனத்திற்கு வியப்பை ஏற்படுத்தத்தான் செய்தது. ஆனால் பல விஷயங்களில் நடந்ததைப் போலவே மோகனின் திருமண விஷயத்திலும் ஜெயக்கொடியின் விருப்பம்போல்தான் நடந்தது சீனத்தியைத்தான் கட்டுவேன் என்று அஞ்சிய பிள்ளை மறுப்பேதும் சொல்லாமல் பாமாவைத் திருமணம் செய்து கொள்ளச் சம்மதித்தான்.

பெண் பார்க்கும் படலத்தை பாமாவின் அப்பா சிவபாலன் கமிட்டி உறுப்பினராய் இருந்த ஒரு கோவிலேயே வைத்துக் கொண்டார்கள். சுகவனம் ஜெயக்கொடியைப் பெண் பார்க்கப் போனபோது அவள் வீட்டில் அவரே தனது குடும்பத்தினருக்கு இடையில் நடுநாயகமாக அமர்ந்திருந்ததை நினைத்துக் கொண்டார். காலம் முழுவதுமாய் மாறியிருந்தது. சுகவனத்தின் காலத்தில் நடந்ததைப்போல் யாரும் பழங்ளையும் வெள்ளித் தாம்பாளத்தையும் பிளாஸ்டிக் பையில் வைத்துக் கொண்டு பட்டுப் புடவையும் வேட்டியும் சரசரக்கப் பேருந்து ஏறி வியர்க்க விறுவிறுக்க அடுக்குமாடிக் கட்டடத்தின் சரியான மாடிக்குப் போய் ஒவ்வொரு வீட்டுக் கதவாய் எண்ணைச் சரிபார்த்து நுழைந்து எதிரும் புதிருமாய் அமர்ந்து பெண் பார்ப்பதில்லை. எல்லாம் கோவிலுக்குப் போய் வருவதைப்போல் சும்மா கிளம்பிப் போய் ஏதாவது பக்கத்திலிருக்கும் கோவில் சந்நிதியில் அமர்ந்து பேசுகிறார்கள். தகைந்தால் திருமணம் இல்லையென்றால் சும்மா தெரிந்தவர்களைப் பார்த்துப் பேசிவிட்டு வந்தோம் என்று சொல்லிவிடலாம். திருமணம் நிச்சயமாகாவிட்டால் இரு சாராருக்கும் எந்தப் பாதிப்பும் இல்லை. அன்று கோவிலில் பாமாவின் அப்பா சிவபாலன்தான் அதிகம் பேசினார். யாரும் கேட்காமலேயே தனது வியாபாரச் சிரமங்களை எடுத்துச் சொன்னார். அகால நேரத்தில்கூட வரக்கூடிய அரசியல் முக்கியஸ்தர்களின்

அழைப்புகளுக்குச் செவிசாய்க்க வேண்டிய நிர்ப்பந்தத்தைச் சொல்லி அலுத்துக் கொண்டார். அவர் அருகில் அமர வற்புறுத்தப்பட்டிருந்த மோகனுக்குத் தொழில் தொடர்பான அறிவுரைகளை அவ்வப்போது வழங்கினார். கோவிலின் பிரதான சந்நிதிக்குப் போயும் வந்தும் கொண்டிருந்த நன்கு உடையுடுத்திய சிலரைப் பார்த்துப் பல் தெரியச் சிரித்தார். கோவிலில் பின்னால் நின்று பேசிச் சிரித்துக் கொண்டிருந்த வெளிநாட்டு ஊழிய இளைஞர்களைப் பார்த்து கொஞ்சம் முறைத்தார்.

சிவபாலன் அமர்ந்திருந்த இடத்தைச் சுற்றிக் கோவில் அர்ச்சகர்கள் வந்து போய்க் கொண்டிருந்தார்கள். பிள்ளையார் சந்நிதியைப் பார்த்துக் கொள்ளும் சிவத்த ஐயர் சந்நிதிப் பொறுப்பைப் பிரம்மச்சாரி ஐயர் ஒருவரிடம் கொடுத்துவிட்டுச் சிவபாலனின் அருகில் வந்து அமர்ந்து கொண்டார். சிவபாலன் பேசும்போது அவர் வாயைப் பார்த்துக் கொண்டே இருந்தார். வாய்ப்புச் சொல்லும்போது அவர் சொல்வதற்கு ஒத்தூடிச் சிவபாலனை வானளாவப் பாராட்டினார். மணிகண்டய்யர் இந்தியாவிலிருந்து வேலை அனுமதியின் பெயரில் சிங்கப்பூக்கு அர்ச்சகராக வந்திருந்தார். வேலை அனுமதி இன்னும் ஒரு மாதத்தில் புதுப்பிக்க வேண்டிய நிலையில் இருந்தது. ஐயர் வந்ததைக் கவனித்தும் கவனிக்காதவர்போல் சிவபாலன் தொடர்ந்து பேசினார். பாமா மூத்த பெண் என்பதால் அவள் திருமணத்துக்குப் பல முக்கிய அரசியல், தொழில் துறைத் தலைவர்களும் சமூகத் தலைவர்களும் தன் நிறுவனத்தில் வேலை செய்யும் தொழிலாளர்களும் வருவார்கள் என்றார். நிறைய பேர் வரவிருப்பதால் மண்டபம் விஸ்தாரமானதாக இருக்க வேண்டும். தலைவர்கள் வரும் வைபவத்தில் ஏற்பாடுகளுக்கு எந்தவிதமான குறையும் இருக்கக் கூடாது.

சிவபாலனின் குரல் தேன்போல் அலாதி கனமும், சுடர்விடும் தன்மையும் வாய்ந்தது. அவரைச் சுற்றி அமர்ந்திருந்த எல்லோரும் அவர் வார்த்தைகளில் கரைந்து கொண்டிருந்தார்கள். அவள் மனைவி ஆதிலட்சுமி ஜெயக்கொடியின் நகைகளைப் பாராட்டுவதைப்போல் அவற்றை ஒவ்வொன்றாய்த் தொட்டுப் பார்த்துக் கொண்டிருந்தாள். தனது பட்டு வேட்டி, சட்டையோடு அணிந்திருந்த தங்கச் செயினும், மோதிரமும் எப்படி அவருடன் ஒட்டாமல் இருந்ததோ அதுபோலவே சுகவனமும் தனது மூத்த மகனின் திருமணம் முடிவானபோதும் அங்குக் கூடியிருந்த கூட்டத்தில் யாருடனும் ஒட்டாமல் சிவபாலனையும் மோகனையும் சுற்றிச் சிரித்த முகத்தோடு அமர்ந்திருந்த கூட்டத்தினரிடமிருந்து கொஞ்சம் தள்ளியே அமர்ந்திருந்தார்.

அதுதான் மோகனின் திருமணத்தின் பிறகும் தொடர்ந்தது. பாமாவுக்குத் தன் அப்பாவின் குரலின் விஸ்தீரணம் இருந்தது. தனது கணவனைத் தவிர்த்துப் புகுந்த வீட்டின் மனிதர்கள் எல்லோரும் தனது குடும்பத்தினரோடு ஒப்பிடுகையில் ஒரு மாற்றுக் குறைவுதான் என்று கருதினாள். திருமணத்துக்குப் பிறகு மோகனும் பாமாவும் அவ்வளவாக சுகவனத்தையும் ஜெயக்கொடியையும் பார்க்க வருவதில்லை. ஆனால் அவர்களின் வீடு இருந்த கட்டடத்திற்கு அருகிலேயே ஒரு வீட்டை வாங்கிக் கொண்டார்கள். தங்கள் பெற்றோர்கள் வசிக்கும் இடத்துக்கு அருகிலேயே வீடு வாங்கும் புதுத் திருமணத் தம்பதிகளுக்கு அரசாங்கம் வீட்டு விலையிலிருந்து தந்த கணிசமான கழிவுத் தொகை அவர்களின் முடிவுக்குக் காரணமாக இருந்தது.

ஆனால் மோகனும் பாமாவும் இப்போது பத்து வயதாகப் போகும் பிள்ளையை வார நாட்களில் தாத்தாவோடு விட்டுவிட்டுப்

போவதைப் பற்றிப் பேச வந்திருந்தார்கள். ஞாயிற்றுக்கிழமை இரவுச் சாப்பாட்டுக்குப் பிறகு பையனைச் சுகவனத்தின் வீட்டில் விட்டுவிட்டுச் சனிக்கிழமை மதிய உணவுக்கு அவனை மீண்டும் பாமாவும் மோகனும் வந்து அழைத்துச் செல்வதாக ஏற்பாடு. மோகன் இப்போது மாநாடுகள் நடத்தித் தரும் நிறுவனத்தின் இரண்டாவது பெரிய பதவியில் இருக்கிறாராம். அவளுக்கும் ஜெர்மன் நிறுவனத்தின் தென்கிழக்காசிய விற்பனைப் பிரதிநிதி பதவி கிடைத்திருக்கிறது. இருவருக்கும் கண்டம் கண்டம் தாண்டும் பயணங்கள் அதிகம். பிறகு பார்ட்டிகள், இரவு நேர உபசரிப்புக்கள். வெளிநாட்டுப் பணிப்பெண்ணை மிக எளிதாக வேலைக்கு வைத்துக் கொள்ளலாம்தான். ஆனால் அவளை யார் கண்காணித்துக் கொள்வது.

மிகத் துல்லியமாகவும், மிகுந்த சாதுர்யத்தோடும் வார்த்தைகளையே மோகனும் பாமாவும் நிறுத்திவைக்க அறிந்திருந்தார்கள். பிள்ளையைப் பார்த்துக் கொள்வதிலும் அவனுக்குத் விருப்பமான உணவுகளைத் தயாரிப்பதிலும் படிப்புச் சொல்லித் தருவதிலும் தனது ஓய்வு நேரம் போய்விடுமா என்று சுகவனம் யோசிப்பது பாமாவுக்கும் மோகனுக்கும் தெரிந்தது. அறுபத்து நான்கு வயதில் மீண்டும் ஒரு குழந்தையைப் பராமரித்து வளர்க்கத் தனது உடம்புக்கு சக்தி உள்ளதா என்று அவர் சிந்திப்பதை மோப்பம் பிடித்துக் கொண்டார்கள்.

சுகவனத்தின் எதிரே கால்மீது கால்போட்டுப் பாமா அமர்ந்திருந்தாள். தன் தொடையில் பொருந்தாமல் அடிக்கடி மேலேறிக் கொண்டிருந்த தனது உடையை அடிக்கடிச் சரி செய்து கொண்டாள். சுகவனத்தின் வீட்டு விளக்குகளின் வெளிச்சத்தில் மிக

அழகான கத்தரிக்கப்பட்டுப் இளம்பழுப்பு நிறமேற்றப்பட்ட அவள் தலைமயிர் பவளம்போல் மின்னியது. சுகவனத்தின் முகத்திலிருந்து தனது கண்களை எடுக்காமலேயே பாமா பேசினாள்.

''நமக்கு இருக்குற கஷ்டம் மாமாவுக்குப் புரியாதா என்ன? அத்தை இருக்குறவரைக்கும் அவங்க எல்லாரையும் பார்த்துக்கிட்டாங்க. இப்ப மாமா மட்டும் சும்மா இருக்க முடியுமா? ராகேஷுக்கு மாமாவ விட வேற யாரு தமிழ்ப்பாடம் சொல்லித் தர முடியும்? அத்தைக்காக அவரோட சேமிப்புல இருந்த காசையும் சேம நிதி காசையும் மொத்தமா மாமா செலவு பண்ணதுக்கப்புறம் நீங்களும் நானும்தானே வீட்டுச் செலவு கரன்டு செலவு எல்லாத்தையும் பார்த்துக்குறோம்.'' மத்திய சேம நிதி ஊழியர்களின் வாழ்நாள் நிதி சேமிப்பு திட்டம். மருத்து செலவிற்காக இதிலிருந்து பணம் எடுக்க அரசாங்கம் அனுமதி தந்திருந்தது.

பாமாவின் மையிட்டு அலங்கரித்த கண்கள் அசாத்தியமான கனமும் திமிங்கலங்களின் வால் சுழற்சியைப் போன்ற சக்தியும் மிகுந்த கடலாழங்கள். கடைசி வரியைச் சொல்லிவிட்டு அவள் சுகவனத்தை உற்றுப் பார்த்தாள். பேச வாயெடுத்த மோகனை எதுவும் சொல்ல வேண்டாம் என்று கண் ஜாடையில் எச்சரித்தாள்.

பதினான்கு வயது வரைக்கும் தனக்கும் ஜெயக்கொடிக்கும் இடையில் ஒரே கட்டிலில் கால் அகட்டி வாயில் எச்சில் வழியத் தூங்கிக் கிடந்த மோகனையும் நீலாவையும் சுகவனம் நினைத்துக் கொண்டார். அப்பா அம்மாவைப் பார்க்காமல் பிள்ளை ஏங்கி விடுவான் என்ற தோரணையில் எதுவோ சொல்ல வாயெடுத்தார். ஆனால் மோகன் பாமா இருவரின் வியூகத்தினால் சுகவனத்தின் வார்த்தைகள் வெறும் சக்தியில்லாத அஸ்திரங்களாக ஒடிந்து

விழுந்தன. சுகவனம் தட்டுத் தடுமாறிச் சொல்வதையெல்லாம் மிகப் பொறுமையாக சிறிது நேரம் முகத்தில் ஒட்டியிருந்த புன்னகையோடு கேட்டுக் கொண்டிருந்த பாமா கையுயர்த்தி அவரை நிறுத்தினாள்.

"இப்ப எல்லாரும் பண்ணுறதுதான். நாங்க ராகேஷ்கிட்ட ஏற்கனவே பேசியாச்சு. அவனுக்கு ஒரு கம்ப்யூட்டர் கேம் வாங்கித் தந்தா இங்கத் தங்குறதுல பிரச்சனை இல்லனு சொன்னான். நீங்க எதையும் பேசி அவனைக் குழப்ப வேணாம்."

மோகனும் பாமாவும் அவர் வீட்டை விட்டுக் கிளம்பிய பின்னும் அவர்களுடைய கனமான இருப்பு வீட்டின் வரவேற்பறையெங்கும் சுகவனத்தால் அவிழ்க்க முடியாத பூடகமாக வெகு நேரம் நிலைத்திருந்தது.

முன்னாலும் இத்தகைய பூடகங்கள் இருந்தன. அவற்றையெல்லாம் எப்படிச் சிக்கலே இல்லாமல் ஜெயக்கொடி தீர்த்து வைத்தாள் என்பது சுகவனத்துக்கு அன்று முழுவதும் கேள்வியாகவே இருந்தது. உலகத்துக்கு எந்தப் பயனுள்ள விஷயத்தையும் போதிக்காதவள் என்றும் மிக முரணான முகலட்சணங்களைக் கொண்டவள் என்று அவர் கருதிய ஜெயக்கொடியின் உள்ளே ஆழத்திலிருந்து பெருகிய பொறுமையையும் கம்பீரமுமே அவளுக்கு இத்தகைய திறமையைத் தந்தன என்பதில் சுகவனத்துக்குச் சந்தேகமே இல்லாமல் தெரிந்தது.

ஜெயக்கொடி தன் வாழ்க்கையில் எத்தனை பெரிய பகுதியாய் இருந்திருக்கிறாள் என்று உணர்ந்து கொண்ட போதுதான் அவர் அவளுக்கு இழைத்திருக்கும் துன்பங்கள் எவ்வளவு பெரியவை என்பதும் சுகவனத்துக்குத் தெளிவாயின. ராமேஸ்வரத்துக்குச் சென்று

நூற்றியெட்டு முறைகள் கடலில் மூழ்கும் வேளையில் நிச்சயம் நீலக் கடலின் ஆழங்களில் மூழ்கியிருக்கும் தனது முகத்தில் வெள்ளி நிற ஜ்வாலைகள் தெறிக்கும் எல்லையில்லா ஜீவ சோதி சூழ்ந்தவளாய் ஜெயக்கொடி சிரித்த முகத்தோடு அவருக்கு எதிரே தோன்றுவாள் என்று அவர் நம்பினார்.

அதுவே அவருடைய எல்லாக் குற்றங்களுக்கும் வழங்கப்படும் மன்னிப்பாகவும் இருக்கக் கூடும்.

மகாசமுத்திரத்தின் குளிர்ந்த விஸ்தாரத்தைப்போலவும் நிபந்தனைகளில்லாத சுதந்திரத்தைப்போலவும் அவருக்கு வழங்கப்படவிருக்கும் அந்த மன்னிப்புக் குறித்த எதிர்ப்பார்ப்பே சுகவனத்துக்குள் ராமேஸ்வரத்துக்குச் சீக்கிரம் சென்றுவிடும் ஆசையை நீண்ட சோதிமிகுந்த விரல்களை நீட்டி ஆர்ப்பரிக்கும் காட்டுத்தீயாய் அவருக்குள் பெருகச் செய்தது.

✸✸✸

ராகேஷும் சுகவனமும் பள்ளிக்கூடத்தின் வாசலிலிருந்து மெல்ல மேடேறிச் செல்லும் சாலையில் மெல்ல நடந்து போனார்கள். பிற்பகல் வெயில் கண்களைக்கூச வைக்கும் வெள்ளித் தாம்பாளங்களாகவும் சிங்கப்பூர்த் தீவுக்கடியே மறைந்திருக்கும் கடல்நாகங்களின் உடம்பில் பூரித்து நிற்கும் செதில்களாகவும் பளபளத்தது. தீவின் மேற்குப் பகுதியிலிருக்கும் ஜுரோங்க் வட்டாரத்தில் இருக்கும் இரும்பு கடல்நாகம் ஒன்று புக்கிட் பாஞ்சாங்கோடு சேர்த்து புக்கிட் டீமா பகுதியிலிருந்து சிங்கப்பூரின் ஷாப்பிங் கேந்திரமான ஆர்ச்சர்ட் சாலை வரைக்கும் நீண்டிருக்கும் பூமி நாகம். தெற்கில் தீயின் வண்ணத்தோடு மற்றொன்று. மற்றும் முறையே தீவின் கிழக்குப்

பகுதியிலும் வடக்குப் பகுதியிலும் வசிக்கும் விறகு மற்றும் நீர் நாகங்கள்.

சட்டென்று புலப்படாவிட்டாலும் சிங்கப்பூர் குறைந்த உயரமே உடைய நீளமான கருங்கல் குன்றுகள் நிறைந்த பூமி. கடல் சார்ந்த நிலம். ஆனால் இதனடியிலிருக்கும் கடல்நாகங்கள் அசையாமல் நீண்ட தியானத்தில் கிடந்தன. சுற்றியிருக்கும் நிலப்பரப்புகளில் ஏற்படும் நில அதிர்வுகளோ பூகம்பங்களோ இங்கு ஏற்பட்டதில்லை. அந்த நிலங்களில் அடியிலுள்ள கடல்நாகங்கள் சீற்றமுள்ளவை என்றும் சிங்கப்பூர்த் தீவின் அடியிலுள்ள நாகங்கள் வரப்பிரசாதிகள் என்றும் சீன வாஸ்து முறையான ஃபெங் சுயீயைக் கற்றவர்கள் கொண்டாடினார்கள்.

புக்கிட் பஞ்சாங் பூமி நாகத்தின் வால் பகுதி. அந்த வால் பகுதியின் மேல் கட்டப்பட்ட ஒளிவீசும் கட்டடங்களில் ஒன்றில் சுகவனத்தின் நான்கறை வீடு இருந்தது. அதை நோக்கித்தான் தாத்தனும் பேரனும் நடந்து கொண்டிருந்தார்கள். புக்கிட் பஞ்சாங்கின் இந்தப் பகுதி அவ்வளவாகக் கட்டி முடிக்காமல் இருந்த காலத்திலேயே ஜெயக்கொடி இங்கு வீடு வாங்கலாம் என்று அடம்பிடித்து சுகவனத்தைச் சம்மதிக்க வைத்தாள். அவர்கள் திருமண வாழ்க்கையின் ஆரம்பக் காலம், அப்போதெல்லாம் ஆசிரியர்களை முடிந்தவரை வீட்டிற்குப் பக்கத்திலுள்ள பள்ளிகளில் பணிக்கு நியமிக்கும் வழக்கம் அதிகமாக இல்லை. புக்கிட் பஞ்சாங் பகுதியும் சுவா சூ காங் பகுதியும் இன்னமும் வளர்ச்சியடையாததால் குறிப்பிட்ட பள்ளிகளைத் தவிர அங்கு அதிகம் பள்ளிகளும் இல்லை. சுகவனம் மெக்ஃபெர்சன் சாலையில் புதிதாகக் கட்டப்பட்ட புதிய அரசாங்க உயர்நிலைப் பள்ளி ஒன்றுக்கும் ஜெயக்கொடி நகரத்தை

ஒட்டியிருந்த ஹெண்டர்சன் சாலையிலிருந்த பள்ளிக்கும் நியமிக்கப்பட்டார்கள். பத்தாவது மைலிலிருந்து அப்போது ஓடிக்கொண்டிருந்த சிங்கப்பூர் பஸ் சர்வீஸின் டப்பா வடிவத்தில் இருக்கும் சிவப்புக் கோடுகள் அடித்த வெள்ளை நிறப் பேருந்துகளில் ஏறித்தான் ஆள் நெரிசலில் சிக்கி நொந்து நகரத்தை நோக்கிப் போய் வேறு பேருந்துகளுக்கு மாறச் செல்ல வேண்டும்.

அப்போது தெக் வாயில் மோகனின் அப்பாவுடனும் அம்மாவுடனும் குடியிருந்ததால் வாடகைத் தொல்லையோ வீட்டுக் கடனோ இல்லை. ஆனால் அந்தப் பழைய வீடு சின்னது. திருமணமாகிச் சில வருடங்கள் கழிந்தும் சுகவனமும் ஜெயக்கொடியும் குழந்தைகள் பெற்றுக் கொள்ளாததை முன்னிட்டு ஆறுமுகமும் பவுனம்மாளும் இருவரையும் முதலில் ஜாடைமாடையாகவும் பின்னர் நேரடியாகவும் நச்சரிக்க ஆரம்பித்தார்கள்.

ஆறுமுகத்துக்கு துறைமுகத்தில் அதிகாலையிலேயே வேலை தொடங்கிவிடும். காலை ஆறு மணிக்கே அவரை கப்பல் கம்பெனி பேருந்து வந்து அழைத்துச் சென்றுவிடும். ஐந்து ஐந்தரைக்கு வேலை முடிந்தால் கெப்பல் சாலையிலிருந்து கிளம்பித் தெலுக் பிளாங்கா, புக்கிட் மேரா, பாசிர் பஞ்சாங், குவீன்ஸ்டௌன், ஜூரோங் என்று இல்லாத இடமெல்லாம் சுற்றி ஆறுமுகத்தை ஆறரை மணி ஆறே முக்காலுக்குத்தான் வீட்டிற்கே கொண்டு வந்து விடும். அப்போது பகல் வெளிச்சத்துக்கு ஏற்ப கடிகார நேரம் மாற்றி வைக்கப்படாத காலம், ஆறு மணி ஆறே காலுக்கே இருட்டிவிடும். கப்பலில் நாள் எல்லாம் சுத்தம் செய்த கச்சா எண்ணெயின் கசடெல்லாம் இவர்மீது ஒட்டி ஆறுமுகம் கசங்கிய தாளாக வீட்டில் வந்து நிற்பார்.

பவுனம்மாள் வீட்டில் கைவேலையாய்த்தான் ஒரு பொழுதைக் கழிக்க வேண்டியதாக இருக்கும். சில நேரங்களில் அக்கம் பக்கத்தில் வசிக்கும் மலாய், தமிழ், சீனப் பெண்களோடு வீட்டு வேலையெல்லாம் முடிந்த பிறகு வீட்டு வாசலின் முன் முக்காலிபோட்டுப் பேசிக் கொண்டிருப்பார். சில சமயங்களில் பத்தாவது மைலில் சின் ஹுவா தியேட்டர் பக்கமாக வசிக்கும் லோசனி அக்கா வீட்டுக்கு கூட்டுப் பிடிக்கப் போவாள். வீடுகளில் தொலைக்காட்சிகள் அதிகம் புகாத நேரம். மனிதர்கள் முக்கியமான நிகழ்ச்சிகள் என்றால் சமூக நிலையங்களுக்குப் போய் அங்கு வைக்கப்பட்டிருக்கும் பொது தொலைக்காட்சிகளில் பக்கத்தில் போடப்பட்டிருக்கும் நீண்ட மர பெஞ்சுகளில் அமர்ந்து பார்த்துவிட்டு வருவார்கள். புக்கிட் பஞ்சாங் சமூக மன்றத்தில் இந்தியக் கலை நிகழ்ச்சிகளும் போட்டிகளும் நடந்தன. தமிழக அரசியல், இலக்கிய ஆளுமைகள் சுமார் பத்து வருடங்களாகத் தொடங்கி அங்கு வந்து சொற்பொழிவு ஆற்றியிருந்தார்கள்.

ஆனால் ஈரச்சந்தை, முருகன் திருக்குன்றம், சமூக மன்றத்தின் தொலைக்காட்சி நிகழ்ச்சிகள், ஆடல் பாடல், சொற்பொழிவு என்ற எல்லாவற்றையும் பார்த்து முடித்ததும் ஆறுமுகத்துக்கும் குடும்ப விஷயங்களைக் கவலைப்படுவதே பெரும் சுவாரஸ்யமாகவும் அலுக்காத பொழுதுபோக்காகவும் இருந்தன.

தனம் ஏற்கனவே டெலிபோன் வயர்மேனாக வேலை பார்க்கும் குணசேகரனைத் திருமணம் செய்து கொண்டு குவீன்ஸ்டௌன் பக்கமாக குடி போய்விட்டாள். அவளுக்கு அப்போதுதான் முதல் பையன் பிறந்திருந்தான்.

ஆறுமுகம் பவுனம்மாள் இருவரின் நச்சரிப்பைத் தாங்காமல்

சுகவனம் இரவில் ஜெயக்கொடியிடம் கிசுகிசுத்தார். அவள் நிபந்தனை என்பதுபோல் ஒற்றை விரலை உயர்த்திக் காட்டினாள்.

''வீடு வாங்கலாம் சரிதான். அரசாங்கத்துல அதுக்கெல்லாம்தான் லோன் தராங்களே. ஆனா புக்கிட் பஞ்சாங்ல அப்படி என்ன இருக்குனு நினைச்சு இங்கயே வீடு வாங்கச் சொல்றனு எனக்குப் புரியவே இல்ல ஜெயா. கோவிலையும் ரயில் கம்பியையும் தாண்டுனா அந்தப் பக்கம் முழுக்கக் காடுதான். வெறும் கம்பம். அங்க வீடு வாங்கு, இல்லனா குழந்தை பெத்துக்க மாட்டேன்னு சொல்றது சுத்த முட்டாள்தனம்.''

அவர்கள் மிக தாழ்ந்த குரலில் பேச வேண்டியதாக இருந்தது. அடுத்த அறையில் படுத்திருந்த ஆறுமுகம் மார்புச்சளியால் லொக்கு லொக்கு என்று இருமுவது கேட்டது. மெல்லிய அட்டைத் தடுப்புகளின் கன அகலத்தோடுதான் வீட்டின் சுவர்கள் இருந்தன. குழந்தை பெற்றுக் கொள்வதற்கு மருமகள் நிபந்தனை போடுகிறாள் என்று அறிந்தால் ஆறுமுகமும் பவுனம்மாளும் உணர்ச்சியில் கொந்தளித்துவிடுவார்கள்.

ஜெயக்கொடி அவள் கால்விரல்நுனிகளில் சன்னல் கம்பிகளைத் தாண்டி வெள்ளி நிறத் தென்னங் கீற்றுகளாய் அசைந்து கொண்டிருந்த நிலவொளியை உற்றுப் பார்த்துக் கொண்டிருந்தாள். பிறகு மிக நிதானமான குரலில் பேசினாள்.

''நமக்குனு குழந்தைங்க பொறந்தா உங்க அப்பா அம்மா வீடு பத்தாது. ஆனா எங்க வேணும்னாலும் வீடு வாங்கிடுறதா. மனுஷங்களுக்கு எதாவது ஓர் இடத்துக்கிட்ட விசுவாசம் வேணும்ங்க. ஏதாவது ஒரு நிலத்துக்குள்ள நம்ம வேர்கள ஆழமா அனுப்பி, இது நம்ம பூமி, இது நம்ம தண்ணி, நம்ம பேச்சு, நம்ம சாப்பாடு, நம்ம

வரலாறுனு பிடிப்பு ஏற்படுத்திக்கணும். அப்பத்தான் வாழ்க்கையும் அர்த்தமுள்ளதா இருக்கும்னு எனக்குத் தோணுது. சின்ன வயசுலேர்ந்தே நான் இங்க வளர்ந்துட்டேன். இங்க இருக்குற ஒவ்வொரு சந்து பொந்தும் எனக்குத் தெரியும். இந்தப் புக்கிட் பஞ்சாங்குல எந்த நேரத்துல எந்தக் கோணத்துல சூரிய வெளிச்சம்படும்னு என்னால சொல்ல முடியும். இங்குள்ள மனுஷங்க எனக்கு பரிச்சயமானவங்க. யாரை நம்பலாம் யாரை நம்பக் கூடாதுனு எனக்குச் சுலபமாச் சொல்ல முடியும். ஆனால் மலேசியாவ விட்டு இங்க குடிவந்து இத்தன வருஷமாகியும் உங்க அப்பாவுக்கும் அம்மாவுக்கும் இது எல்லாம் பிடிபடல. இப்பவும் கூட அவங்க எப்பவும் ஏதோ ஒரு கலவரத்தோடயே திரியுறாங்க. சிங்கப்பூர் சின்ன தீவுதான். ஆனா இதோட ஒவ்வொரு பகுதிக்கும் வரலாறு இருக்கு, ஒரு குறிப்பிட்ட குணம் இருக்கு. ஊரு சின்னதாக இருக்குறதால எப்ப வேணாம் எங்க வேணா குடி புகுந்துடலாம்னு நினைக்குறது தப்புனு எனக்குத் தோணுது. ஒரு இடத்துல வேர் பாவாம சும்மா சுத்திகிட்டே இருக்குறது கொடுமைங்க. அப்படி இருக்குறவங்களால முழுமையான வளர்ச்சியடையவே முடியாது. நம்ம குழந்தைகளுக்கு அப்படிப்பட்ட கொடுமைய நாமளே தர வேணாமே. இந்த இடம் நிச்சயம் வளரும்னு எனக்குத் தோணுது."

கெஞ்சுவதுபோலப் பேசினாள். அவர் காலில் விழுந்த நிலவொளிக் கீற்றுகள் வேகமாய்த் தேய்த்த தீக்குச்சியிலிருந்து கிளம்பும் தீப்பந்துகளாய்ச் சுடர்விட்டன. அவற்றின் ஜொலிப்பில் லயித்திருந்த சுகவனத்துக்கு மேலும் பேசத் தோன்றவில்லை.

தோளில் கனமான புத்தகப் பையையும் கையிலேயிருந்த வயலின் கேஸையும் சுமந்து கொண்டு மேடான சாலையின் கடைசிப்

பகுதியிலேற ராகேஷ் சிரமப்பட்டான். வெயிலின் உக்கிரத்தினூடே இத்தனைச் சுமைகளையும் தூக்கிக் கொண்டு நடக்கும் முயற்சியில் அவன் மார்பு விம்மித் தாழ்ந்தது. அவனுடைய முகமும் கழுத்துப் பகுதியும் சுரந்து வழிந்து கொண்டிருந்த வியர்வையில் பளபளத்தன.

சுகவனம் எதுவும் சொல்லாமல் அவனிடம் தன் கையை நீட்டினார். இம்முறை எந்த எதிர்ப்பும் தெரிவிக்காமல் ராகேஷ் தனது முதுகில் சுமந்து கொண்டிருந்த பையை அவரிடத்தில் தந்தான். சுகவனம் காட்டு முயலைக் காதுகளால் தூக்குவதுபோல் பையின் உச்சிப் பகுதியைக் கையில் கெட்டியாய்ப் பிடித்துத் தூக்கி வந்தார்.

"பாட்டி ஏன்தான் இந்த மலைமேல வீடு வாங்கச் சொன்னாங்களோ..." என்று ராகேஷ் சலித்துக் கொண்டான்.

"தாத்தா நாம ஏன் தினமும் நடக்கணும்? எல்.ஆர்.டில போகலாம், இல்லனா பஸ்ஸுல போகலாம். டாக்ஸிகூட எடுக்கலாம் தாத்தா."

கையை நீட்டிக் கடந்து போகும் நீல நிற டாக்ஸியைக் கைகாட்டினான். புக்கிட் பஞ்சாங் வட்டாரத்தைச் சுற்றி எல்.ஆர்.டி எனப்படும் பறக்கும் ரயில் சேவை இருந்தது. ஆனால் எல்.ஆர்.டி வரும்வரை காத்திருந்து அதில் ஏறி வீட்டிற்குப் போவதைவிட நேரடியாக வீட்டுக்கே நடந்து போய்விடலாம் என்பது சுகவனத்தின் எண்ணம். பேருந்து அதற்குமேல் அசௌகரியம். புக்கிட் பஞ்சாங் வட்டாரத்தின் சந்துகளைச் சுற்றிவரும் பேருந்து சேவை எப்போது வரும், எப்போது வீடு போய்ச் சேருவோம் என்று தெரியாது.

"என் கூட்டாளிங்க எல்லாம் ஸ்கூல் பஸ்ஸுல போவாங்க தெரியுமா?"

தனக்கு முன்னால் இருந்த நடைபாதையை கூர்ந்து பார்த்தபடி

சித்துராஜ் பொன்ராஜ்

ராகேஷ் நடந்து கொண்டிருந்தான். ஒரு பக்கமாய்ச் சாய்ந்து சுகவனத்தின் பார்வையில் படும்படி மேலே பொங்கி நின்ற ராகேஷின் பிரகாசமான கன்ன மேட்டில் ஜெயக்கொடி தெரிந்தாள்.

திருமணமாகித் தெக் வாய் வீட்டிற்குக் குடி புகுந்த புதிதில் ஜெயக்கொடியும் நிறைய கேள்விகள் கேட்டாள்.

''சப்பாத்தெல்லாம் இப்படி வீட்டுக்கு வெளியில கிடக்கே. இதுகளை எல்லாம் எடுத்து வைக்க நல்ல அலமாரி எதுவும் இல்லையா?''

''சோப்பு டூத் பேஸ்ட்டெல்லாம் இப்படியே வச்சுக்கலாமா? டவல் தொங்கவிட ரேக்கு இருக்கா?''

''மளிகை சாமான்களை வைக்க பழைய பாட்டில் எதாவது இருக்கா அத்தை?''

ஜெயக்கொடி விவரங்கள் தெரிந்து கொள்வதற்காக மட்டுமல்ல செயலில் இறங்குவதற்கென்றே கேள்விகளைக் கேட்பவள். அவள் கேள்விகள் கேட்டு முடிக்கும் போதெல்லாம் வீட்டிலும் குடும்பத்திலும் ஏதேனும் மாற்றங்கள் செய்து விடுவாள். அப்படித்தான் தனது மனைவியாய் வீட்டிற்குக் குடிவந்த நாளிலிருந்து ஏதும் அறியாதவள்போல் சின்னச் சின்னக் கேள்விகளைக் கேட்டே வீட்டிற்குள் பல மாற்றங்களைக் கொண்டு வந்தாள். பத்தாவது மைலில் இருக்கும் சீன ஆசாரிக் கடையில் சொல்லி பால்ஸா விறகில் தயாரிக்கப்பட்ட மலிவான மூன்றடுக்கு உடைய சின்ன அலமாரி ஒன்றை வாங்கி வந்து அதில் வீட்டிலுள்ளவர்களின் காலனிகளை வைக்க ஏற்பாடு செய்தாள். வேலை முடிந்து வீடு திரும்பும்போது காலணிகளைக் கால்களிலிருந்து எட்டி உதைத்து வெவ்வேறு

திசைகளில் விட்டுச் செல்லும் ஆறுமுகம்கூட அவர் அப்படிச் செய்யும் ஒவ்வொரு முறையும் தனது மருமகள் அவற்றைப் பொறுமையாக எடுத்து வைப்பதைப் பார்த்துக் கொஞ்ச நாளில் செருப்புக்களை அலமாரிக்குள் எடுத்து வைக்கப் பழகிக் கொண்டார். வீட்டிற்குப் பொதுவாக இருந்த குளியலறையில் சோப்பு, டூத் பேஸ்த் எல்லாம் வைக்க முகம் பார்க்கும் கண்ணாடியுடன் கூடிய ரேக்கு ஆணியடித்து மாட்டி வைக்கப்பட்டது. அதனருகில் பொருத்தப்பட்ட ஒரு இரும்புக் கம்பியில் துண்டுகள் தொங்கின.

ஆனால் மனிதர்கள் மிருகங்களைப்போலவே வாசனை உணர்வு மிக்கவர்கள். ஓர் இடத்தின் சௌகரியத்தையோ ஒரு வீட்டின் சூழலையோ அதிலிருக்கும் பொருட்கள் மட்டும் தீர்மானிப்பதில்லை. காலணிகள் வைக்கும் அலமாரியில் ஒரு சின்ன தட்டை வைத்தாள். சாமிக்குப் போட்ட பூக்களை உலர வைத்து அவற்றை அந்தத் தட்டில் நிரப்பினாள். வீட்டிற்கு வாங்கும் சோப்பையும் ஷாம்புவையும் பல்வேறு வாசனைகள் உள்ளவையாகப் பார்த்து வாங்கினாள். சுகவனத்தின் பிறந்த நாளுக்கும் ஆறுமுகத்தின் பிறந்த நாளுக்கும் நல்ல மணமுள்ள ஓல்ட் ஸ்பைஸ் கோலோனை வாங்கிப் பரிசளித்தாள். ஜெயக்கொடியின் சேலைகளிலும், கழுத்தின் வளைவிலும், தோள் பட்டைகளிலும், அவளது கைவிரல் நுனிகளிலுமேகூட நித்தியமாக ஒரு சுகந்தம் நிறைந்திருந்தது. திருமணமாகிப் புது வீட்டுக்குள் வந்த சில நாட்களிலேயே அவள் வீடு பூராவும் கனமான மிக கதகதப்பான மணமாக வியாபித்துவிட்டாள். அவள் வாசனைதான் அவள் இறந்து இத்தனை நாளான பின்னரும் வீடெல்லாம் நிரம்பியிருக்கிறது.

ராகேஷ் தனது சிறிய கையை முஷ்டியாக்கிப் போகும் வரும் டாக்ஸிகளை எல்லாம் காட்டிக் கொண்டே வந்தான்.

‘‘டாக்ஸி எடுக்கலாம் இல்லையா தாத்தா? அம்மாவும் அப்பாவும் தினமும் ஆபீஸுக்கு டாக்ஸிலதான் போவாங்க.’’

சுகவனம் பதில் சொல்லாமல் நடந்து வந்தார். அவர் பதில் சொல்லாமல் நடந்து வருவதை ஒரு கணம் முகம் தூக்கி உற்றுப் பார்த்த ராகேஷ் சட்டென்று பேச்சை மாற்றினான். குழந்தைகள் பல வேளைகளில் பெரியவர்களைவிட நாசூக்கானவர்கள்.

‘‘தாத்தா, இன்னிக்கு எனக்குச் சொல்வதெழுதுதல் பயிற்சி தருவீங்க இல்லயா? தமிழ் டீச்சர் நான் நிறைய பிராக்டிஸ் பண்ணனும்னு சொல்லியிருக்காங்க.’’

தன் முகத்தைப் பார்த்துப் பார்த்துக் குறிப்பறிந்து பேசும் பேரனைப் பார்க்கச் சுகவனத்தின் மனம் கனிந்தது. நடந்துகொண்டே ராகேஷின் தலையை லேசாய்த் தடவிவிட்டார்.

‘‘நீ முதல்ல எல்லா வீட்டுப்பாடத்தையும் முடி. சாயந்திரம் தாத்தா சொல்வதெழுதுதல் பயிற்சி தரேன்.’’

பையன் சிறிய குதியலுடன் வந்தான்.

‘‘தாத்தா இன்னைக்காவது என்னோட புட்போல் ஆடுறீங்களா? கொஞ்ச நேரம்?’’

ராகேஷுக்குக் காற்பந்து பைத்தியம். பள்ளிக்கூடக் காற்பந்து குழுவில் சேரப் பாமாவிடம் எவ்வளவோ போராடிப் பார்த்திருக்கிறான். ஆனால் பாமா அதைத் தடுத்திருந்தாள். காற்பந்தாடும் முரட்டுப் பையன்களோடு சேர்ந்தால் ராகேஷ் கெட்டுப்போய் விடுவான் என்று அவள் அஞ்சினாள். அவனை புறப்பாடமாக வயலின் கற்கச் சொல்லிவிட்டாள். ஓய்வான நேரத்தில்

அண்டைவீட்டுப் பையன்களோடு ராகேஷ் காற்பந்து விளையாடக் கூட அனுமதி மறுக்கப்பட்டிருந்தது.

''இன்னைக்கு வேணாம் கண்ணு. தாத்தாவுக்கு உடம்பு கொஞ்சம் அசதியா இருக்கு.''

மீண்டும் வெயில் அவனுடைய பின்னந்தலையில் பெருநெருப்பாய்ப் பொங்கி நிற்கச் சில அடிகளுக்கு மௌனம்.

''தாத்தா நீங்க எப்பவும் உம்முன்னு இருக்கீங்க? ராமேஸ்வரம் போக முடியலயேனு வருத்தமா?''

சுகவனம் சிரித்தார். ராகேஷ் அவர் முகத்தை உற்றுப் பார்த்தபடி நடந்து கொண்டிருந்தான். அவன் நெற்றியில் வியர்வை வழிந்து கொண்டிருந்தது. சூரிய ஒளியில் பளபளத்த ராகேஷின் கண்கள் சுகவனத்தின் முகத்தை ஈயக் குண்டுகளாய்த் துளைத்தன.

சோமசுந்தரம் ராமேஸ்வரத்தைப் பற்றிச் சொன்ன நாளிலிருந்து சுகவனம் ராமேஸ்வரத்தைப் பற்றிய தகவல்களைச் சேகரிக்க ஆரம்பித்திருந்தார். வீட்டுச் சமையலறையில் இருந்த மேசையின் ஓர் ஓரமாக இதுவரை ராமேஸ்வரத்தைப் பற்றிச் சுகவனம் சேகரித்த கையேடுகள், வரைபடங்கள், நூலகத்திலிருந்து இரவல் வாங்கி வந்த புத்தகங்கள், இணையத்திலிருந்து படியெடுத்த தகவல்கள் எல்லாம் அடுக்கி வைக்கப்பட்டிருந்தன. மோகன், பாமாவோடும், நீலாவோடும் சுகவனம் ராமேஸ்வரத்துக்குப் போவதைப் பற்றிப் பேசிய பேச்சுக்களையும் அவன் கேட்டிருந்தான்.

''அதெல்லாம் ஒண்ணுமில்ல கண்ணு. எல்லாத்தையும் நல்லபடியா தயார் பண்ணிகிட்டுப் போகணும் இல்லையா. அதனாலதான் தாத்தா இன்னமும் போகாம இருக்கேன். சீக்கிரம் ராமேஸ்வரத்துக்குக்

கிளம்பிடுவேன்."

பொய் என்பது வெயிலைவிடக் கடுமையானது. வெயிலைப்போல் உடலில் பிரதிபலிப்பது. மனதுக்கும் உடலுக்கும் ஒரே நேரத்தில் வருத்தம் தருவது. சுகவனம் தெரிந்தே தனது மனதுக்குள் இல்லாத உற்சாகத்தையும் நம்பிக்கையையும் வரவழைத்துப் பேசினார். அவருடைய சொற்கள் நடக்கும்போது அவர்களுடைய காலடியில் தேய்ந்து நாலா புறமும் பரவிக் கலையும் சின்னஞ் சிறு சரளைக் கற்களாக எல்லாத் திசையிலும் தெறித்துக் கலைந்தன.

வீட்டிற்குப் போய்ச் சேர்வதற்கு இன்னும் சில நிமிடங்களே இருந்தன. ராகேஷ் சுகவனத்தின் கையை இன்னும் இறுக்கமாகப் பிடித்துக் கொண்டு எதுவும் பேசாமல் வந்தான். அவன் தலையைச் சாய்த்திருந்த கோணம் அவன் தீவிரமாய்ச் சிந்திக்கிறான் என்று சுகவனத்துக்குக் காட்டிக் கொடுத்தது.

வீட்டுக் கட்டடத்தின் நிழல் பெருகும் தரைத்தளத்துக்குள் நுழையும் நேரத்தில் ராகேஷ் பேசினான்.

"தாத்தா நீங்க ராமேஸ்வரத்துக்குப் போனீங்கனா என்னை யாரு பாத்துக்குவாங்க? அம்மாவும் அப்பாவும் உங்களப் போக விடுவாங்களா?"

சூடான மண்ணுக்குள்ளிருந்து உடலை உலுக்கிப் புறப்படும் மிக கனமான கடல்நாகம்போல் சிறு சிறு சுழல்களாய் எங்கிருந்தோ திடீரென்று வந்து புறப்பட்டுக் கட்டடத்தின் தரைத்தளத்துக்குள் புகுந்த உஷ்ணக் காற்று சொல்லில் அடங்காத ஆயாசத்தோடுஇருவரையும் சூழ்ந்து கொண்டது.

5

வாழ்க்கையில் அவ்வப்போது நடக்கும் விசித்திரமான நிகழ்வுகளால் பிரிந்து போகும் மனிதர்கள் விசித்திரமான சந்தர்ப்பங்களால் தற்காலிகமாகக் கூட்டுச் சேர்ந்து கொள்ளவும் செய்கிறார்கள்

வங்கி அதிகாரியாக வேலை பார்த்து வந்த நீலா வயதான ஆப்ரிக்கனைக் காதலித்துத் திருமணம் செய்து கொண்ட பிறகு பாமாவுக்கும் நீலாவுக்கும் இடையிலான பரஸ்பர வெறுப்பு மேலும் அதிகரித்தது. ஆனால் இந்த இரண்டு பெண்களுக்குமிடையே வளர்ந்து கெட்டிப்பட்டிருந்த பகைமையின் வேர்கள் மிகவும் சிக்கலானவை என்றாலும்கூட அவை எந்த ஆழமான காரணமும் இல்லாதவை என்பதாகவே சுகவனத்துக்குத் தோன்றியது.

பாமாவும் நீலாவும் ஏறத்தாழ ஒத்த வயதுடையவர்கள். பாமா நீலாவைவிட இரண்டு வயதுதான் பெரியவள். இருவரும் முகக்கவர்ச்சியையும் பேச்சுச் சாதுர்யத்தையும் முக்கியத் தகுதிகளாகக் கொண்ட வேலைகளில் இருந்தார்கள். பாமா ஜெர்மன் நிறுவனம் தயாரிக்கும் இரத்த அழுத்த, சர்க்கரை நோய் மருந்துகளைத்

தென்கிழக்காசிய நாடுகளில் இருக்கும் மருத்துவமனைகளிடமும் மருத்துவர்களிடமும் அதன் அருமை பெருமைகளைக் கூறி விற்று வந்தாள். இரத்த அழுத்தம் மற்றும் சர்க்கரைத்திரைகள் வாழ்நாள் செலவு சம்பந்தப்பட்டவை. இந்த மாத்திரைகளை சில வாரங்கள் எடுத்துக் கொள்ளும் நோயாளி அதனை எளிதில் விட முடியாது. திடீரென மாத்திரை எடுத்துக் கொள்வதை விட்டுவிட்டால் உயிருக்கு ஆபத்து என்று மருத்துவர்கள் எச்சரிப்பார்கள்.

நோயாளிகளிடம் தனது மாத்திரைகளைப் பரிந்துரை செய்யும் மருத்துவர்களுக்கு ஜெர்மன் நிறுவனம் ராஜோபசாரங்களைக் கொடுக்கத் தயாராய் இருந்தது. மருத்துவர்களை மாநாடு என்ற பெயரில் உலகின் மிக அழகான நகரங்களுக்கும் கடற்கரைகளுக்கும் அழைத்துச் சென்று விருந்து வைத்தது. அவர்கள் போக வரத் தேவைப்படும் செலவுகளையும் ஏற்றுக் கொண்டது. ஜெர்மன் நிறுவனம் தென்கிழக்காசிய மருத்துவர்களுக்கு நடத்தும் விருந்து உபச்சாரங்களுக்கு பாமாதான் இனிய சொற்களைச் சொல்லி வரவேற்கும் முகமாகவும், நிகழ்ச்சிகளை நடத்தித் தரும் கைகளாகவும், மருத்துவர்களின் சின்னச் சின்னத் தேவைகளை ஓடி ஓடிப் பூர்த்திச் செய்யும் கால்களாகவும் இருந்தாள். மருத்துவர்கள் மாத்திரைகளை வாங்கும் அளவை நம்பித்தான் அவளுடைய சம்பளத்தின் கணிசமான பகுதி இருந்தது.

நீலாவின் வேலை மிகப் பெரும் பணக்காரர்களை அவளுடைய வங்கியில் பணத்தை சேமித்து வைக்கவும், அவளுடைய வங்கி அறிமுகப்படுத்தும் வகைவகையான முதலீட்டுத் திட்டங்களில் அவர்களுடைய பணத்தை முதலீடு செய்யவும், வேறு வங்கிகளில் அவர்கள் பணம் போட்டு வைத்திருந்தால் அதை இவள் வங்கிக்கும்

மாற்றத் தூண்டுவது. விற்கும் பொருள்தான் வேறு அன்றி வாடிக்கையாளர்களைக் கவர பன்னாட்டு வங்கியும் பன்னாட்டு மருந்து நிறுவனமும் அதே உத்திகளைத்தான் பயன்படுத்தின. அந்த உத்தியின் கூரிய முனைகளாக இருந்த பல்லாயிரம் விற்பனை அதிகாரிகளில் ஒருவராக வேலை செய்த பாமாவுக்கும் நீலாவுக்கும் முகக் கவர்ச்சியையும் பொலிவான தோற்றத்தையும் நம்பியிருக்கும் ஒரு துறையில் வேலை செய்யும் பழுப்பு நிறமுடைய மத்திய வயதுப் பெண்களின் அத்தனை போதாமைகளும், சவால்களும், அச்சங்களும் இருந்தன. ஒரு வேளை அவர்கள் இருவரும் தாங்கள் வேலையில் சந்திக்கும் போராட்டங்களைப் பற்றி எப்போதேனும் மனம்விட்டுப் பேசியிருந்தால் மிக நெருங்கிய தோழிகளாகியிருப்பார்கள்.

ஆனால் மனித மனம் வாழ்க்கை அதற்கு முன் எடுத்துப் போடக்கூடிய எந்தவிதமான சந்தர்ப்பச் சூழ்நிலையைவிடவும் மிக விசித்திரமானது. ஒரே வேலையில் ஒரே வகையான பிரச்சனைகளை எதிர்நோக்கும் சம நிலையில் உள்ளவர்களுக்கு இடையில்தான் மிகப் பெரிய பகைமைகளும் வருகின்றன. நீலா தனது அண்ணியை மேனா மினுக்கி என்றும் புதுப்பணக்காரி என்றும் வெறுத்தாள். பாமா தனது கணவனின் தங்கையை இங்கிதமறியாதவள் என்று ஒதுக்கினாள்.

ஜெயக்கொடி உயிரோடிருக்கும்வரை இருவருக்குமிடையே உள்ள வெறுப்பு கைமீறிப் போனதில்லை. எலியும் பூனையுமாக மகளும் மருமகளும் இருந்தாலும்கூட அவர்களை ஒன்று சேர்க்கும் சாமர்த்தியம் ஜெயக்கொடிக்கு இருந்தது. நீலாவின் காதல் விவகாரம் மிகத் தெளிவாக போட்டு உடைக்கப்பட்ட பிறகு தனது பிறந்த வீட்டின் மொத்த மானமுமே பறிபோய்விட்டதாகத் தாவிக் குதித்த பாமாவையும் அவள் பெற்றோரையும்கூட ஜெயக்கொடி

ஸ்ரீநிவாஸப் பெருமாள் கோவில் மண்டபத்தில் நடந்த திருமணத்துக்கும் விருந்துக்கும் வர வைத்தாள்.

நீலாவின் கல்யாணத்துக்கென்றே பிரத்யேகமாக வேறொருக் கோவிலிலிருந்து அழைத்துவரப்பட்ட புரோகிதர் தரையில் அமர்ந்திருந்தார். அவர் முன்னால் முக்கோண வடிவத்தில் இருந்த ஒரு வெண்கலத் தொட்டிக்குள் அக்கினி வளர்த்து மந்திரங்கள் முணுமுணுத்தபடியே அதற்குள் ஆகுதிகளை இட்டார். நெருப்புக்குப் பின்னால் சிம்மாசனம்போல் வடிவமைக்கப்பட்ட சிவப்பு வெல்வெட் நாற்காலியில் தலையைச் சுற்றி வெள்ளைப் பட்டு தலைப்பாகை கட்டிச் சிறுச் சிறு கண்ணாடிகள் பதித்த வெள்ளை ஜிப்பாவும் வெள்ளை கால்சட்டையும் அணிந்து மால்கம் அமர்ந்திருந்தான். தலையில் கட்டியிருந்த தலைப்பாகையின் முன்பகுதியில் மூன்று சரங்களாய்ப் போலி முத்துக்கள் மாட்டப்பட்டு அவருடைய வலது பக்கத்திலிருந்து பெருகிக் கொண்டிருந்த மின்விசிறிக் காற்றில் லேசாய் அசைந்து கொண்டிருந்தன. ஜிப்பாவின் முன் பக்கத்தில் கொல்லென்று காட்டுப்பூக்கள் பூத்ததுபோல் ஒன்றோடொன்று பின்னியும் பிரிந்தும் தங்க ஜரிகை வேலைப்பாடுகள். காலில் வெள்ளைக் காலணி. ராஜா காலத்துக் காலணியைப்போல முன்னால் கூரிய முனையோடு. மால்கம் அணிந்திருந்த வெள்ளை உடைகள் அவனுடைய கறுப்பு நிறத்தை எடுத்துக் காட்டியது.

நீலா குஜராத்தி பாணியில் வெளிர் நிற நீலச் சேலை அணிந்திருந்தாள். நெத்திச் சுட்டி, பெரிய தோடுகள், பெரிய வளையம்போன்ற கல்யாண மூக்குத்தி, புல்லாக்கு எல்லாம் அசைய கையில் திருமண மாலையை உயரத் தூக்கியபடித் தோழியர்கள் புடைசூழ மண்டப வாசலிலிருந்து மணவறை வரைக்கும் ஏதோ

சினிமாப் பாட்டுக்குச் சிரித்த முகத்தோடு மெல்ல எட்டு வைத்து ஆடிக் கொண்டே வந்தாள்.

புரோகிதர் பழக்கப்பட்டவர். கையிலிருந்த தங்கக் கைகடிகாரம் ஒரு கணம் சுடர்விட்டு அடங்க இடது தோளில் கிடந்த பட்டு வஸ்திரத்தை ஒரு முறை சரிசெய்து கொண்டாரே ஒழிய மணமகனையோ மணப்பெண்ணையோ முகூர்த்தம் முடியும்வரை ஏறெடுத்துப் பார்க்கவில்லை. சுகவனமும் ஜெயக்கொடியும் திருமணத்துக்கும் தங்களுக்கும் எந்தச் சம்பந்தமுமே இல்லாதவர்கள்போல் மணவறையின் ஓர் ஒரமாகச் சர்வமும் ஒடுங்கிப்போய் நின்றிருந்தார்கள். மால்கமின் அப்பாவும் அம்மாவும் இப்போது எங்கிருக்கிறார்கள் என்று தெரியவில்லை. அதனால் திருமணத்துக்கு வரவில்லை.

நீலா ஆடிக் கொண்டே மண்டபத்துக்குள் வந்த போது கூட்டத்தில் ஏற்பட்ட சலசலப்புக்கும் ஆரவாரத்துக்கும் இடையே முதல் வரிசையில் அமர்ந்திருந்த சிவபாலனும் சம்பந்தி வீட்டுக்காரர்களில் சிலரும் கொல்லென்று சிரித்துவிட்டு சொன்ன வார்த்தைகள் காற்றில் கரைந்து வந்து சுகவனத்தின் காதுகளில் கேட்டது - ''மாபோக் லா''.

ஆனால் இத்தகைய விஷயங்கள் அஸ்திவாரங்களை அசைக்கக் கூடியவையாக இருந்ததில்லை. ஜெயக்கொடி உயிருடன் இருந்த வரைக்கும் ஒவ்வொரு ஞாயிற்றுக்கிழமையும் மோகன் பாமாவோடும், நீலா மால்கமோடும் எந்தவித மறுப்புச் சொல்லாமல் மதிய சாப்பாட்டுக்கு வீட்டுக்கு வந்துவிடுவார்கள். முதலில் மோகனைத் திருமணத்துக்குச் சம்மதிக்க வைத்ததில் பயன்படுத்தியது போலத்தான் இதிலும் ஜெயக்கொடி ஏதோ தனிப்பட்ட சாதுர்யத்தைப் பயன்படுத்துகிறாள் என்றுதான் சுகவனம் நினைத்தார். ஆனால் பல

வருடங்களுக்கு முன் தீபாவளிக்கு முன்னால் ஓர் இரவு ஜெயக்கொடியும் பாமாவும் நீலாவும் சமையலறையில் ஒன்றாக அமர்ந்து முறுக்குச் சுட்டுக் கொண்டிருந்ததைப் பார்த்தபோதுதான் சுகவனத்துக்கு எல்லாம் புரிந்தது.

பாமாவும் நீலாவும் ஜெயக்கொடியைச் சுற்றி வெவ்வேறு திசைகளில் வெவ்வேறு திக்குகளைப் பார்த்தபடி அமர்ந்திருந்தார்கள். இருவரும் எதுவும் பேசிக் கொள்ளவில்லை. அவர்கள் இருவரின் முகங்களிலும் கோபமும் வெறுப்பும் இருந்தது. ஆனாலும் அவர்கள் ஒன்றாய் வேலை செய்வதைப் பார்த்த சுகவனத்துக்கு ஜெயக்கொடியின் சாமர்த்தியம் பேச்சாலோ பாசமான செய்கைகளாலோ மனிதர்களை இணைப்பதில் இல்லை என்பதை அறிந்து கொண்டார். ஜெயக்கொடியின் திறமையெல்லாம் மனிதர்களைத் தக்க நேரத்தில் தக்க இடத்தில் வைத்துப் பின்பு சரியான நேரத்தில் அவர்களை நகர்த்திக் கொண்டிருப்பதில்தான் இருந்திருக்கிறது. இதை அறிந்தவுடன் சமையலறையிலிருந்த வாஷ் பேசினுக்குப் போய் அதற்குள் நெஞ்சை இரண்டு மூன்று முறை பலமாக எக்கிக் காறித் துப்பியது சுகவனத்துக்கு நன்கு ஞாபகம் இருக்கிறது.

பொதுவாக இனிப்புக்களைத் தவிர்த்து முறுக்கு, சீடை, மிக்சர்களையே சாப்பிடும் சுகவனத்துக்கு அந்தத் தீபாவளிக்கு முறுக்குகளைத் தொட வேண்டுமென்று சுகவனத்துக்குத் தோன்றவில்லை. இதை லட்சியப் பிடிப்புள்ள நிலைப்பாடாகவே கருதிச் சுகவனம் தீபாவளி முழுவதும் கடைப்பிடித்தார்.

தீபாவளி முறுக்குச் சுட்டுக் கொண்டிருந்த நாளில் பாமாவும் நீலாவும் வெவ்வேறு திக்குகளைப் பார்த்தபடி அமர்ந்திருந்தது

போலவே மோகனும் நீலாவும் தங்கள் ஜோடியர்களும் அமர்ந்திருந்தார்கள்.

ஞாயிற்றுக்கிழமை மாலை. ராகேஷைச் சுகவனத்தின் வீட்டில் விட்டுப் போகும் ஏற்பாடு அமலுக்கு வந்திருந்து ஒரு வாரமே ஆகியிருந்தது. அதற்கு முந்திய நாள் சனிக்கிழமை சிவன் கோவிலில் சோமசுந்தரத்தைச் சந்தித்து வீடு திரும்பியதிலிருந்து சுகவனத்தை இரவு நேர சன்னலோரமாக அமர்ந்து என்றைக்குமே காணக் கிடைக்காத நட்சத்திரங்களைக் கண்டுவிட்டது போலவும், பூக்கவே பூக்காது என்று நினைத்திருந்த வீட்டுப் பூச்செடிகள் பூத்திருக்க அவற்றை வீட்டின் அழகான பகுதிகளுக்கு மற்றவர்களின் பார்வையில் படும்படி நகர்த்தி வைப்பதைப் போலவும் ரகசியக் குதூகலம் பற்றிக் கொண்டுவிட்டது. அவர் உதடுகள் ஓசையின்றி ராமேஸ்வரம், ராமேஸ்வரம் என்று உச்சரித்துக் கொண்டிருந்தது. எதிலிருந்தோ விடிவுகாலமாய் அந்த ராமேஸ்வரப் பயணம் அமையப் போவதாய் சுகவனத்தின் மனம் அவருக்குப் படித்துப் படித்துச் சொல்லிக் கொண்டிருந்தது.

சில மணி நேரங்களாகத் தனக்குள் பொங்கிக் கொண்டிருந்த உற்சாகத்தைப் பொறுத்துக் கொண்ட சுகவனம் இரவு பத்து மணிக்கு ராமேஸ்வரம் சென்று அம்மாவுக்காக நூற்றியெட்டு முழுக்குகள் போடப்போகும் தனது திட்டத்தைக் குறுஞ்செய்தியாக மோகனுக்கும் பாமாவுக்கும் அனுப்பினார். அவரிடமும் இருந்தது அதிநவீன திறன்பேசி அல்ல. முதுமை காரணத்தால் மங்கி வரும் தனது கண்பார்வையைக் கருதிப் பொத்தான்கள் துருத்திக் கொண்டிருக்கும் பழைய 'நோக்கியா' தொலைபேசியையே சுகவனம் தொடர்ந்து பயன்படுத்தி வந்தார். அப்போதும் கூட எழுத்துக்கூட்டி அடிப்பது,

தட் தட் என்று மெதுவாகவே தொலைபேசித் திரையில் விழுந்தது. செய்தியை அடித்து அனுப்பியபோது ஆள்காட்டி விரலின் நுனி ஏகமாய் வலித்தது.

அவர் அனுப்பிய குறுஞ்செய்திக்கு மோகனோ பாமாவோ பதில் போடவில்லை.

மாலையில் முதலில் மோகனும் பாமாவும்தான் வந்தார்கள். முதன்முறை ராகேஷை அவருடைய வீட்டில் விட்டுவிட்டுச் செல்ல வந்தபோது மோகனும் பாமாவும் சில நிமிடங்கள்தான் வீட்டில் இருந்தார்கள். பாமா ராகேஷ் படுக்கவும் படிக்கவும் பயன்படுத்தப் போகும் பழைய படிப்பு அறையைப் போய் ஒரு சுற்றுப் பார்த்து வந்தாள். அறைக்குள் அப்போது விழுந்து கொண்டிருந்த அந்திநேர சிவப்பு வெளிச்சத்தில் மோப்பம் பிடிக்கும் வேட்டை நாயின் செயல்போலவே பாமாவின் பெரிய மூக்கு அடிக்கடி விடைத்து அடங்குவதைச் சுகவனம் கவனித்தார். ஆனால் எதுவும் பேசாமல் இருந்தார். ராகேஷ் கையோடு எடுத்து வந்திருந்த புத்தகப் பையையும் ஒரு வாரத்திற்குத் தேவையான துணிமணிகளையுடைய ஜிப் வைத்த பெரிய பையையும் தனது காலடியில் வைத்துக் கன்னத்தில் கைவைத்துக் கொண்டு தரையை உன்னிப்பாகப் பார்த்தபடியே அமர்ந்திருந்தான். மோகன் எதுவும் சொல்லவில்லை. வீட்டைப் புதிதாகப் பார்ப்பதுபோல் நின்றபடி கண்களையோட்டிக் கொண்டிருந்தான்.

ஆனால் இம்முறை வீட்டிற்குள் நுழைந்ததும் சோபாவில் ராகேஷோடு அமர்ந்து கொண்டார்கள். மோகனின் தலைமுடி கலைந்திருந்தது. கன்ன மேட்டில் அதீதமான மினுமினுப்பு. கசங்கிய போலோ டீ சட்டையும், முக்கால் சட்டையும் அணிந்திருந்தார். அவன்

கண் ரப்பைகள் கறுப்பேறி வீங்கியிருந்தன. பாமா அடிக்கடி கொட்டாவி விட்டாள். கைத்தொலைபேசியைக் கையில் வைத்துக் கொண்டு மிக அவசரத்தில் இருப்பவள்போல் அடிக்கடி உதடுகளால் சின்னச் சின்னச் சத்தங்களை எழுப்பிக் கொண்டிருந்தாள். அவர்கள் முகத்தை ஆவலோடு பார்த்தபடி எதிரில் அமர்ந்திருந்த சுகவனத்திடம் எதுவும் பேசவில்லை. அவர்கள் யாருக்காகவோ காத்திருப்பதுபோல் வாசல் கதவை அடிக்கடி பார்த்துக் கொண்டார்கள். ராகேஷ் அறைக்குள் போனான். மோகன் தொலைக்காட்சியின் ரிமோட் கருவியை எடுத்துச் சட் சட்டென்று சானல்களை மாற்ற ஆரம்பித்தான்.

அரைமணி நேரம் கழித்துப் நீலாவும் மால்கமும் வந்தார்கள். அவர்களுடன் ஒன்றரை வயது ஜேசிந்தாவும் வந்திருந்தாள். உப்பிச் சுடர்விட்ட செழுமையான காபி நிறக் கன்னங்களோடும் இரண்டு பக்கமும் சற்றே மேலெழுந்த மாதிரி நீட்டிக் கொண்டிருந்த இரட்டை ஜடையில் வண்ணமயமான பல ரப்பர் பாண்டுகள் ஜொலிக்க அசல் ஆப்ரிக்கக் குழந்தையைப்போல இருந்தாள். சுகவனத்தைப் பார்த்தவுடன் அழகிய முத்துக்கள்போன்ற பெரிய வெள்ளைப் பற்கள் தெரியச் சிரித்து 'தாத்தூ' என்ற சொல்லோடு வந்து அவர் மடியில் ஏறிக் கொண்டாள். மால்கமின் முகத்தில் நரைமுடி முள்தாடியாய் வளர்ந்திருந்தது. நீலா இடது தோளிலிருந்து சதா நழுவிக் கொண்டிருந்த சிவப்பு நிற ஆடையில் இருந்தாள். உடம்பு நன்றாகவே பெருத்திருந்தது.

வீட்டிற்குள் நுழைந்த நீலா எதுவும் சொல்லாமல், அண்ணனையும் அண்ணியையும் பார்க்காதவள் மாதிரியே உள்ளே போய் சமையலறை நாற்காலியைப் பெரிய சத்தத்துடன் இழுத்துப் போட்டு அமர்ந்தாள். முகத்தில் குதூகலமான சிரிப்புடன் சுகவனத்திடம்

கைகுலுக்க வந்த மால்கம் நீலாவின் முகத்தைப் பார்த்துச் சிரிப்பை அடக்கிக் கொண்டான். சுகவனத்தின் கைவிரல்களை மட்டும் லேசாய்த் தொட்டுவிட்டு அவனும் சமையலறையில் சென்று அமர்ந்து கொண்டான்.

கொஞ்ச நேரம் யாரும் பேசாமல் இருந்தார்கள். பின்பு சமையலறையில் அமர்ந்திருந்த நீலாவே பேச்சைத் தொடக்கினாள்.

''நீங்க அனுப்புன மெசேஜ் பார்த்தோம்.''

அவள் குரல் பின்னாலிருந்து வந்ததால் முதலில் அது தன்னைத்தான் குறி வைக்கிறது என்று சுகவனத்துக்குத் தெரியவில்லை. தொடைகளின்மீது அமர்ந்திருந்த பேத்திக்குத் தொடையை அசைத்து யானைச் சவாரி செய்து வைத்துக் கொண்டிருந்தார். மீண்டும் ஒரு முறை யானையைப்போல் பிளிறல் சத்தம் போடப்போன வேளையில் நீலா தனது கேள்வியை மீண்டும் கேட்கவே சுகவனத்துக்கு இவர்களின் வருகையின் காரணம் தெள்ளத் தெளிவாய்ப் புரிந்து போயிற்று. முன்னால் அமர்ந்திருந்த மோகனை ஏறெடுத்துப் பார்த்தார். அவன் வீங்கிய கண் ரப்பைகளை இரண்டு உள்ளங்கைகளாலும் தேய்த்துக் கொண்டிருந்தான்.

''அதான் கேட்கிறேன் இல்ல. எதுக்கு ராமேஸ்வரம்?''

வெறும் அசரீரியாய் ஒலித்த நீலாவின் குரல் சுகவனத்துக்குள் பல எண்ண அலைகளைக் கிளறியது. மோகனும் நீலாவும் கைக்குழந்தைகளாக இருந்த போதுகூட சுகவனம் அவர்களோடு அதிகமாக விளையாடியது இல்லை. ஜெயக்கொடிதான் எல்லாவற்றையும் பார்த்துக் கொள்வாள். ஜெயக்கொடி நிச்சயமாகக் குழந்தைகளைப் பார்த்துக் கொள்ள முடியாதபடி குளிக்கப்

போயிருக்கும்போதோ சமையல் வேலையாக இருக்கும்போதோ மட்டும்தான் சுகவனம் அவர்களைத் தன்னோடு வைத்திருப்பார். அந்த நேரங்களில்கூட குழந்தைக்கும் தனக்கும் பெரிதாக எந்தவிதமான தொடர்பும் இல்லை என்பதுபோலத்தான் அவருடைய முகம் இருக்கும். குழந்தையை இரண்டு கைகளாலும் பிடித்து தன் மடியில் உடம்பிலிருந்து கொஞ்சம் தள்ளியவாறே வைத்து அமர்ந்திருப்பார். புதிதாய் வாங்கிய பேனசானிக் தொலைக்காட்சியில் காற்பந்து, அமெரிக்க மல்யுத்தம் என்று ஏதாவது நிகழ்ச்சி ஓடும். இல்லை வானொலியில் பாட்டுகள் கேட்டுக் கொண்டிருக்கும். குழந்தை தனக்குள் எதையோ பேசிக் கொண்டு, தாவாக்கட்டையில் எச்சில் வழிய விரல்களைப் பின்னிப் பின்னி ஏதேனும் விளையாடும். ஜெயக்கொடி குளியலறையில் வெளியே வந்தவுடன் அவசரமாக அவள் கையில் குழந்தையை ஒப்படைத்துவிடுவார். அவளும் மோகனையும் நீலாவையும் தன்னோடு சமையலறையில் வைத்துக் கொண்டு அவர்களுடன் பேசியபடியே வீட்டு வேலைகளைப் பார்ப்பார்.

ஜெயக்கொடி தன்னிடம் குழந்தைகளைக் கொடுத்துவிட்டுப் போன நேரத்தில் குழந்தைகள் அழுதாலோ, சிறுநீர் மலஜலம் கழிக்கப் போக வேண்டும் என்று சொன்னாலோ சுகவனத்துக்கு அசாத்தியமான கோபம் வந்துவிடும். பற்களை நறநறவென்று கடிப்பார். கண்களை இடுக்கி வைத்துக் கொண்டு மிகத் தன்மையான குரலில் ‘அம்மா வந்துடுவாங்க, தூங்கு தூங்கு’ என்பார். குழந்தைகள் தூங்கவில்லை என்றால் நேரமாக ஆக அவர் குரல் உயரும். குழந்தையை மேலும் இறுக்கமாகப் பிடித்துக் கொண்டே ஜெயக்கொடியை வாய்க்கு வந்த வார்த்தைகளால் திட்ட ஆரம்பிப்பார். குழந்தையின் உடம்பைச் சுற்றி

இருக்கும் அவர் கரங்கள் மேலும் இறுகும்போது மோகனோ நீலாவோ வீல் என்று அழ ஆரம்பிப்பார்கள். இது சுகவனத்தை மேலும் கலவரப்படுத்தும். நனைந்த உடம்பில் நழுவிக் கொண்டோடும் ஆடைகளை அள்ளிப் போட்டுக் கொண்டு குளியலறையில் இருந்து ஓடிவரும் ஜெயக்கொடி சுகவனத்தின் கைகளிலிருந்து அள்ளிக் கொண்டு போவாள். பிரசவ லீவு முடிந்து ஜெயக்கொடி மீண்டும் பள்ளிக்கூடத்துக்குப் போன பிறகு மோகனும் நீலாவும் பாட்டியின் வீட்டில் வளர்ந்தார்கள்.

மோகனோடும் நீலாவோடும் விளையாடிய ஒரே ஒரு விளையாட்டு மட்டும் சுகவனத்தின் நினைவில் நிலைத்திருந்தது. மோகனுக்கு ஆறு வயதும் நீலாவுக்கு மூன்று வயதுமாகி இருந்த போது சுகவனத்தின் அம்மா பழைய சு சூ காங் பாசாருக்குப் பக்கதிலிருந்த மலையாளி காக்கா கடையிலிருந்து இருவருக்கும் தண்ணீர் பிஸ்டல்களை ஐம்பது காசுக்கு வாங்கிக் கொடுத்திருந்தாள். கைலி கட்டிய பழைய காக்கா சந்தைக்கு அருகே எல்லோருக்கும் அறிமுகமான முகமாக இருந்தார். அவர் கடையில் பத்துக் காசுக்குக் குழந்தைகள் விளையாடும் கண்ணாடிக் கோலி குண்டிலிருந்து எவர் ரெடி பேட்டரி, இருமல் மருந்தில் கலரிலிருக்கும் ஸினால்கோ பானம், பத்துப் பதினைந்து வகையான பிஸ்கட்டுகள் என்று எல்லாப் பொருள்களும் கிடைத்து வந்தன. மாலை நேரத்தில் அபூர்வமாக சுகவனம் குழந்தைகளை வீட்டுக்கு அழைத்துக் கொண்டு போக வரும் நேரத்தில் தண்ணீர் நிறைந்திருக்கும் பிளாஸ்டிக் பிஸ்டலை மோகனும் நீலாவும் அவர் முன் நீட்டி சுடுவதுபோல் வாயால் சத்தம் எழுப்புவார்கள். மற்ற எல்லா நேரத்திலும் குழந்தைகளிடம் விறைப்பாகவே இருக்கும் சுகவனம் அந்த ஒரு நேரத்தில் மட்டும்

கண்கள் செருக, பிரீப் கேஸ் பிடித்த கைகள் தலைக்கு மேல் உயரக் குண்டடி பட்டுச் சாவதுபோல் பாவனை செய்வார்.

குழந்தைகள் கண்களைக் குறுக்கிப் பலமாகச் சிரிப்பார்கள். சுகவனத்தின் முகத்தில் சிரிப்பிருக்காது. ஆனால் தன் குழந்தைகளின் கையாலேயே சுடப்பட்டுச் சாவதுபோல் நடிப்பது நாள் முழுக்கப் பள்ளிக்கூடப் பாடங்களோடு போராடிவிட்டு வீடு திரும்பும் சுகவனத்துக்குப் பிடித்திருந்தது. பல நேரங்களில் மோகனும் நீலாவும் பீதியடைந்த முகங்களோடு அவரை வந்து உலுக்கிக் கெஞ்சும்வரையிலும்கூட சுகவனம் கண்கள் செருகியபடி அசையாமல் நின்றிருப்பார்.

சுகவனம் நீலாவின் கேள்விக்கு என்ன பதில் சொல்வது என்று யோசித்தவாறு கண்களை இரண்டு மூன்று முறைகள் மெல்ல மூடித் திறந்தார்.

‘‘அம்மாவோட ஆத்மா சாந்தியடையணும்னா ராமேஸ்வரத்துக்குப் போய் கடல்ல நூத்தியெட்டுத் தடவை முங்குனா நல்லதுனு சொன்னாங்க.’’

‘‘யாரு?’’ பட்டென்று அடுத்த கேள்வி வந்தது.

‘‘பிரெண்டு. கோவில்ல. தெரிஞ்சவரு.’’

‘‘உயிரோட இருக்குறப்போ எதுவும் உருப்படியாச் செய்யல. ஆளு செத்ததுக்கு அப்புறம் காசிக்குப் போறேன், ராமேஸ்வரம் போறேன்னு கிளம்புறது.’’

நீலாவின் குரல் திடீரென்று சுகவனத்துக்குத் தனக்குப் பரிச்சயமே இல்லாததாகத் தோன்றியது. தனக்குப் பின்னால் சமையலறையில் அமர்ந்து கொண்டு நீலா பேசுவதால் அப்படித் தோன்றுகிறதா என்று

சுகவனம் தனக்குத் தானே கேட்டுக் கொண்டார். உருவத்தை வைத்துத்தான் ஒருவருடைய குரலைக் கண்டு கொள்கிறோமா அல்லது அடையாளம் தெரியாத குரலை வைத்தே ஒருவருடைய உருவத்தை ஊகித்துக் கொள்வது சாத்தியமாகுமா என்று சுகவனம் கொஞ்ச நேரம் குழம்பினார். அவர் எவ்வளவு முயன்று பார்த்தும் அவரால் இறந்து போன ஜெயக்கொடியின் குரலைத் தனது நினைவுக்குக் கொண்டு வர முடியவில்லை. தனக்கு ஒளியுருவமாக ஜெயக்கொடி தெரிகிறாள். ஆனால் முழு உருவமாக அல்ல. கொஞ்சம் திரும்பியபடி, பெரிய மூக்கு, கன்ன மேடு, துடிக்கும் பிரகாசமான உதடு ஆகியவற்றின் கூட்டாக, அல்லது பக்கவாட்டில் திரும்பி ஏதேனும் வீட்டு வேலை செய்து கொண்டிருக்கும் தோள்பட்டையாக, இடுப்பாக, வயிற்றின் குழைவாக. அவரால் எவ்வளவு முயன்றும் ஜெயக்கொடியின் குரலை மட்டும் மீண்டும் நினைவுக்குக் கொண்டு வரமுடியவில்லை. பின்னாலிருந்து ஒலிக்கும் நீலாவின் குரலோ சில நேரங்களில் ஒலியும் ஒளியும் பொருந்தாமல் ஓடும் திரைப்படத்தைப் போல் அவருடைய நினைவில் நிற்கும் தனது மகளின் உருவத்தோடு முற்றவும் பொருந்தாமல், பொருந்தாமலும் போகாமல் இரண்டும் கெட்டானாய் நிற்கிறது.

பரிச்சயமே இல்லாதவையாக இருந்தாலும்கூட நன்கு பரிச்சியமானவைகளைப்போல் தோன்றும் விஷயங்கள் மற்றும் என்றும் அறிந்து கொள்ள முடியாத அன்றாட பரிச்சயங்கள் என்ற இந்த இருவேறு உந்து சக்திகளின் நடுவில் தோன்றும் வெறுமையில்தான் மனித வாழ்க்கை முழுவதும் நகர்ந்து செல்கிறது.

இப்போது இருக்கும் மோகனும் நீலாவும் தனக்கு எப்போது பரிச்சயமானவர்களானர்கள், எப்போது பரிச்சயமில்லாமல் போனார்கள் என்று சுகவனம் தனக்குள் கேட்டுக் கொண்டார்.

‘‘அம்மாவுக்குச் சீக்கு வந்தப்பவே இவரு ஒழுங்கா டாக்டர்கிட்ட காமிச்சுக் கவனிச்சிருந்தா அவங்க இந்தச் சின்ன வயசுல போயிருப்பாங்களா?’’ என்று சொன்னாள் நீலா.

‘‘அதெல்லாம் இருக்கட்டும். ஒத்தை படுக்கை இருக்குற ஆஸ்பத்திரி ரூமு வேணாம், நாலு மெத்தை இருக்குற ரூமே நல்ல காத்தோட்டமா வசதியா இருக்குனு சொன்னோம். கேட்டாத்தான. பந்தா காட்டணும்ங்கிற ஆசை, பழைய ஸ்கூல் பிரின்சிபல் இல்லையா. பிடிவாதமா பிடிச்சு ரெண்டு பேரோட பேங்குல இருந்த காசையும, சீ,பி,எஃப் காசையும் மொத்தமா கரைச்சாச்சு. சாவு காரியத்துக்கே நாங்கதான் பணம் கொடுக்க வேண்டியதாச்சு. இப்பவாச்சும் சும்மா இருப்பாருனு பார்த்தா மறுபடியும் செலவுக்கு அடிபோடறாரு. குழந்தையை வச்சுக்கிட்டு நாங்க சிரமப்படணும்.’’

யாரிடம் பேசுகிறாள் என்று எந்த வித அறிகுறியும் இன்றி தொலைபேசித் திரையை விரலால் தேய்த்தபடியே தட்டையான குரலில் பாமா பிரச்சினையின் முக்கியப் புள்ளியைத் தொட்டாள். சட்டென்று அவள் அப்படி மையக் கருத்தை எடுத்து வைத்தது நீலாவைச் சங்கடப்படுத்தியது. சமையலறை மேசையைச் சுற்றிப் போடப்பட்டிருந்த மர நாற்காலிகளில் ஒன்று மோசைக் தரையில் பலமாக இழுபட்டுத் தேயும் விகாரமான ஓசை கேட்டது.

‘‘எங்க அம்மாவுக்குப் பண்ண செலவு பத்தி மூணாவது மனுஷங்க யாரும் பேசத் தேவையில்ல. அம்மாக்காரிக்கு மகங்காரன் செய்யுற செலவுதான். நாங்களும்தான் அம்மாவோட ஆஸ்பத்திரி செலவுக்கும் காரியத்துக்கும் காசு கொடுத்தோம். ஆனா சில பேரு மாதிரி சும்மா சும்மா சொல்லிக் காட்டுறது இல்ல.’’

பாமாவுக்கு இது போதுமானதாக இருந்தது.

''நல்லா கொடுத்தீங்க. இப்ப ஒரு முப்பது, அப்ப ஒரு இருபதுனு. ஆஸ்பத்திரில கொடுத்த குண்டி கழுவுற பேப்பருக்கே இந்தக் காசு பத்தாது. அவங்க ஆஸ்பத்திரில இருந்த நேரத்துல சில பேரு வந்து பார்க்கவே இல்ல. நானும் என் வீட்டுக்காரரும்தான் ஒவ்வொரு நாளும் வேலைக்கு நடுவுல லொங்கு லொங்குனு போய்ப் பார்த்துட்டு வந்தோம். எல்லாச் செலவுக்கும் என் வீட்டுக்காரர்தான் காசு நீட்டுனாரு. ரொம்ப பேசுனா மட்டும் பத்தாது. மொத்தம் என்ன செலவாச்சுனு தெரிஞ்சிருக்கணும்.''

''சாவு வீட்டுக்கு வந்தவங்க கொடுத்த காசை முழுசா அமுக்குனவங்களுக்குத்தான தெரியும் மொத்த செலவு என்னாச்சு, என்ன வருமானம்னு.''

பாமா தனது கையிலிருந்த தொலைபேசியைச் சோபாவின் மீது வீசிறி எறிந்துவிட்டு எழுந்து நின்றாள்.

''கண்டவ எல்லாம் என் புருஷனைப் பத்தி எதாச்சும் சொன்னா மரியாதை கெட்டுப் போயிடும்.''

ஜேசிந்தாவை இன்னமும் மடியில் வைத்தபடியே அமர்ந்திருந்த சுகவனத்தின் கண்களுக்கு அப்போது தனது மருமகளின் பிரம்மாண்டமான வயிறும் தொடைகளும் மட்டுமே தெரிந்தன. அவர் தலையைச் சுற்றிக் குரல்கள் கிறீச்சிடும் குருவிகளாகச் சுற்றிச் சுழன்றன. எல்லோரும் எழுந்து நின்று பேசிக் கொண்டிருந்தார்கள். தன் மனைவியின் வார்த்தைகளுக்கு முட்டுக் கொடுக்கும் வகையில் கூரிய வார்த்தைகளை மெல்லிய உறுமலுடன் தொடுத்து வீசிக் கொண்டிருந்த மோகனின் குரல். மற்ற மூவரும் தமிழில் பேசுவதைப் புரிந்தும் புரியாமலும் அலைக்கழிக்கப்படும் தண்ணீராய் எகிறித் ததும்பி மால்கமின் ஆழமான கனைப்பு.

சிறிது நேரம் குரல்கள் மிகத் தீர்க்கமாக ஒலித்துவிட்டுப் போகப் போக நிறங்கள் மங்கிச் சாம்பலாகவும் வெள்ளையாகவும் உருக்குலைந்தன. பின்பு வீட்டின் வரவேற்பறை முழுவதும் அசிங்கமான மௌனம் மட்டுமே மிஞ்சி இருந்தது. வார்த்தைகளின் முனைகள் மட்டும் கிழிந்த தாள்களாகச் சுகவனத்தின் காலடியைச் சுற்றியும் கிடந்தன. அவற்றைச் சிறிது நேரம் உற்றுப் பார்த்துக் கொண்டிருந்த அவருக்குத் தன்னைச் சுற்றி இருப்பவர்கள் உண்மையில் எதைப் பற்றிச் சண்டை போடுகிறார்கள் என்று விளங்க நேரம் பிடித்தது.

தனது பெரிய உடம்பை எம்பி முன்னேறிச் சத்தத்தினாலான மிகப் பெரிய ஒலிச் சூறாவளிகளை வெவ்வேறு திசைகளில் திருப்பி விடுவதைப்போல் கைகளைத் தலைக்குமேல் சுழற்றிக் கடலில் மூழ்கிக் கொண்டிருப்பவனைப்போல் வாயை அகல அகலத் திறந்து பேசியதால் மோகனுக்கு லேசாய் மூச்சிரைத்தது. அவன் இடுப்பில் கைகளை வைத்துச் சுகவனத்தை உற்றுப் பார்த்தபடி நின்றிருந்தான்.

''இப்ப சந்தோஷம்தான. வாரம் முழுக்க வேலைக்குப் போற மனுஷனுக்கு வாழ்க்கையில கொஞ்சம்கூட நிம்மதி இல்ல. அம்மா இருக்கறப்பத்தான் தொல்லை கொடுத்தீங்கனு பார்த்தா அவங்க செத்து ரெண்டு வாரம்கூட ஆகல உங்க பழைய ராங்கித்தனத்த ஆரம்பிச்சுட்டிங்க. ஏம்பா எங்கள நிம்ம்தியாவே வாழவிட மாட்டீங்களா?''

சுகவனத்துக்கு எழத் தோன்றவில்லை.

''இல்ல மோகன். கோவில்ல சோமசுந்தரத்தைப் பார்த்தேன். அவருதான் சொன்னாரு. ராமேஸ்வரத்துக்குப் போயி கடல்ல மூழ்கிட்டு வந்தா அம்மாவுக்கு நல்ல கதி கிடைக்கும்னு.''

''ஏன் இங்க இருக்குற கடல்ல முங்குனாலோ இங்க இருக்குற சாமிக்கு அர்ச்சனை பண்ணாலோ அது அம்மாவுக்குப் போய்ச் சேராதா?'' நீலா கேட்டாள்.

மோகன் அவளைப் பார்த்து முறைத்தான்.

''சோமசுந்தரம்தான் சொல்றாருனா உங்களுக்கு அறிவு வேண்டாம்? அந்த மனுஷன் நல்ல வசதியா இருக்காரு. ஆயிரம் சொல்வாரு. நீங்க எங்களுக்கென்ன மில்லியன் கணக்குலயா சொத்துச் சேர்த்து வச்சிருக்கிங்க, நினைச்சப்ப எல்லாம் டூர் கிளம்பிடுறதுக்கு? எல்லாத்துக்கும் செலவு பண்ணதுக்கு அப்புறம் எனக்கே இப்ப கஷ்டமா இருக்கு. வயசான காலத்துல கொஞ்சம் புரிஞ்சுக்குங்களேன். இந்த வீட்டுக் காசு, கரண்டு பில்லு, ஏர் கோன் பில்லு எல்லாத் தானாவா செட்டலாகுது. ராகேஷை உங்ககூட விட்டுட்டுப் போயி முழுசா ஒரு வாரமாகல, அதுக்குள்ள கண்ட கருமாந்திரமான விஷயத்தையெல்லாம் தூக்கிட்டு வந்து நீட்டுறிங்க.''

''மோகன், எனக்கும் உங்கக் கஷ்டம் புரியுது. ரொம்பச் செலவு ஒண்ணும் பண்ண வேணாம். இந்தப் பட்ஜெட் ஏர்லைன்னு சொல்றாங்களே - சென்னைக்குப் போக இருநூறோ முந்நூறோதான் கேக்குறானாம். அப்புறம்...''

''அங்கப் போயி இறங்குனோடன கால்நடையாவே ராமேஸ்வரத்துக்கு நடந்துட்டுப் போவீங்களா? சென்னையிலிருந்து ராமேஸ்வரத்துக்கு அறுநூறு கிலோமீட்டர். டீப் சௌத்லா. நியர் கேரளா.'' என்றாள் பாமா. பேச்சுக்கிடையே தொலைபேசியில் திரட்டிய தகவலைத் திரையோடு மோகனுக்குக் காட்டினாள்.

மோகன் நன்கு இரையுண்டு அவதிப்படும் மலைப்பாம்பைப் போல நீண்ட நெடிய மூச்சை விட்டான்.

‘‘இல்லப்பா, நீங்க ராமேஸ்வரத்துக்கு இப்பப் போகத் தேவையில்ல. பின்னால பாத்துக்கலாம்.’’

‘‘பின்னால என்ன பின்னால. இங்கயே சாமி கும்பிட்டுகிட்டு இருக்கட்டும். இவரு ஊரு சுத்த அம்மா ஒரு சாக்கு.’’ இது, பாமா.

‘‘அதான் அண்ணன்தான் பேசுறாருல. மத்தவங்க தேவையில்லாம தலையிட வேணாம்.’’

மோகன் நீலாவை ஏதோ சொன்னான். அதற்குப் பதிலாக மால்கம் எதையோ சொல்லவந்தான். இருவருக்கும் சிறிது நேரம் ஆங்கிலத்தில் வாக்குவாதம் நடந்தது.

மோகன் கடைசியில் கையைத் தூக்கி மால்கமிடம் போதும் என்றான். மால்கமின் கறுப்பு நிற முகத்தில் கண்கள் பித்தளையில் செய்து வைத்த இலைகளாகப் பளபளத்தன.

‘‘அப்பா, இனிமே நீங்க இந்தப் பேச்சை எடுக்குறத நாங்க விரும்பல. நீங்க ராமேஸ்வரம் போக வேணாம். உங்கப் பிள்ளைங்க மனக்கஷ்டத்தால தற்கொலை பண்ணிக்காம இருக்கணும்னா இனிமேலும் இந்தப் பேச்சை எடுக்காதீங்க. நீங்க ராமேஸ்வரமும் போக வேணாம், வேற எங்கயும் போக வேணாம்.’’ என்றான் மோகன்.

‘‘ஆமா நீங்க எங்கயும் போக வேணாம். இங்கயே இருந்தா போதும்.’’ என்றாள் நீலா.

‘‘எங்கயும் போக வேணாம்.’’ என்றாள் பாமா.

‘‘பிளடி ஷிட்’’ என்று பொதுவாக வைத்தான் ஆப்ரிக்கனான மால்கம்.

அதன்பின் தங்களிடம் தாங்களே திருப்தியடைந்தவர்களைப்

போல் கைத்தொலைபேசி, மணிபர்ஸ், கைக்குட்டை, கைப்பை என்று எல்லாவற்றையும் மிகக் கவனமாக எடுத்துக் கொண்டு நால்வரும் புறப்பட்டார்கள்.

பாமாவும் மோகனும் கிளம்புவதற்கு முன் ராகேஷை அழைத்து 'ஒழுங்காக இரு' என்றார்கள். நீலா ஜேசிந்தாவின் கையைப் பிடித்துச் சுகவனத்தின் மடியிலிருந்து அவளை இறக்கினாள். மால்கமும் நீலாவும் அவளிடம் சிறுநீர் கழிப்பாயா என்று கேட்டார்கள். வீட்டுக்கு நீண்ட தூரப் பயணம் என்றார்கள். பேருந்தில் சிறுநீர் வருகிறது என்றால் அடிப்போம் என்று பயமுறுத்தினார்கள். குழந்தை திட்டவட்டமாய்க் கழிவறைக்குப் போக மறுத்தாள். அவளை அழைத்துக் கொண்டு அவர்களும் வெளியேறினார்கள்.

யாரும் சுகவனத்திடம் போய் வருகிறேன் என்று சொல்லவில்லை. ஆனால் காரணமே இல்லாமல்கூட அவர்கள் அத்தனைப் பேரும் சொன்னதெல்லாம் தனக்குத்தான் சொல்லப்பட்டதாகச் சுகவனம் உணர்ந்து கொண்டார்.

★★★

ஜெயக்கொடிக்குக் கர்ப்பப்பைப் புற்றுநோய் நாலாம் கட்டத்தையும் தாண்டிவிட்டது என்று பெரிய ஆஸ்பத்திரியில் சொல்லி அவள் கொஞ்ச நாளைக்கு மருத்துவமனையில் இருப்பதுதான் நல்லது என்று முடிவான பிறகு. அவளை வார்டில் விட்டுவிட்டுச் சுகவனம் ரயிலேறிப் புக்கிட் பஞ்சாங்கிற்குத் திரும்பி வந்து கொண்டிருந்த நேரம் நல்ல மழை பிடித்துக் கொண்டது. அன்றென்றுப் பார்த்து எப்போதும் நீளமான கறுப்புக் குடையொன்றை மழை வந்தால் உதவியாகவும் நடக்கும்போது

பயன்படுத்தக் கூடிய தடியாகவும் கொண்டு செல்லும் சுகவனம் கையில் எதையும் எடுத்துக் கொண்டு வரவில்லை.

பெருவிரைவு ரயில் நிலையத்தில் இறங்கிப் பறக்கும் ரயில் வண்டிக்கு மாறி அதிலிருந்தும் இறங்கிய பின்பு கட்டடம் கட்டடமாக ஓடித் தன் வீடிருந்த கட்டடத்திற்கு வந்த சுகவனத்துக்கு நன்றாக மூச்சு வாங்கியது. நல்ல தொப்பரையாகவும் நனைந்துவிட்டார். மழையிலிருந்து நிழலுக்குள் நுழைந்ததில் ஆவியேறியதைப்போல் மங்கலாகியிருந்த மூக்குக் கண்ணாடியைக் கழற்றி சட்டையின் நுனியில் நனையாத இடம் என்று அவர் கருதிய ஒரு சிறு பகுதியால் சுகவனம் துடைத்துக் கொண்டிருக்கும்போது மின்தூக்கியின் அருகிலிருந்த பெரிய குப்பைத் தொட்டிக்கருகிலிருந்து க்ஷீணமான குரலில் 'மியாவ்' என்ற சத்தம் கேட்டது. முக்கோணங்களாய் நெட்டுக்குத்தி நின்ற காதுகளையும் முகத்தைவிட பெரிய வாயையும் உடைய பூனைக்குட்டி குப்பைத் தொட்டிக்குப் பின்னால் லேசாய்த் தள்ளாடியபடி நின்றிருந்தது. உடம்பு மொத்தமும் மழையில் நனைந்த ஈரம். அவ்வப்போது உடம்பு அதிரத் தும்மியது. கண்ணிமைகளில் பொன்னிறமான மெழுகைப்போல் கசடு ஏதோ சேர்ந்து கண்கள் இறுக மூடியிருந்தன. அதன் உடம்பில் இருந்த மூன்று வர்ணங்களால் அது பெண் பூனை என்று சுகவனம் கண்டு கொண்டார். ஆண் பூனைகளுக்கு உடம்பில் மூன்று நிறங்கள் வருவதில்லை.

ஜெயக்கொடியும் சுகவனமும் என்றைக்குமே வீட்டிற்குள் செல்லப் பிராணிகளை அனுமதித்ததில்லை. மோகனும் நீலாவும் சின்ன வயதில் தாத்தா பாட்டி வீட்டுக்குப் பின்னால் அண்டை வீட்டில் வளரும் மலாய்ச் சீனப் பிள்ளைகளோடு விளையாடிவிட்டு வரும்போது சில நேரங்களில் பட்டாம்பூச்சிகளையோ, புழுக்களையோ பிடித்து குளிர்பானம் விற்கப் பயன்படுபவைபோன்ற சின்னப் பிளாஸ்டிக்

பைகளில் வைத்துச் செல்லப் பிராணிகளாய் வளர்க்கப் போகிறோம் என்று சொல்லி வீட்டிற்குக் கொண்டு வருவதுண்டு. அல்லது மழைக்காலத்தில் தெக் வாய் வட்டாரத்தைச் சுற்றி உள்ள சாக்கடைகளில் ஓடும் முழங்கால் அளவு தண்ணீரில் மற்ற பிள்ளைகளோடு இறங்கி கு ஜாம் ஜாடிகளில் அழகிய வண்ணமயமான விசிறிகள் போன்ற பெரிய வால்களையுடைய கப்பி மீன்களையோ கறுப்பு நிறத் தவளைக் குஞ்சுகளையோ பிடித்து வந்து வளர்ப்பார்கள்.

அந்தக் காலத்தில் கொஞ்சம் மழை பெய்தாலே சிங்கப்பூரின் பிரதானமான புக்கிட் தீமா சாலையின் பகுதிகள் உட்பட பல சாலைகளில் வெள்ளம் தேங்கி நிற்கும். கார்கள் மற்றும் வேன்கள் போன்ற சிறிய வாகனங்கள் நகர முடியாமல் சாலையில் நிற்கும். பெரிய மண் லாரிகளும் பேருந்துகளும் இருபுறமும் தண்ணீரை இறைத்தபடி கடக்கக்கூடிய ஆழத்தில் அப்போதிருந்த வெள்ளங்கள் இருந்தன. மனிதர்கள் செய்தித்தாள்களை முக்கோணத் தொப்பிகளாக மடித்து வைத்துக் கொண்டு கால்சட்டை நுனிகளை முழங்கால்வரை நன்றாக இழுத்துவிட்டுக் கொண்டு நடப்பார்கள். பள்ளிக்கூடத்திற்கு ஏன் வரவில்லை என்று கேட்டால் ‘வெள்ளம்’ என்று சொல்வது ஏற்றுக் கொள்ளக் கூடிய பதிலாகவே இருந்தது.

நகரைச் சுற்றித் தாழ நிற்கும் கறுப்பான மோன்சூன் மேகங்களின் ஜில்லிப்பினாலும், காலடியில் தத்திப் பழக்கப்பட்ட நாயாய் பாதங்களின்மீது ஏறும் சின்ன அலைகளின் குறுகுறுப்பினாலும் மனது லேசானவளாகக் குழந்தைகள் கொண்டு வரும் உயிரினங்கள் மிஞ்சிப் போனால் சிறிது நாள்தானே வாழும் என்ற தைரியத்தில் அவற்றை மட்டும் வீட்டில் ஜெயக்கொடி அனுமதிப்பாள். வீட்டு

வேலையெல்லாம் முடிந்த பின்னே பட்டாம்பூச்சியோ, தவளைக்குஞ்சோ, கப்பி மீனோ சிறை வைக்கப்பட்டிருக்கும் கண்ணாடிக் குடுவைக்குப் பின்னாலிருந்து வெளியில் கறுத்துக் கிடக்கும் வானிலையில் வீட்டினுள் எரியும் விளக்குகளின் பிரகாசம் அதிகமாக ஜொலிக்கும் முகங்களோடு அவற்றைப் பார்த்தும் சிரித்தும் பேசிக் கொண்டிருக்கும் மூவரின் முகங்களும் சுகவனத்துக்கு இப்போதும் ஞாபகத்தில் இருக்கிறது. ஒரு நாள் நீலா வெள்ளெலி வளர்க்கிறேன் என்று கொண்டு வந்த போது ஜெயக்கொடி முடியாது என்றால். புக்கிட் பஞ்சாங்கில் அந்தக் காலத்தில் அவ்வப்போது ஒன்றரை மீட்டரிலிருந்து இரண்டரை மீட்டர் வரை நீளமுள்ள மலைப்பாம்புகள் வருவதுண்டு. புக்கிட் பஞ்சாங்கிலிருந்து கொஞ்சம் தெற்கே புக்கிட் தீமா குன்றின் அடிவாரத்தில் இருக்கும் ரைபிள் ரேஞ்ச் சாலை பக்கத்திலெல்லாம் நீண்ட வாலுடைய குரங்குகளின் சேட்டை அதிகம்.

சுகவனம் ஜெயக்கொடி வீட்டிற்குப் பக்கத்தில் சோயா பானம் விற்கும் சீனத்தி ஒருத்தி குடியிருந்தாள். மழைக்காலத்தில் ஒரு நாள் அவள் வீட்டில் மிகப் பெரிய மலைப்பாம்பு கழிவறைத் தோம்புக்குப் பின்னால் சுருண்டு கிடந்தது. இரவில் சிறுநீர் கழிக்கக் கழிவறைக்குள் போனவள் குதிகாலில் வழவழப்பாக ஏதோ தட்டுப்படுவதை உணர்ந்து குனிந்து பார்த்தாள். அவள் நெருக்கம் பாம்புக்கும் அசௌகரியமாகத்தான் இருந்திருக்க வேண்டும். அவள் அதனைக் குனிந்து பார்த்த அதே நேரத்தில் பாம்பும் மெல்ல நகர அவள் பெருங்கூச்சல் போட்டாள். அண்டைவீட்டார் எல்லோரும் கூடிவிட்டார்கள். மலாய்க்காரன் ஒருவன் போலீஸை அழைக்கலாம் என்று சொல்ல சோயா பானம் விற்பவளின் புருஷன் அவனைத்

தடுத்தான். எல்லோரும் போய் வாருங்கள் என்று துரத்தாத குறையாய் அண்டை வீட்டுக்காரர்கள் அனைவரையும் அவரவர்கள் வீட்டுக்கு அனுப்பிவைத்தான்.

சில நாட்களுக்குப் பின்னால் சோயா பானம் விற்பவளும் அவள் கணவனும் மலைப்பாம்பை பென்கூலன் தெருவிலிருக்கும் ஒரு சீனக் கோவிலுக்கு விற்றுவிட்டதாகத் தகவல் வந்தது. அது பௌத்த கோவில் அல்ல. தாவோ மத ஆலயம். ஃபூ, லூ, ஷொவ் என்ற பெயர்கொண்ட முப்பெரும் தேவதைகளை வணங்குவதற்கான இடம். அந்த ஆண் தேவதைகள் முறையே செல்வம், செல்வாக்கு, நீண்ட ஆயுள் ஆகியவற்றின் அதிபதிகளாகக் கருதப்பட்டன. சீனர்களுக்கு மலைப்பாம்புகள் ராஜ சர்ப்பங்கள். அவை சீனர்களால் அதிர்ஷ்டத்தின் குறியீடுகளாகக் கருதப்பட்டன.

அண்டைவீட்டார் யாரும் பார்க்க வாய்ப்பில்லாத அதிகாலை நேரத்தில் கோவிலின் சிப்பந்திகள் முரட்டுக் கோணிச் சாக்குகளோடு வந்து மலைப்பாம்பை வாங்கிக் கொண்டு சென்றிருக்க வேண்டும். அதைக் கோவிலின் வளாகத்தில் மரத்தினால் கட்டப்பட்டுச் சீனர்களின் அதிர்ஷ்ட நிறமான சிவப்பில் சாயமடிக்கப்பட்ட கூண்டுக்குள் கோவிலுக்கு வரும் பக்தர்களின் காட்சிக்கு வைத்திருக்க வேண்டும். சீனர்களில் பலர் சூதாட்டப் பிரியர்கள். நாலு நம்பர், லாட்டரிச் சீட்டு, குதிரைப் பந்தயம் என்பவனவற்றுக்கெல்லாம் எண்களையும் பெயர்களையும் தேடும் சூதாடிகள் தங்கள் மனதுக்குத் தோன்றிய எண்களையும் பெயர்களையும் துண்டுச் சீட்டுகளில் எழுதி அச்சீட்டுகளை மலைப்பாம்பின் முகத்தின் மீது குலுக்கிப் போட்டு ஒன்றைத் தேர்ந்தெடுப்பார்கள். அதில் என்ன எழுதியிருக்கிறதோ அதன்படியே பந்தயம் கட்டுவார்கள். பரிசு அடித்தவர்கள்

கோவிலுக்குக் கணிசமாக நன்கொடையைத் தருவார்கள். சிலர் தங்கள் அதிர்ஷ்டத்துக்குக் காரணமாக இருந்த மலைப்பாம்பையும் மறக்காமல் கோழிகளையும், தவளைகளையும், பெருச்சாளிகளையும் கொண்டு வந்து மலைப்பாம்புக்குத் தந்துவிடும்படிச் சொல்லிவிட்டுப் போவார்கள். சிலர் மலைப்பாம்புக்கென்று பிரத்யேகமாக தங்கத்தால் சின்ன கிரீடம் செய்து கொண்டுவருவார்கள்.

எது எப்படி இருந்தாலும் கோவிலுக்கு வருமானத்தைக் கொண்டு வரக்கூடிய லட்சணமான அதிக நீளமுடைய மலைப்பாம்பைப் பிடித்துத் தந்ததற்காக சோயா பானக்காரிக்கும் அவள் கணவனுக்கும் கோவில் சிப்பந்திகளிடமிருந்து கை மாறியதாகப் பேசிக் கொண்டார்கள். சுற்று வட்டாரத்தில் வாழ்ந்த சீனர்களில் பல பேர் அவர்கள் பொறாமையோடு பார்த்தார்கள்.

சோயா பானம் விற்பவளின் வீட்டில் மூன்று மீட்டருக்கும் மேல் நீளமாக இருக்கும் என்று ஒரு நாள் ஜெயக்கொடி கையசைவுகளுடன் விவரித்தபோது ஆறுமுகம் கலகலவென்று சிரித்தார்.

''மூணு மீட்டர் என்ன மூணு மீட்டர். மலேசியாவுக்கு வா மனுஷாள் உசரத்துக்கு மேலயே உசரம் உள்ள ராஜ நாகத்தை நான் உனக்குக் காட்டுறேன். லாரி ஓட்டிக்கிட்டுப் போகும்போது எத்தனை தடை பார்த்துருக்கேன்.''

சுகவனமும் தனமும் ஆறுமுகத்தோடும் பவுனம்மாளோடும் சிங்கப்பூரில் முதன்முதலில் குடியேறிய நேரத்தில் சிங்கப்பூர் அரசாங்கம் தீவு முழுவதும் பரவியிருந்த பழைய கிராமங்களை எல்லாம் அப்புறப்படுத்தி அங்கு பல தலைமுறையாய் வசித்து வந்தவர்களைப் புதிதாகக் கட்டப்பட்டிருந்த வீடமைப்பு வளர்ச்சிக் கழக அடுக்குமாடி வீடுகளுக்குக் குடியேற வற்புறுத்திக்

கொண்டிருந்தது. அப்படி குடியேறிய பழைய கிராமத்து மக்களில் பலர் பழைய கிராமத்து வீட்டில் வளர்ந்த கோழிகளையும் வாத்துகளையும் அவர்களோடு கொண்டு வந்தார்கள். பல அடுக்குமாடி வீடுகளுக்கு உள்ளேயும் காலை, மாலை நேரங்களில் வீடுகளின் முன்னாலிருக்கும் நடைப்பாதைகளிலும் கோழிகளும் வாத்துகளும் தரையைக் கொத்தியபடி திரிந்தன.

அடைத்ததுபோலிருக்கும் சின்ன இடத்தில் இத்தனையும் திரிந்ததால் அந்த இடத்தைச் சுற்றியும் சதா துர்நாற்றமிருந்தது. அடிக்கடி சமையலறையிலேயே கோழிகளையும் வாத்துகளையும் அறுக்கும் சத்தமும், அவற்றைச் சுத்தம் செய்யும்போது எழும் நாற்றமும் மற்ற எல்லா வீடுகளையும் நிறைத்தன. சமையலுக்கு உதவாது என்று சுற்றியும் தூக்கியெறியப்பட்ட குடல் பகுதிகளையும், உள்ளுறுப்புகளையும், பஞ்சுபோன்ற மெல்லிய இறகுகள் இன்னமும் ஒட்டியிருந்த எலும்புகளையும் ஈக்கள் மொய்த்தன. அவ்வப்போது பளபளக்கும் மணிகளைப் போன்ற கண்களைக் கொண்ட பெருச்சாளிகள் தண்ணீர்க் குழாய்களின் வழியாக வந்து பட்டப்பகலில் இழுத்துக் கொண்டு ஓடின.

இதற்கெல்லாம் மேலாக யூ டீ பக்கமிருக்கும் ஒரு சீனனிடம் போய்க் கம்பத்துக் கோழியை வாங்கி வந்தால் அது சந்தையில் விற்கும் கோழியைவிட மூன்று நான்கு வெள்ளி விலை மலிவாக இருக்குமே என்ற நப்பாசையில் சுகவனத்தின் அம்மாவும் அடிக்கடிப் போய்க் கோழி வாங்கி வந்து வீட்டிற்குள் உலவ விட ஆரம்பித்தாள். கோழியின் கழிவு நாற்றம் குடலைப் பிடுங்கியது.

சுகவனம் தனக்கு என்று ஒரு சொந்த வீடு எப்போதேனும் அமைந்தால் என்றைக்குமே தனது வீட்டுக்குள் மிருகங்களையோ

பறவைகளையோ அனுமதிப்பதில்லை என்று திடமான முடிவுக்கு வந்திருந்தார்.

மின்தூக்கிக் குப்பைத் தொட்டிக்கு அருகில் நின்றிருந்த பூனைக்குட்டி அள்ளூறுகளில் கிடைத்த கப்பி மீன்களையும், தவளைக் குஞ்சுகளையும் போலவே சுகவனத்துக்கு மழைக்காலத்தை நினைவுபடுத்தியது. புற்றுநோய் என்பது வறட்டு வெயில் காலம் போன்ற ஒரு நோய். அது உக்கிரமான கோடைக் காலத்தைப்போல் அது ஆக்கிரமித்துக் கொண்டிருக்கும் உடலைக் காய வைத்துச் சாகடிக்கும். நல்ல தாஷ்டிகமான பெண் என்று பெண் பார்க்கப் போன போது அம்மா பார்த்து வியந்த ஜெயக்கொடியின் உருவத்திலிருந்த எல்லா நீர்ப்பசையையும் அவளுக்குள்ளிருந்த புற்று உறிஞ்சி அவளைப் பாதியாக்கியிருந்தது.

காய்ந்துபோன உதடுகளின் வழியாகக்குளிர்ந்த தண்ணீரைப் பருகக்கூட ஜெயக்கொடி சிரமப்பட்டாள். பெண்களுக்கு மிகப் பெரிய செழிப்பையும் தளதளப்பையும் தரக்கூடிய கர்ப்பைப்பை ஜெயக்கொடிக்கு மட்டும் கொடூரமான வறட்சிக்கு வித்தானதை எண்ணிச் சுகவனம் வியந்தார்.

ஜெயக்கொடிக்குள்ளிருந்த கர்ப்பப்பை கறுப்பு நிறமான புற்றினால் நிரப்பப்பட்டு இமைக்க மறந்த ஒற்றை கருவிழிபோல் சுற்றி நிற்கும் அத்தனை விஷயங்களையும் மாறாத ரௌத்திரத்தோடு முறைத்துப் பார்ப்பதாகச் சுகவனம் கற்பனை செய்து கொண்டார். கர்ப்பப்பையை அறுவை சிகிச்சையின் மூலம் அகற்றியமருத்துவர்கள் புற்று பிரசவக் குழாய்களின் வழியாக உடம்பின் அத்தனை பாகங்களுக்கும் பரவிவிட்டதாக அபிப்பிராயப்பட்டார்கள். இப்போது ஜெயக்கொடியின் மெலிந்த உடம்பு மொத்தமுமே இமைக்காது

விழிக்கும் கருவிழிகளாலேயே நிரப்பப்பட்டிருந்தது.

மருத்துவமனைப் படுக்கையின் வெள்ளை விரிப்புகளுக்கிடையே உயிர் சப்பிப்போட்ட வெறும் சக்கைபோல் கிடந்த ஜெயக்கொடியேகூட விரைவில் எல்லாவற்றையும் முறைத்துப் பார்த்துக் கோபத்தைக் கக்கும் ஒற்றைக் கறுப்பு விழியாக மாறிக் கொண்டிருந்தாள்.

உத்வேகம் நிறைந்தவராக சுகவனம் தரையில் குளிரினாலும் அச்சத்தினாலும் நடுங்கிக் கொண்டிருந்த பூனைக்குட்டியைக் கைகளில் அள்ளி எடுத்துக் கொண்டார். அது சின்ன முனகலோடு சுகவனத்தின் மார்போடு ஒட்டிக் கொண்டது. மெல்ல தலையை வருடிக் கொடுத்தபடியே சுகவனம் பூனைக்குட்டியைத் தனது வீட்டிற்கு எடுத்துச் சென்று பழைய நெஸ்பிரே பால் டின்கள் வைத்திருந்த அட்டைப் பெட்டியில் பழைய துண்டொன்றை விரித்துப் பூனைக்குட்டியை அதன்மீது விட்டார். நடக்கக் கூட பலமில்லாமல் இருந்த பூனைக்குட்டி துண்டையும் அட்டைப் பெட்டியையும் சில விநாடிகள் மட்டுமே முகர்ந்து பார்த்துவிட்டு மேலும் எதையும் செய்யாமல் நான்கு கால்களிலும் மொத்தமாய்ப் பலமிழந்து துண்டின்மீது படுத்துக் கொண்டது. சமையலறை விளக்குகளின் கதகதப்பில் விரைவில் தூங்கப் போனது.

குட்டியின் கண்களைச் சுற்றித் தடித்திருந்த பொன்னிறமான கசடுகள் அதனைக் குருடாக்கியிருப்பதைச் சுகவனம் கண்டு கொண்டார். மிருக வைத்தியரிடம் அழைத்துச் சென்றபோது அவர் பூனைகளுக்கு ஃப்ளூ ஜுரம் ஏற்பட்டால் அவற்றுக்குக் கண்பார்வை பறிபோகும் அபாயம் உள்ளது என்று சொன்னார். மருத்துவர் கொடுத்த சொட்டு மருந்தைச் சுகவனம் காலையும் மாலையும்

பூனையின் கண்களில் விட்டார். மனிதக் குழந்தைகளுக்கு உள்ள ஃபீடிங் பாட்டில்களின் வடிவத்திலேயே ஆனால் அவற்றைவிட மிக சிறியதாக இருந்த பிரத்யேக ஃபீடிங் பாட்டிலில் மருத்துவர் பரிந்துரைத்த பூனைகளுக்குரிய பவுடர் பாலைக் கரைத்து, ரப்பர் நிப்பிளில் ஜெயக்கொடியின் தையல் செட்டிலிருந்து எடுத்த குண்டூசியால் துளை செய்து சுகவனம் பூனைக்குட்டிக்கு நாளொன்றுக்கு நான்கு முறை பால் புகட்டினார். கண்கள் இறுக மூடியிருந்த நிலையிலேயே சுகவனத்தின் மடித்த முழங்கையிலேயே மனிதக் குழந்தைபோல் மல்லாக்கப் படுத்துக் கொண்டு பூனைக்குட்டி சிறிய முனகல்களோடு பால் குடித்தது. இரவில் தூங்கிக் கொண்டிருக்கும் சுகவனத்தின் உடம்பின்மீது ஏறி அவர் இதயத் துடிப்பை உணரக் கூடிய இடமாய்ப் பார்த்து சுருண்டு படுத்துக் கொண்டது.

சில வாரத்தில் பூனைக்குட்டி நல்ல திடமாகவாகவும் பலமுள்ளதாகவும் வளர்ந்துவிட்டது. அதன் கண்ணிமைகளில் இருந்த கசடுகள் எல்லாம் நீங்கி அதன் மஞ்சள் நிறக் கண்கள் சுடர் தந்தன. அது அட்டைப் பெட்டிக்குள் போகாமல் வீட்டைச் சுற்றி வந்தது. வேறொரு அட்டைப் பெட்டியில் மண்நிரப்பிப் பூனைக்குட்டியின் முன்கால்களைத் தனது கைகளுக்குள் வைத்துக் கொண்டு மண்ணை எப்படித் தோண்டுவது என்று காட்டிச் சுகவனம் பூனைக்குட்டிக்கு எங்கு மலஜலம் கழிப்பது என்று சொல்லித் தந்தார்.

வெளிப்படையாக மலத்தையும் ஜலத்தையும் விட்டுச் சென்றால் மற்ற மிருகங்கள் மோப்பத்தை வைத்தே தங்கள் இருப்பிடத்தைக் கண்டுபிடித்துத் தாக்கக் கூடும் என்பதால் காட்டுப் பூனைகளைப்போலவே வீட்டுப்பூனைகளும் தங்கள் மலஜலத்தை

மண்ணுக்குள் புதைத்துவிடும் பழக்கமுடையவை.

ஒரு நாள் ஏழு மாத கர்ப்பமாய் இருந்த நீலா ஜெயக்கொடியின் உடைகளை எடுத்துச் செல்ல வீட்டிற்கு வந்தாள். அப்போது சுகவனம் வீட்டில் இல்லை. ஜெயக்கொடியின் மருத்துவர்களோடு ஆலோசனை நடத்த மருத்துவமனைக்குப் போயிருந்தார். நீலா அந்த நேரத்தில் வீட்டிற்குப் போவாள் என்பதும் அவருக்குத் தெரிந்திருக்கவில்லை. இல்லையென்றால் ஏதேனும் மாற்று ஏற்பாடு செய்திருப்பார்.

வீட்டிற்குள் நுழைந்த நீலாவின் காலடிச் சத்தத்தால் பீதியடைந்த பூனைக்குட்டி எதேச்சையாக அவள் காலை உரசியபடி ஓடிப் போனது. இதைச் சற்றும் எதிர்ப்பார்க்காத நீலா வழுக்கிப் பின்பக்கமாக விழப்போனாள். நல்ல வேளை சோபாவின் விளிம்பைக் கையால் பிடித்துக் கொண்டதால் விழாமல் இருந்தாள்.

பூனைகள் கர்ப்பிணிப் பெண்களுக்கு ஆபத்து உண்டாக்கும் என்று சிங்கப்பூரிலும் மலேசியாவிலும் பலமான நம்பிக்கை இருக்கிறது. அப்பா வீட்டில் வளர்த்து வரும் பூனை தன்னையும் தன் வயிற்றில் வளரும் குழந்தையையும் கொல்லவே வந்தது என்று மிகத் திடமாக நம்பிய அப்போதே அந்தக் கணமே பூனையை விரட்டியடிக்க வேண்டும் என்று சுகவனத்திடம் சொன்னாள். சுகவனம் அதற்குள் பூனையிடம் அதிகமாகப் பாசம் வைத்துவிட்டார். அதனை விட்டுப் பிரிவதற்கு அவருடைய மனம் இடம் தரவில்லை. வீட்டிலேயே வளர்ந்த பூனை வெளியே என்ன செய்யும், உணவுக்காக என்ன செய்து சமாளிக்கும் என்ற கேள்விகள் அவருக்குள் எழுந்தன. கடைசியில் பெண்ணின் கண்ணீருக்கும் மிரட்டலுக்கும் அடிபணிந்து சுகவனம் பூனைக்குட்டியை எடுத்துக் கொண்டுபோய் தனது வீட்டின் அருகிலிருக்கும் பூங்காவில் பெட்டியுடன் புல்தரையில் கவிழ்த்தார்.

காதுகள்வரை நீளும் அதனுடைய பெரிய வாயைத் திறந்து குழந்தைபோல் கத்தியபடி தனக்குப் பின்னால் வர யத்தனித்த பூனைக்குட்டியைக் கைகளை வீசிப் ‘போ, போ’ என்று விரட்டினார். பூனைக்குட்டி ஒரு புதருக்குள் பக்கத்தில் நின்று சுகவனத்தைக் குழப்பத்துடன் பார்த்தது. பிறகு தனக்குப் பின்னாலிருந்த புதரின் இலைகளையும் புதரில் பூத்திருந்த சிறிய இட்டலிச் செடிகளையும் மோப்பம் பிடித்தவாறு புதருக்குள் சென்று மறைந்தது.

அந்த நேரத்தில் விரைவாக நடந்து சுகவனம் வீட்டிற்கு வந்தார். அவர் முகம் சோகத்தாலும் ஆதங்கத்தாலும் இறுகிக் கிடந்தது.

நீலாவின் பிடிவாதத்துக்கும் மிரட்டலுக்கும் பணிந்துபோய் பூங்காப் புதர்களின் வடிவத்தில் கடமைக்கும் கண்டிப்புக்கும் பெயர்போன இந்த நகரமே அந்த இனிமையான பூனைக்குட்டியை விழுங்கிவிட்டதாகச் சுகவனத்துக்குத் தோன்றியது.

ஒரு நாள் யாருடைய பிடிவாதத்துக்கும் மிரட்டலுக்கும் பணிந்து இந்த நகரமும் தன்னையும் விழுங்கிச் செரிக்கக் கூடும் என்று சுகவனம் ஆழமாக நம்பினார்.

6

ராகேஷ் சொல்வதெழுதுதல் பயிற்சியை முடிக்காமலேயே தூங்கப் போய்விட்டான். இளம்பழுப்பு நிறக் கன்னங்களில் இரண்டு பொன்வண்ணக் கோடுகளாகக் கண்ணீர்த் தடங்கள் தெரிந்தன. தூக்கத்திலும் அவன் உதடுகள் ஆசிரியர் கொடுத்த சொல்லுவதெழுதுதலை அசைபோட்டுக் கொண்டிருப்பதைபோல் மெல்லத் துடித்தன.

சோபாவில் உடல் குறுக்கிப் படுத்திருக்கும் தனது பேரனைச் சுகவனம் பரிதாபத்துடன் பார்த்தார். மீண்டும் ஒருமுறை தனக்கு முன்னால் படுத்திருப்பவன் தன்னோடு எந்த வகையில் சம்மந்தப்பட்டவன் என்று சரியாகச் சொல்ல முடியாமல் அவருடைய மனசும் புத்தியும் குழம்பித் தவித்தன. கண்களை இறுக மூடி அயர்ந்து தூங்கும் குழந்தை ஒரு தனி உலகம். தனக்கே உரியதான, யாரிடமும் எளிதில் பகிர்ந்து கொள்ள முடியாத பிரத்யேக துக்கங்களும், கனவுகளும், அச்சங்களும், சந்தோஷங்களும் நிரம்பியவன். இப்போது தன் கட்டுப்பாட்டிலும் தனது கட்டுப்பாட்டையும் மீறி அவனுடைய பெற்றோர்களின் - குறிப்பாக அவனுடைய அம்மாவின் - கட்டுப்பாட்டில் ராகேஷ் இருப்பதுபோல் தோன்றினாலும் அவன்

உண்மையில் வேறு படைப்பு, தனி சிருஷ்டி. தன் போக்குகளையும், வளர்ச்சியையும், அழிவையும் தீர்மானிக்கக் கூடிய சர்வ தந்திர சுவதந்திரன். இது கடவுளுக்கும் அவன் படைப்புக்கும், உருவாக்கியவனுக்கும் உருவாக்கப்பட்ட பொருளுக்கும் இடையே தொடர்ந்து நடந்து கொண்டே இருக்கும் துவந்த யுத்தம், இடையறாத வன்முறை, வாழ்வா சாவா என்ற தத்துவப் போர்.

ஐந்தாம் வகுப்பில் மொத்தம் நான்கு முக்கியப் பாடங்கள்: ஆங்கிலம், கணக்கு, அறிவியல், தாய்மொழி. ஆறாம் வகுப்பில் மேல்படிப்பின் திசையைத் தீர்மானிக்கப் போகும் அரசாங்கத் தேர்வு இருக்கிற காரணத்தால் ஐந்தாம் வகுப்பில் அடிப்படைகள் பலமாக அமைவது முக்கியம் என்று ஆசிரியர்கள் கருதினார்கள். ஆறாம் வகுப்பின் இறுதியில் நடக்கவிருக்கும் தேர்வைக் குறிவைத்தே அவர்கள் ஐந்தாம் வகுப்புப் பாடங்களை நடத்தினார்கள். மற்ற மூன்று பாடங்களிலும் ராகேஷ் சிறப்பாகவே செய்தான். மோகனும் பாமாவும் ஆங்கிலத்தை அதன் சகல சாதுர்ய நுணுக்கங்களோடும் பேசும் திறமையுடையவர்கள். பள்ளிப் படிப்பில் படித்த ஆங்கிலத்தையும் மீறி அவர்கள் தொழில் அவர்களுக்கு அந்த ஆற்றலைத் தந்திருந்தது. வீட்டில் தமிழ்ச் சினிமா பாடல்கள் ஒலிக்கும் நேரம் தவிர்த்துப் பெரும்பாலும் ஆங்கிலமே புழங்கியதால் ராகேஷுக்கு ஆங்கிலப் பாடங்கள் எப்போதும் சவாலாய் இருந்ததில்லை. தமிழ்ப்பாடத்தில்கூட மனப்பாடம் செய்து ஒப்பேற்றக் கூடிய இலக்கணப் பகுதிகள், செய்யுள் பகுதிகள் எல்லாவற்றிலும் ஓரளவுக்குத் தேறியும் வந்தான். தன் மொழிவளத்தை நம்பி எழுத வேண்டிய கட்டுரையும், சொல்லுவது எழுதுதலும், பத்தியைப் படித்து அதற்குரிய கேள்விகளுக்குப் பதில் எழுதச் சொல்லும் கருத்தறிதலும்

பெரும் சவாலாய் இருந்தன.

சொல்வது எழுதுதல் என்பது ஆசிரியர் ஒரு பத்தியை உரக்கப் படிக்க அதை மாணவர்கள் திரும்ப எழுதுவது. அடுத்த நாள் வகுப்பில் நடக்கவிருந்த தேர்வுக்கு ராகேஷின் வகுப்பாசிரியர் மூன்று பத்திகளைக் குறிப்பிட்டு அவற்றை ஒரு தாளில் அச்சடித்துத் தந்திருந்தார். அவற்றில் ஏதேனும் ஒன்றுதான் அடுத்த நாள் ஆசிரியரால் மாணவர்களுக்கு வாசித்துக் காண்பிக்கப்படும். வீட்டிற்கு வந்து மற்ற வீட்டுப்பாடங்களைச் செய்து முடித்த பிறகு ராகேஷ் சொல்லுவது எழுதுதல் பத்திகள் அச்சடிக்கப்பட்டிருந்த தாளை எடுத்து வைத்துக் கொண்டு பல முறை அதை மீண்டும் மீண்டும் வாசித்தான். தாளில் அச்சடிக்கப்பட்ட வார்த்தைகளை அவற்றின் அத்தனை வளைவுகளோடும் அச்சடிக்கப் பயன்படுத்திய கறுப்பு மையோடும் உறிஞ்சி மனதில் நிறுத்தி வைத்துக் கொள்ளும் தீவிரம் அவன் முகத்தில் தெரிந்தது. ராகேஷ் சமையலறை மேசையில் அமர்ந்து சொல்லுவதெழுதுதல் பகுதியை மனப்பாடம் செய்ய முயன்ற நேரத்தில் சுகவனம் அடுப்பினருகில் நின்று சமையல் மேடைமீது போட்டிருந்த கட்டையில் இரவு உணவுக்கான காய்கறிகளை அரிந்து கொண்டிருந்தார். அவ்வப்போது பத்திகளை வாசித்துக் கொண்டிருந்த ராகேஷுக்கு வார்த்தைகள் தடுக்கியபோது சரியான உச்சரிப்பைச் சொல்லிக் காட்டினார்.

அன்றிரவு உணவுக்குச் சுகவனம் தோசை வார்க்க முடிவு செய்திருந்தார். தொட்டுக் கொள்வதற்குத் தேங்காய்ச் சட்டினி அரைப்பார். அதற்காகவே காலையிலேயே சந்தைக்குப் போய் சீனன் கடையில் தேங்காய்ப் பூ வாங்கி வந்திருந்தார். மேன்கறியாகக் கோபீஸ், அல்லது பயித்தங்காய் என்று தனக்குத் தானே சொல்லிக்

கொண்டார். நெத்திலி மீன் சம்பலும் வைத்துவிடலாம் என்று அவருக்கு எண்ணமிருந்தது. கவுச்சி இல்லாமல் பொடியன் எதையும் சாப்பிட மாட்டான்.

அந்தச் சமையலறை உணவு சமைப்பதற்காகப் பொழுதன்னைக்கும் புழங்கிய இடம் என்று சுகவனத்தின் நினைவிலிருந்து கொண்டே இருந்தது. புதிதாக இந்த வீட்டுக்குக் குடிவந்த போது வரவேற்பறை, படுக்கையறை அலங்காரங்களைவிட சமையலறையை வடிவமைப்பதிலேதான் ஜெயக்கொடி அதிகம் ஆர்வம் காட்டினாள். அவர்கள் கட்டடம் சற்று மேடான பகுதியிலிருந்தது. அடுப்பில் நின்றபடி திரும்பிப் பார்க்கும்போது சன்னல் வழியாகப் புக்கிட் பஞ்சாங்கின் அடுக்குமாடிக் கட்டட விரிப்பின் கணிசமான பகுதியைப் பார்த்துவிடக் கூடிய அந்த வீட்டின் அமைப்பு ஜெயக்கொடிக்கு மிகவும் பிடித்திருந்தது. பல நேரங்களில் வாரக் கடைசியில் சமையலறையில் நின்று சமைத்துக் கொண்டிருக்கும்போதும், வாஷிங் மெசினின் துவைத்த துணிகளை மூங்கில் கழிகளில் தொங்கவிட்டுச் சன்னலுக்கு வெளியே காயப் போடும்போதும் ஜெயக்கொடி ஒரு கணம் திகைத்து விரித்திருக்கும் அடுக்குமாடி வீடுகளையும் கடைத் தொகுதிகளையும் மௌனமாகப் பார்த்துக் கொண்டிருப்பதைச் சுகவனம் கவனித்திருக்கிறார். மழை பெய்ய ஆரம்பிக்கும் நேரங்களில் அவசரம் அவசரமாக மூங்கில் கம்புகளை வீட்டுக்குள் இழுத்த பின் ஜெயக்கொடி சிறிது நேரம் மழை விழுவதையே பார்த்துக் கொண்டிருப்பாள். தெற்குப் பார்த்த சன்னல். அற்புதமான காற்றோட்டம் இருந்தது. சன்னலுக்கு வெளியே கொஞ்சம் குனிந்து இடது பக்கம் திரும்பிப் பார்க்கும்போது தூரத்தில் சாம்பல் நீலமாய்ப் புக்கிட் தீமா குன்றின் சிறு பகுதி தெரிந்தது.

விரிந்திருந்த ஒவ்வொரு மேட்டையும், பள்ளத்தையும், கல்லையும், கட்டடத்தையுமே ஜெயக்கொடி தன்னுடையதாகவே சுவீகரித்துக் கொண்டிருந்தாள். உக்கிரமான பிற்பகல் வெயிலில் அடுக்குமாடிக் கட்டடங்களின் கூரைகளில் சோம்பல் நிறைந்த வெள்ளைப் பூனையாகப் படுத்துப் புரளும் வெயிலும் அந்தி கருக்கும் நேரத்தில் கட்டடங்களின் ஓரங்களில் ஊர் புரட்டுகளைக் கூடிப் பேசும் மத்திய வயது பெண்களாய்க் கூடிக் கலையும் ஊதா நிற நிழல்களும் அவளுக்குப் பிரியமுடையவையாக இருந்தன. வார்த்தையிலும் நினைப்பிலும் தான் குடியிருந்த வட்டாரத்தின்மீது அவளுக்கிருந்த பிடிப்பைச் சொல்லிக் காட்டினாள். தொலைபேசியில் அம்மா, தங்கை, பள்ளிக்கூடத்தில் தன்னுடன் வேலை பார்க்கும் தோழிகள் என்று யாருடனுன் பேசினாலும் பல தடவைகள் 'எங்க பக்கம் நல்ல மழை', 'எங்க பக்கத்துல நல்லா காத்தடிக்குது', 'எங்க பக்கத்துல இந்த மாதிரியெல்லாம் நடக்காது.' என்றெல்லாம் சொல்வாள். இதைக் கேட்கும்போது சுகவனத்துக்குச் சிரிப்பு வரும். ஜெயக்கொடி சன்னலுக்கு வெளியே தெரிந்த தனது வட்டாரத்தின் வெயிலையும் நிழல்களையும் வாசனையையுமே தனது வீட்டுக்குள்ளும் சமையலறைக்குள்ளும் கொண்டு வந்தாள். புற்றுநோய் முற்றி நிற்கவே முடியாமல் என்ற நிலை வரும்வரைக்கும் தனது சமையலறையில் நின்று ஞாயிற்றுக்கிழமை வீட்டுக்கு வரும் தனது குழந்தைகளுக்கும், பேரப் பிள்ளைகளுக்கும் விதம் விதமாய்ச் சமைத்துத் தந்தாள். ரத்தப் போக்கு அதிகமாகிக் கடைசி தடவையாக மருத்துவமனைக்குக் கிளம்பும் நேரத்தில்கூட 'கொஞ்சம் இருங்க பருப்பு டப்பாவச் சரியா மூடியிருக்கனானு பார்க்கணும்' என்று சொல்லி மெல்ல அடியெடுத்துச் சமையலறைக்குள் நுழைந்து

கைவிரல்களால் அடுப்பையும், அலமாரி அடுக்குகளையும், பருப்புகள், சீரகம், மசாலா, மிளகு, உப்பு என்றெல்லாம் அவள் கைப்படப் பெயர் எழுதி லேபிள்கள் ஒட்டி வைத்திருந்த பிளாஸ்டிக் பாட்டில்களைத் தொட்டுவிட்டு வந்தாள்.

சுகவனமும் ராகேஷும் ஏழு மணிக்கே உண்டு முடித்தார்கள். ஜெயக்கொடி உயிருடன் இருந்தபோது இந்தப் பழக்கம் இல்லை. சுகவனம் வீட்டிற்கு வருவதற்கே ஏழு ஏழரையாகிவிடும் என்பதால் அவர் தொலைக்காட்சியில் கார்மேகம், செ.ப. பன்னீர்செல்வம் எல்லாம் வாசிக்கும் தமிழ்ச் செய்திகளையெல்லாம் பார்த்த பிறகு எட்டரை மணிக்குத்தான் உணவுக்கு உட்காரச் சம்மதிப்பார். ஆனால் பாமா ராகேஷ் ஏழு மணிக்கே சாப்பிட்டுவிட வேண்டும் என்று கண்டிப்பாகச் சொல்லியிருந்தாள்.

'லேட்டா தின்னு தின்னுதான் நம்மவங்களுக்கு டயாபிடீஸ், ரத்த அழுத்தம், மாரடைப்புனு எல்லா விதமான சீக்கும் வருது. உடம்பும் பெருத்துப் போவுது. சீனங்களைப் பாருங்க. ஆறு ஆறரைக்கே டின்னர முடிச்சுடுறாங்க. அவங்களுக்கும் இந்த மாதிரி சீக்கெல்லாம் வரதில்ல.'' என்று சொல்லியிருந்தாள்.

இரவு உணவை முடித்த பிறகு ராகேஷுக்கு ஆப்பிள் துண்டுகளை நறுக்கித் தந்துவிட்டுச் சுகவனம் சமையல் பாத்திரங்களையும், சாப்பிட்ட தட்டுகளையும் கழுவினார். கழுவிய பாத்திரங்களையும் தட்டுகளையும் வாஷ் பேசினிலேயே பலமாகப் பல முறைகள் உதறி சுவரோரமாய்க் காய வைத்தார். பின்பு காலையில் காய வைத்த துணிகளை உள்ளுக்கிழுத்து வகைபிரித்து மடித்து வைத்தார். அன்றைய அழுக்குத் துணிகளை வாஷின் மெசினுக்குள் அமுக்கினார்.

ராகேஷ் நோட்டுப் புத்தகத்தை விரித்து வைத்துச் சுகவனம் கொடுக்கப் போகும் சொல்வது எழுதுதல் பயிற்சிக்காகக் காத்திருந்தான். ஈரமான கைகளைக் கைலியில் அழுந்தத் துடைத்தபடி வந்த சுகவனம் மார்பைச் சொறிந்து கொண்டே சொல்வதெழுதுதல் பகுதியை ஒரு முறை மனதுக்குள் படித்துப் பார்த்தார். சுற்றுலாவுக்குப் போனது பற்றி ஒரு பத்தி, தேசிய நாள் கொண்டாட்டங்களை பற்றி ஒரு பகுதி, மத நல்லிணக்கத்தைப் பற்றி மூன்றாவது. படித்துப் பார்த்துத் தன்னால் உச்சரிக்க முடியாத வார்த்தைகள் எதுவுமில்லை என்று உறுதி செய்து கொண்ட பிறகு ராகேஷைப் பார்த்து 'சரி, ரெடியா?' என்று கேட்டார். அவர் முகத்தையே பார்த்துக் கொண்டு அமர்ந்திருந்த ராகேஷ் அவசரமாகத் தலையாட்டினான். நோட்டுப் புத்தகத்தின் ஓரமாக வைத்திருந்த பென்சிலைக் கையில் எடுத்து சுகவனம் சொல்ல போகும் பத்தியை எழுதத் தயாராக இருந்தான்.

மொழி என்பது மர்மம். மொழி என்பது ஆழங்கள் நிறைந்த மாக்கடல். வானளாவிய மரங்களும், கொடிகளும், செடிகளும், எப்போது வேண்டுமானாலும் கால்களையும் கைகளையும் கீறி ரத்தம் வரவழைக்கக் கூடிய மழைக்காடு. தேசிய நாள் கொண்டாட்டம் பற்றிய பத்தியைச் சுகவனம் வார்த்தைவிட்டு வார்த்தையாக வாசிக்க அவர் முகக்குறிப்புகளையே உன்னிப்பாகக் கவனித்துக் கொண்டிருந்த ராகேஷால் தாளில் பார்த்த எழுத்துக்களுக்கும் சுகவனத்தின் வாயிலிருந்து வரும் ஒலிகளுக்கும் எவ்விதமான அர்த்தமுள்ள தொடர்பையும் ஊகித்துக் கொள்ள முடியவில்லை.

மிக உயரமான படிக்கட்டுகளிலிருந்து அவசரமாய் ஒருவரை ஒருவர் தள்ளிக் கொண்டு கீழ் நோக்கி ஓடிவரும் பள்ளிக்கூடக் குழந்தைகளைப்போலவே தாத்தாவின் வாயிலிருந்து வரும்

வார்த்தைகள் ஒன்றை ஒன்று முழங்கைகளாய் இடித்துக் கொண்டும், இடுப்பைச் சுழற்றி உடம்பின்மீது உடம்பு உரசத் தள்ளிக் கொண்டும் பெரும்கூச்சலாக ஓடி வந்து கொண்டிருந்தன. தாத்தாவின் வாயிலிருந்து அவன் கேட்ட வார்த்தைகள் மிகப் பரிச்சயமானவை. அவற்றுக்கு மொத்தமாகத் தமிழ் என்று பெயர் இருந்தது. தாத்தாவும் பாட்டியும் அந்தச் சொற்களில் பலவற்றைப் பேசுவதை ராகேஷ் கேட்டிருக்கிறான். வீட்டில் சண்டைபோட்டுக் கொள்ளும்போது அப்பாவும் அம்மாவும் அந்தச் சொற்களில் சிலவற்றைப் பேசியிருக்கிறார்கள். பள்ளிக்கூடத்தில் தமிழ் வகுப்பின்போது ஆசிரியர் நிச்சயமாகப் பேசியிருக்கிறார். இத்தனைப் பரிச்சயமாக இருந்த சத்தங்கள் இப்போது அவனுக்கு முற்றிலும் அர்த்தமில்லாதவையாகிப் போனதை எண்ணி ராகேஷ் குழம்பினான். அவனை எழுதத் தூண்டும் வகையில் மீண்டும் மீண்டும் அதே வார்த்தைகளை வாசித்துக் கொண்டிருந்ததால் பொறுமையை இழந்து கொண்டிருந்த சுகவனத்தின் முகம் அஷ்டகோணலாய் மாறியிருந்தது.

ராகேஷ் சுகவனத்தின் முகத்தில் ஏற்படும் பல விதமான மாற்றங்களையும் கண்கொட்டாமல் பார்த்துக் கொண்டிருந்தான். அவர் கோபம் அதிகமாகிறது என்று அறிந்து நினைவில் தங்கியிருந்த பத்தியின் முதல் சொல்லைக் கவனமாய்த் தாளில் வெகு கவனமாக எழுதினான். பின்பு சுகவனம் தொடர்ந்து பத்தியை வாசிக்கவே கையிலுள்ள பென்சிலை ராட்டினம் சுற்றுவதுபோல் வேகமாகச் சுழற்றி என்ன எழுதுவது என்று தீவிரமாக யோசித்தான். சுகவனம் வாசித்துக் காட்டும் வார்த்தைகளில் ஒன்றிரண்டையாவது பென்சிலின் கூரிய முனையில் எப்படியேனும் சிக்க வைத்துவிடும் ஆசை ராகேஷின் அந்தச் செயலில் தெரிந்தது.

சுகவனம் கையிலிருந்த தாளை மேலும் இறுக்கமாக இரு கரங்களிலும் பிடிப்பதாலும் வார்த்தைகளை பல் கடித்தபடி அழுத்தி மிக நிதானமாக மிரட்டும் தொனியில் வாசித்தால் பேரனுக்குப் புரிந்துவிடும் என்று நினைத்தார். ராகேஷ் தமிழ்ப்பாடத்தை அலட்சியம் செய்வதாகவும் இரவு சாப்பாட்டுக்கு முன்னர் அவன் பாடத்தைப் படிப்பதுபோல் அமர்ந்திருந்தது எல்லாம் வெறும் பாசாங்குதான் என்று திடமாக நம்பினார். பத்து வயதான ராகேஷ் அறுபத்து நான்கு வயதான தன்னைத் திட்டமிட்ட அவமானம் செய்வதாகவே அவருக்குத் தோன்றியது. ராகேஷ் தன்னை அவமானப்படுத்துகிறான் என்ற எண்ணமும், அவன்மீது உச்சகதியில் கனைக்கும் போர்க்குதிரைகளாய்க் குளம்புகளை உயரத் தூக்கியபடி பாயக் காத்திருக்கும் அவர் கோபமும் உண்மையில் அவருக்கு மோகன்மீதும், குறிப்பாக பாமா மீதும் இருப்பது என்று யாரேனும் சொல்லியிருந்தால் அவர் ஒப்புக் கொண்டிருக்க மாட்டார்.

அதற்கெல்லாம் மேலாக அவரைச் சுற்றியிருந்த சமையலறை ஜெயக்கொடியின் அமானுஷ்யமான நகர்வுகள் நிறைந்திருப்பது. பழைய தமிழாசிரியையான ஜெயக்கொடி அவரைப் பார்த்து சமையலறை எங்கணும் பளிச்சென்று எரியும் குழாய் விளக்குகளின் உருவத்தில் நகைப்பதாகவும் அவருக்குப் பட்டது.

பல விருதுகளை வாங்கிய இயற்பியல் ஆசிரியர். பின்பு அறிவியல் துறையின் பொறுப்பு ஆசிரியர். பள்ளிக்கூட துணைத் தலைமையாசிரியர். பின்பு சிங்கப்பூரின் பிரசித்திப் பெற்ற பள்ளியின் முதல் இந்திய தலைமையாசிரியர் என்ற பெரும் பெயர். நாடாளுமன்ற உறுப்பினர்களும், ஏன் ஒரு அமைச்சரும்கூட தன்னிடம் படித்த பிள்ளைகள்தான். தொழில்நுறைத் தலைவர்கள்,

முக்கிய விஞ்ஞானிகள், ஊடகப் பிரபலங்கள், என்று நிறைய பேர். ஆனால் இந்தப் பெயரெல்லாம் இருந்தும்கூட சுகவனம் ஒரு நாள்கூடத் தன் குழந்தைகளுக்குத் தானே பாடம் சொல்லிக் கொடுத்ததில்லை. ஒரு பெற்றோர் ஆசிரியர் சந்திப்புக்கும் போனதில்லை. குழந்தைகளைச் சிரத்தையாகக் காலையில் எழுந்து பள்ளிக்கு அழைத்துச் சென்றதோ, பிற்பகலில் பள்ளியிலிருந்து அழைத்து வந்ததோ இல்லை.

எல்லாவற்றுக்கும் ஜெயக்கொடியைத்தான் அனுப்பி வைப்பார். மற்றபடி அவருக்கு நிறைய வேலை இருந்தது. குடும்பத்தைப் பார்த்துக் கொள்ளும் பொறுப்புடைய தன் மனைவியோடு ஒப்பிடுகையில் ஆணான சுகவனத்துக்குத் தனது தொழிலில் முன்னேறவதற்காகத் தேவையானதைச் செய்யும் உரிமையிருந்தது.

சுகவனத்தின் கண்களில் மோகனும் நீலாவும் சின்ன வயதில் பள்ளிக்கூடத்தில் அவர்கள் சந்தித்த சகல பிரச்சனைகளையும் பள்ளிக்கூட வேலை முடித்து வீட்டினுள்நுழையும் ஜெயக்கொடியிடம் சொல்வதற்காக ஓடும் காட்சி கண்களில் விரிந்தது. ஜெயக்கொடி தனது கைப்பையையும், வீட்டில் திருத்துவதற்காக எடுத்து வந்திருக்கும் பயிற்சித்தாள்கள் வைக்கப்பட்டிருக்கும் பெரிய துணிப்பையையும் சோபாவில் சாய்த்து வைத்துவிட்டு இரு குழந்தைகளின் தோள்களிலும் கைகளைப் போட்டபடி அவர்களைப் படுக்கையறைக்கோ, சமையலறை மேசைக்கோ தாழ்ந்த குரலில் பேசிக் கொண்டே அழைத்துச் செல்வாள். அதன் பிறகு அரைமணி நேரமாவது அம்மாவுக்கும் குழந்தைகளுக்கும் ஆழமான பேச்சு வார்த்தை நடக்கும். அவர்களிடையே நடக்கும் உரையாடல்களில் வார்த்தைகள் மட்டும் பங்கேற்பது இல்லை. சின்னச் சின்ன

அபிநயங்கள், அழுகைகள், அரவணைப்புக்கள், கொல்லென்ற சிரிப்புக்கள் எல்லாம் அவற்றுக்குள் அரங்கேறும்.

அதனாலோ என்னவோ மோகன் உயர்நிலை நான்காம் வகுப்பில் உயிரியல் பரிட்சையில் அவன் தேறத் தவறியதை ஜெயக்கொடியிடம்தான் முதலில் கலந்து பேசினான். பதினேழாவது வயதில் மோட்டார் சைக்கிள் கற்றுக் கொள்ள அவனுக்கிருந்த ஆசையையும், பதினெட்டு வயதில் தேசியச் சேவைக்குப் போன போது எல்லோரும் சேர வேண்டும் என்று தவம் கிடக்கும் கமாண்டோ படைப்பிரிவுக்குத் தான் தேர்வானதையும் அவளிடம்தான் நெடுநேரம் விவாதித்தான். நீலாவும்பதினைந்து வயதிலிருந்து தனக்கு ஏற்பட்ட காதல்களையும், முற்றிலும் எதிர்ப்பார்த்த விதத்தில் அவற்றில் ஒன்றொன்றிலும் ஏற்பட்ட தோல்வியையும் ஜெயக்கொடியிடம்தான் பேசினாள். தன்னைவிட பன்னிரண்டு வயது பெரியவனான மால்கம் என்ற வியாபாரியை வங்கி வேலையின் நிமித்தம் சந்தித்ததாகவும் அவன் தன்னைக் காதலிப்பதாகச் சொன்னதையும் சொல்லி ஜெயக்கொடியிடம் மட்டுமே ஆலோசனை கேட்டாள்.

மிகச் சிறப்பாகப் போய்க் கொண்டிருந்த மால்கமின் ஏற்றுமதி இறக்குமதி வியாபாரம் உலகப் பொருளியல் மந்தநிலையால் படுத்து, அவனுக்குச் சிங்கப்பூரில் இருக்கும் உரிமை பறிபோய்விடுமோ என்ற கவலையையும் ஜெயக்கொடி சாவதற்குச் சில வாரங்களுக்கு, மருத்துவமனை படுக்கையில் வைத்தபடி இருவரும் பேசிக் கொண்டிருப்பதை எதிர்ப்பாராத விதமாக அறைக்குள் நுழைந்த சுகவனம் கேட்க நேர்ந்திருக்கிறது.

ஜெயக்கொடி உடல் ஆரோக்கியத்தோடு இருந்த நாட்களில்

அம்மாவும் பெண்ணும் கடைக்குப் போகிறோம் என்று சொல்லிவிட்டு வீட்டுப் பொருள்கள் வாங்கும் சாக்கிலேயே நிறைய பேசிவிட்டு வருவார்கள். அல்லது பெரிய படுக்கையறையில் விஸ்தாரமான கட்டிலின் விளிம்பில் அமர்ந்து ஒருவரின் உடையை மற்றவர் லேசாய்த் தொட்டு அழகு பார்த்தும் லேசாய் முன்னுக்குப் பின் அசைத்துத் தந்து திருத்தியபடியும் பேசிக் கொள்வார்கள்.

இதுக்கென்ன, எல்லா அம்மாவுக்கும் பிள்ளைக்கும் நடுவுல இருக்குறதுதானே என்று சுகவனம் எண்ணிக் கொள்வார். வீட்டில் அவர் எல்லை புத்தகமும் தொலைக்காட்சியும். அனுமதி தருவது. பணத்தைப் பட்டுவாடா செய்வது. உம்மென்று இருப்பது.

இத்தனைக்கும் தனது ஆசிரிய வாழ்க்கை மொத்தமும் சுகவனத்தின் ஆங்கிலப் பேச்சாற்றலையும், சொற்களைத் தேர்ந்தெடுத்துப் பயன்படுத்தும் துல்லியத்தையுமே எல்லோரும் பாராட்டியிருந்தார்கள். இந்தியர்களுக்கு, குறிப்பாகத் தமிழர்களுக்குச் சிங்கப்பூரில் அப்படி ஒரு பெயர் இருந்தது. அவங்களுக்கு என்ன, பேசுறதுக்குச் சொல்லியா தரணும். இதை நிரூபிப்பதுபோல் அப்போது சிங்கப்பூரிலிருந்த புகழ்ப்பெற்ற வழக்கறிஞர்களில் பெரும்பாலோர் இந்திய, ஈழத் தமிழர்களாகவும், சிலோன்காரர்களாகவுமே இருந்தார்கள். பிறகு கொஞ்சம் கொஞ்சமாக சிங்கப்பூரிலிருக்கும் மற்ற தொழில்களைப் போலவே வழக்கறிஞர் தொழிலும் எல்லா இன ஆண்களும் பெண்களும் பங்கேற்கும் தொழிலாக மாறிவிட்டது.

சுகவனம் இயற்பியல் ஆசிரியராய் அரசாங்கக் கல்விச் சேவையில் காலடி எடுத்துவைத்த நேரத்தில் சிங்கப்பூரில் அறிவியல் தொழில் புரட்சி நடந்து கொண்டிருந்தது. குறிப்பிடும்படி நில வளமோ, மற்ற

இயற்கை வளங்களோ இல்லாத நாடு விஞ்ஞானத் துறையிலும் பொறியியல் துறையிலும் முன்னேறினால்தான் பன்முகமான உலகத்தில் தொடர்ந்து தாக்குப்பிடிக்க முடியும் என்ற முக்கியமான முடிவுக்கு வந்திருந்தது. பள்ளிக்கூடங்கள் தேர்ந்த பொறியியலாளர்களை உருவாக்க வேண்டும் என்ற தாகம் பிறந்திருந்தது. நாட்டு நிர்மானத்திலும் பொறியியலாளர்கள் பங்கு அவசியம் தேவைப்பட்டது. நாடு நாடாய் இருக்க வேண்டுமென்றால் சாய்க்கடைகளைத் திறம்பட வடிவமைக்கக் கூடிய தேர்ந்த பொறியியலாளர்கள் எவ்வளவு அவசியம் என்று நாட்டின் முக்கியத் தலைவர்களில் ஒருவர் சுட்டிக் காட்டினார். நாட்டுக்காக உருவாக்கித் தரும் ராட்சசச் சக்கரத்தில் இயற்பியல் ஆசிரியர் பயிற்சி பெற்ற சுகவனம் ஒரு சிறு திருகாணியாகப் பொருந்திக் கொண்டார்.

தன்னுடைய வேலையின் இன்றியமையாமை அவருக்குப் புலப்பட ஆரம்பித்த நேரத்தில்தான் ஜெயக்கொடியின் தமிழ்மொழிப் பாடத்தைக் கொஞ்சம் கேலிச் செய்து பார்க்க வேண்டும் என்று சுகவனத்துக்குத் தோன்றியது. ஓட்டப் போட்டியில் ஜெயிக்கும் முகமாய் இருப்பவர்கள் கொஞ்சம் பின்தங்கி ஓடி வருபவர்களைப் பார்த்துப் பல்காட்டிப் பரிகசிப்பது உலக இயல்பு. வரலாற்றின் எல்லாக் காலத்திலும், எல்லா தேசங்களிலும், எல்லா வகையான கலாச்சாரங்களிலும் இது நடக்கும்.

மார்பு நிமிர்த்தியிருக்கக் கைகளைத் தலைக்குமேல் உயர்த்தி வீசியபடி போட்டியில் முன்னுக்கு வந்து கொண்டிருந்த சுகவனம் அவர் கண்களுக்கு மிகப் பின்னால் ஓடி வந்து கொண்டிருந்த ஜெயக்கொடியைப் பார்த்துச் சிரித்தார். 'ஹே ஹே' என்று கோணங்கித் தனங்கள் செய்தார். ஆனால் ஜெயக்கொடி அவர் ஓடிய பந்தயத்தில்

ஓடவில்லை, முற்றிலும் வேறொரு போட்டியில் அவள் ஓடிக் கொண்டிருந்தாள் என்று சுகவனத்துக்குப் புலப்படவே இல்லை.

‘‘நீ ஸ்கூல்ல இவ்வளவு நேரம் இருந்து தமிழ்ல ஃபெயில்லான பிள்ளைங்களுக்குத் துணைப்பாட வகுப்பு நடத்தி என்னத்த கிழிக்கப் போற. உன் தமிழ் கிளாஸ்ஸுல முதலாவதா வந்தா மட்டும் ஸ்காலர்ஷிப்பத் தூக்கிக் கொடுத்துரவாப் போறாங்க. நீ ஸ்கூல்ல சாயந்திரம் வரைக்கும் இருந்தேனா நம்ம பிள்ளைங்கள யாரு வீட்டுக்குக் கூட்டிக்கிட்டு வரது. அதெல்லாம் ஒண்ணும் வேண்டாம். இன்னிக்குச் சுருக்கா வீட்டுக்குக் கிளம்பிடு.’’

தான் நையாண்டி செய்யப்படுவதை அறிந்து கொண்ட ஜெயக்கொடி வீட்டில் கொஞ்சம் கொஞ்சமாய்க் குழந்தைகளைப்போலவே சுகவனத்திடம் பேசும் பேச்சைக் குறைத்துக் கொண்டாள். சொல்லுவதெழுதுதல் பத்தியை வாசிக்கும் சுகவனத்தின் வாயிலிருந்து வரும் வார்த்தைகளை அர்த்தம்படுத்திக் கொள்ளத் தவிக்கும் ராகேஷைப் போலவே சுகவனத்தின் வார்த்தைகள் நாளடைவில் அவளுக்குப் புரிபடாமல் போயின. சுகவனம் வார்த்தைகளால் நிரப்பியதை ஜெயக்கொடி ஆழமான மௌனத்தால் நிரப்பினாள்.

திருமணமாகி வந்த புதிதில் ஜெயக்கொடி நிறையப் பேசுவாள். அவள் அப்பா கதிரேசன் அறுபதுகளில் சிங்கப்பூரில் இயங்கிவந்த திராவிட இயக்கங்களின் மிகப் பெரிய அனுதாபி. புக்கிட் பாஞ்சாங் வட்டாரத்தில் அந்த நாட்களில் நடந்தேறிய தமிழர் திருநாள் கொண்டாட்டங்கள்,பொங்கல் விழா, தமிழ்ப் பேச்சுப் போட்டிகள், கயிறு தாண்டுதல், கயிறு இழுக்கும் போட்டி ஆகியவற்றின் ஏற்பாடுகளில் முன்னணியில் நின்றவர். சீனப் புத்தாண்டின்போது சீன

முதலாளிகள் நடத்திய பட்டாசு வெடிக்கும் போட்டியிலும் உதவியாக இருந்திருக்கிறார். பத்தாவது மைலில் நடந்துவந்த துளசிதாஸ் புத்தகக் கடையில் அனுமதி வாங்கி கொஞ்ச காலத்துக்குப் பாரதிதாசன் செந்தமிழ் இலக்கிய மன்றம் என்று ஒன்றை நடத்திவந்தார். பெயர்தான் செந்தமிழ் இலக்கிய மன்றமே தவிர அநேகமாக அங்கே அதிகமாக வாசித்துக் காட்டப்பட்டவை திராவிட இயக்கத்தினரின் புத்தகங்கள்தான். அப்பாவுக்கு உற்சாகம் மிகுந்துவிட்டால் பாரதிதாசனின் கவிதைகளை ஆரம்பித்துவிடுவார் என்று ஜெயக்கொடி ஒருமுறை சுகவனத்திடம் சொல்லியிருக்கிறாள். தமிழச்சியின் கத்தி, பாண்டியன் பரிசு, இருண்ட வீடு. எதிர்ப்பாராத முத்தம் வாசிக்கப்பட்ட போது கூட்டம் சற்று அதிகமாகவே இருந்ததாம். வாசிப்புக்குப் பின் விவாதம். மேடைப் பேச்சுப் பயிற்சி. அந்தக் காலத்தில் மேடைப் பேச்சுக்கு சிங்கப்பூர்த் தமிழர்களிடையே மவுசு இருந்தது.

கதிரேசனுக்கு நல்ல கணீரென்ற குரல். அறுபதுகளில் நிகழ்ச்சி மேடைகளில் இரண்டாம், மூன்றாம் பிரிவு பேச்சாளாராய் அவரை அழைப்பார்கள். அவரும் ஜெயக்கொடியின் அம்மா பானுமதியும் பினாங்குக்காரர்கள். ஜப்பான்காரன் சண்டைக்குப் பத்தாண்டுகளுக்குப் பின்னால் வேலை தேடி சிங்கப்பூருக்கு வந்தவர்கள். இங்கு வந்தவர் ஜோகூருக்குப் பக்கமாக இருக்கிறது என்பதால் புக்கிட் பாஞ்சாங் பத்தாவது மைல் பக்கமாக இருந்த ஒரு வீட்டில் அறையெடுத்துப் பானுமதியுடன் தங்கிவிட்டார். பினாங்கில் சீனியர் கேம்பிரிட்ஜ் தேர்வு வரை முடித்திருந்ததால் பத்தாவது மைலிலிருந்து கொஞ்சம் தெற்கே தள்ளி ஐரோப்பியர்கள் நடத்திய சேய்ரி ஃபார்ம் பால் பண்ணையில் குமாஸ்தாவுக்கும் குமாஸ்தாவாக

இருக்கும் வேலை கிடைத்தது. ஜப்பான்காரன் சண்டையின்போது சிங்கப்பூர் சாங்கிச் சிறையில் ஜப்பானியர்களின் போர்க்கைதியாக இருந்து செத்துப் பிழைத்துப் போர் முடிந்தபின் இங்கேயே தங்கிவிட்ட ஆஸ்திரேலிய படை சார்ஜெண்ட் மேஜர் ஒருவர் அப்போது பால் பண்ணையின் உதவி மேலாளராக இருந்தார். அவரிடமிருந்து கதிரேசன் லாரிகள், டெலிவரி வேன்கள் ஆகியவற்றை ஓட்டவும், பழுது பார்க்கவும் கற்றுக் கொண்டார்.

பால் பண்ணையில் பத்துப் பன்னிரண்டு ஆண்டுகள் வேலை பார்த்த பிறகு மலாயா சுதந்திரம் பெறவிருந்த சமயம் விநோதமான அக உணர்வுகளால் உந்தப்பட்டுக் கதிரேசன் வெள்ளைக்காரனிடம் தனக்கிருந்த வேலையை ராஜிநாமா செய்துவிட்டுப் பத்தாவது மைலிலேயே மலேசியாவிலிருந்து வரக்கூடிய சரக்குகளுக்குக்கான சப்ளை ஏஜெண்டாக மாறினார். இன்னின்ன பொருட்கள் என்று இல்லை. கோலாலம்பூர்க் கடைத்தெருவில் விற்கப்படும் புடவையிலிருந்து முதற்கொண்டு மலாய மருந்து சமாச்சாரங்கள், ஆண்மையைப் பலப்படுத்தும் லேகியம், ஜோகூர் மாகாணத்தில் தயாராகும் அற்புதமான கள்ளுவரை கதிரேசனிடம் போய்க் கேட்டால் கிடைக்கும். இதனால் கதிரேசன் பழைய புக்கிட் பஞ்சாங் வட்டாரத்தில் அனைவருக்கும் நன்றாகப் பழக்கமாகியிருந்தார். சிங்கப்பூர்த் தமிழர்களின் அப்போதைய தனிப்பெரும் தலைவராக விளங்கிய கோ. சாரங்கபாணிக்கும் இவருக்கும் நேரடி பழக்கம் இருந்தது.

'அந்தப் பக்கத்துல நம்ம இயக்கத்தைப் பலபடுத்துங்க கதிரேசன்' என்று கோசா இவரிடம் சொன்னதாகக் கதிரேசன் சுகவனத்திடம் அடிக்கடி சொல்லியிருக்கிறார். கோசா அறிமுகப்படுத்திய தமிழர் திருநாள் கொண்டாட்டங்களுக்கு மாற்றாக அப்போது சமுதாயத்தில்

சில பேர் பொங்கல் கொண்டாட்டங்களை நடத்திக் கொண்டிருந்த நேரம். இவர் ‘செய்யுறேங்க’ என்றாராம். புக்கிட் பஞ்சாங்கிற்கு அறிஞர் அண்ணாதுரை பேச வந்தபோது அவர் வந்திறங்கிய காரைச் சுற்றி நின்ற கூட்டத்தில் கதிரேசனும் நின்றிருக்கிறார். இப்போது முருகன் திருக்குன்றம் நிற்கும் இடத்துக்கு மிக அருகிலிருக்கும் தியோச்சூ சங்கத்தில் பிரபல தமிழ் நடிகருக்குப் பாராட்டு நடந்தபோது இவர்தான் பச்சை நிறக் கிக்காப்பூ குளிர்பானப் பாட்டிலை உடைத்துத் தந்தாராம். பாட்டிலைக் கையில் வாங்கிய நடிகர் சிங்கத்தின் கர்ஜனை போன்ற குரலில் ‘என்னப்பா இது, கலர் ஒரு மாதிரி இருக்கு’ என்று கேட்டாராம்.

சிங்கப்பூர் சுதந்திரம் பெற்று இங்கிருந்த திராவிட இயக்கங்கள் கலகலத்துப் போன பிறகு கதிரேசன் கொஞ்சங் கொஞ்சமாக சமூகப் பணிகளிலிருந்து விலகினார். வயதுமாகிவிட்டது. முன்னைப்போல் மலேசியாவிலிருந்து வரும் பொருள்களுக்குக் கதிரேசன் போன்ற இடைத்தரகர்களின் சேவை தேவையே இல்லாதபடி பொருட்கள் ஜோகூர் பாலத்தின் வழியாக மலேசியாவின் எல்லாப் பகுதிகளிலிருந்து சுளுவாக வந்து சேர்ந்தன. அதிரடி மாற்றமாக வயதான காலத்தில் சிங்கப்பூர் தமிழர்களிடையே இந்து மத உணர்வை வளர்க்க எண்ணி உருவாக்கப்பட்ட ‘கிருஷ்ணா அவர் கைய்ட்’ என்ற இயக்கத்தில் கதிரேசன் தொண்டூழியராகச் சேர்ந்தார். கிறிஸ்துமஸ் நேரங்களில் தோன்றிப் பிள்ளைகளுக்குப் பரிசுகளை வழங்கும் சாந்தா கிளாஸைப்போல் ‘கிருஷ்ணா அவர் கைய்ட்’ இயக்கம் தீபாவளிச் சமயங்களில் தோன்றி இந்துப் பிள்ளைகளுக்குப் பரிசுகளை வழங்குவதற்காகத் தீபாவளித் தாத்தா ஒருவரை உருவாக்கியது. திருவரங்கக் கோவில் அரையர்களின் சாயலில்

தென்கலைத் திருநாமம் சாற்றப்பட்டிருந்த தொப்பியுடன் தீபாவளித் தாத்தா தோன்றினார். ஞாயிற்றுக்கிழமைகளில் வேதாகம வகுப்புகளை நடத்தும் பழக்கமுடைய கிறிஸ்துவத் திருச்சபைகளுக்கு நிகராக 'கிருஷ்ணா அவர் கைய்ட்' இயக்கம் ஞாயிற்றுக்கிழமைகளில் பகவத் கீதை வகுப்புகளை நடத்தியது.

தனது இளமைக்காலக் கொள்கையின்படியே கதிரேசன் தனது இரண்டு பெண்களையும் வளர்ந்திருந்தார். ஜெயக்கொடி புகுந்த வீட்டில் வந்து சேர்ந்த புதிதில் முதல் விஷயமாகப் புத்தக அலமாரி ஒன்றை உருவாக்கினாள். பவுனம்மாளுக்குச் சமையலறையில் ஒத்தாசையாய் இருந்த நேரத்தைத் தவிர்த்தும், பள்ளிக்கூடத்திற்கான ஆயத்தங்களைச் செய்ய வேண்டிய நேரத்தைத் தவிர்த்தும் பூப்போட்ட சோபாவின் ஓர் ஓரமாய்ப் புத்தக அலமாரியிலிருந்து எடுத்து வந்த ஏதாவது தமிழ்ப் புத்தகத்தோடு அமர்ந்து கொண்டாள். ஜெயக்கொடி ஆங்கிலப் புத்தகங்கள் வாசித்துச் சுகவனம் பார்த்ததே இல்லை. சுகவனம் பொதுவாக மிக அத்தியாவசியமான பள்ளி வேலைகளைத் தவிர மற்ற எதையும் வீட்டில் செய்வதில்லை. முடிந்தவரை பள்ளி வேலைகளையும் பள்ளியிலேயே முடித்துவிட்டு வந்துவிடுவார். பாடம் சம்பந்தப்பட்ட புத்தகங்களையோ வேறு எந்தப் புத்தகங்களையோ அவர் எடுத்து வாசிப்பது அபூர்வம். எப்போது பல்கலைக் கழகம் முடிந்ததோ அப்போதே சுகவனமும் புத்தக வாசிப்புக்கு முழுக்குப் போட்டுவிட்டார்.

ஜெயக்கொடி நிறைய வாசித்தாள். அப்பாவின் புத்தக அலமாரியிலிருந்து புத்தகங்களை எடுத்து வந்தாள். அப்போது சிங்கப்பூரில் பிரபலமாகிவந்த ஈ.வி. சிங்கன் என்ற ஈழத்தமிழரின் புத்தகக் கடை பிரபலமாகி வந்தது. ஆனால் நகரத்தை விட்டுக் கடை

மிகவும் தள்ளியிருந்தது. நிறைய பேருந்துகள் மாறிப் போக வேண்டும். புத்தகம் வாங்கவும் அவர்களுக்கு அப்போதிருந்த சம்பளமும் அவ்வளவாக இடம் கொடுக்கவில்லை. அரசாங்கம் எல்லா வட்டாரங்களிலும் தொடங்கியிருந்த பொது நூலகங்கள் ஜெயக்கொடிக்குக் கை கொடுத்தன. அவற்றில் கிடைத்த புத்தகங்களை இரவல் வாங்கி வந்து ஜெயக்கொடி இரவு நெடுநேரம் படித்தாள்.

பரந்த வாசிப்பின் பலனாகவும் அப்பாவிடமிருந்து எப்போதோ கற்றுக் கொண்ட கொள்கைகளின் பலனாகவும் ஆறுமுகமும் பவுனம்மாளும் வீட்டில் பின்பற்றி வந்த சின்னச் சின்னச் சம்பிரதாயங்களை மாற்றியமைத்தாள். வீட்டிலிருக்கும் தெய்வப் படங்களுக்கு கள்ளும், பர்மா சுருட்டும் வைத்து வழிபடும் வழக்கத்தை மாற்றினாள். கம்பத்துக் கோழியைப் பிடித்துவந்து வீட்டில் வைத்திருப்பது ஆரோக்கியமானதல்ல என்று மிகப் பொறுமையாக விளக்கினாள். தனத்திற்கு பல்கலைக்கழக ஹாஸ்டலில் தங்க இடம் கிடைத்தபோது ஆறுமுகமும் பவுனும் சம்மதிக்கத் தயங்கினார்கள். ஆறுமுகம் வேலைவிட்டு வீட்டிற்கு வந்து ஓய்வாய் இருந்த நேரத்தில் எல்லோரும் சோபாவில் சுற்றி உட்கார வைத்துச் சின்னப் பிரசங்கம்போல் ஒன்றைச் செய்து ஜெயக்கொடி அவர்கள் மனதை மாற்றினாள்.

ஜெயக்கொடியின் வாழ்க்கை மிக அழகான, சுடர்மிகுந்த, அமைதியான வார்த்தைகளால் சூழப்பட்டிருந்தது. சிங்கப்பூரில் வெளிவந்த தமிழ்ப் பத்திரிகைக்கும் மலேசிய பத்திரிகைகளுக்கும் கவிதைகளையும், சிறுகதைகளையும் எழுதி அனுப்பினாள். சிறுகதைகள் பெரும்பாலும் தமிழ்ப் பெண்கள் வீட்டிலும்

சமுதாயத்திலும் சந்திக்கும் சவால்களைப் பற்றிய கதைகள். அந்நாளைய தேய்வழக்கு நடையில் இருந்தன. கவிதைகள் மெல்லிய உணர்வுப் பிரவாகங்கள் என்பது தவிர்த்து அவற்றில் வேறெதுவும் இருக்கவில்லை. ஆனால் அவற்றை எழுதுவதில் ஜெயக்கொடி மிகப் பெரிய நிறைவைக் காண்கிறாள் என்பது படுக்கையறை ஒப்பனை மேசையின் முன்னால் குனிந்து இடைப்பட்ட குறுகிய இடத்தில் தாளை வைத்து அவற்றை எழுதிக் கொண்டிருக்கும் நேரத்தில் அவள் முகத்தில் தோன்றிய குறிப்புக்கள் காட்டின.

பள்ளியில் வேலை பார்த்துக் கொண்டே ஆசிரியர் ஒருவர் முன் அனுமதி இன்றி பத்திரிகைகளுக்குப் படைப்புக்களை அனுப்பலாமா என்று அவளுக்குக் குழப்பமிருந்ததால் எல்லாவற்றையும் புனைப்பெயரில் அனுப்பினாள். அவற்றில் சில பிரசுரமாயின. தனது படைப்புக்கள் பத்திரிகையில் வெளிவந்தபோது வீட்டிலுள்ள அனைவருக்கும் சொன்னாள். சில சமயங்களில் தனது படைப்பு வெளிவந்திருக்கும் பக்கத்தில் செய்தித்தாளை மடித்து எல்லோருடைய கண்களில் படும்படி உணவு மேசையின்மீது வைத்துவிட்டுப் போவாள்.

பவுனம்மாளும் ஆறுமுகமும் சோபாவில் அமர்ந்து மார்புவரை கால்களை மடித்துக் குறுக்கிக் கனமான புத்தகம் ஒன்றை வாசித்துக் கொண்டிருக்கும் ஜெயக்கொடியை விநோதமான ஒரு பெண்ணாய், லேசான அமானுஷ்யம் நிறைந்தவளாகப் பார்த்தார்கள். வீட்டில் பின்பற்றப்பட வேண்டிய சடங்குகளைப் பற்றியும் மத நம்பிக்கைகளைப் பற்றியும் அவர்கள் இருவரிடமும் மிகப் பொதுவான நம்பிக்கைகளே இருந்தனவே அன்றி அவர்களுக்குக் குறிப்பிட்ட எந்த சடங்கிலும் கோட்பாட்டிலும் அதீத பற்றுதல்

இருந்ததில்லை. அத்தகைய அதீதப் பற்றுதல் அவர்களை பொறுத்தவரை ஒரு சொகுசான விஷயம். அவர்களின் சூழலோ பொருளாதார நிலைமையோ அப்படிப்பட்ட அதீதப் பற்றுதலை அனுமதிப்பதாக இல்லை. ஆனால் அவர்கள் கொண்டிருந்த மிகப் பொதுவான கோட்பாடுகளைப் பொறுத்தவரை அவற்றில் அசைக்க முடியாத நம்பிக்கையோடு இருந்தார்கள். அதனால் ஜெயக்கொடி வீட்டில் செய்த சிறு சிறு மாற்றங்கள் அவர்களைப் பாதிக்கவில்லை. வீட்டில் புத்தகமும் கையுமாகத் துருதுருவென்று சுற்றிவந்த பெண்ணைக் கொண்டாடினார்கள்.

தோட்டத்துப் பள்ளியில் இரண்டாம் வகுப்போடு சகல பள்ளிக்கூடப் படிப்பையும் பூர்த்தி செய்திருந்த பவுனம்மாளுக்குத் தனக்குப் படித்த மருமகள் கிடைத்ததில் கைக்கொள்ளாத பெருமை. ஊரெல்லாம் போய்த் தனது தோழிகளிடம் ஜெயக்கொடி வீட்டில் செய்திருக்கும் சின்னச் சின்ன மாற்றங்களைப் பற்றிச் சலிப்புடன் பேசுவதுபோல் பேசித் தம்பட்டம் அடித்தாள். தனத்திடம் அண்ணியைப்போல் இருக்க வேண்டும் என்று வெளிப்படையாகவே சொன்னாள். தன்னுடைய மருமகளுக்கு இருந்த சாமர்த்தியம் சுகவனத்துக்குப் போதவில்லை என்று மிக நாசூக்காக இடித்துரைத்தாள்.

மோகன் பிறந்த இரண்டாவது வருஷத்தில் சர்க்கரை நோயால் ஏற்பட்ட சிறுநீரகப் பாதிப்பால் பவுனம்மாள் இறந்த போது ஜெயக்கொடி மிகவும் கலங்கிப் போனாள்.

சுகவனம் தனது பெற்றோருக்கு எதிர்மாறாக இருந்தார். அவருக்கு மிகப் பொதுவான கோட்பாடுகளிலும் நம்பிக்கைகளிலும் எதில் பிடித்துக் கொள்வது என்பதில் பெரும் குழப்பம் இருந்தது. அந்தக்

காரணத்தாலோ என்னவோ அன்றாட வாழ்க்கையின் சின்னச் சின்னச் சடங்குகள்தன் விருப்பத்துக்கு சரியாக நடைபெற வேண்டும் என்பதிலும் கால காலமாகப் பின்பற்றி வந்த பழக்கங்கள் மாறிவிடக்கூடாது என்பதிலும் தீவிரக் கவனம் செலுத்தினார். அப்படி மாற்ற முற்பட்டவர்களை வாய் வார்த்தையாலும் சில நேரங்களில் கொடுமையான செயல்களாலும் தண்டித்தார்.

சுகவனத்தின் வன்முறையும் தண்டனைகளும் குதிரைமயிரிலிருந்து தயாரித்த மிக அற்புதமான நாண் மிகக் கச்சிதமாகப் பொருத்தப்பட்ட வில்லைப்போல மிக நாசூக்கானது. அம்பு புறப்பட்டுச் சென்றுவிட்டது என்று எய்தவன்கூட எளிதில் அறிய முடியாத வகையில் அதிர்வுகளை முற்றிலும் உள்வாங்கி அமைதியாக இருப்பது. ஆனால் வெற்று அலங்காரங்கள் இல்லாமல் அது ஏற்படுத்தக் கூடிய விளைவுகளில் காலம்போல் கொடூரமானது. எதிரிகளை அழித்து ஒழிப்பதில் ருத்திரனைப்போல் நிச்சயமானது.

திருமணமான புதிதில் சுகவனத்தோடு விஷயங்களைப் பேசவும் விவாதிக்கவும் தலைப்பட்ட ஜெயக்கொடி நாளடைவில் எல்லையிலா மௌனத்துக்குள் அமிழ்ந்து போனாள். குழந்தைகள் பிறந்த பின்பு அவளுடைய மௌனம் இன்னமும் ஆழமானது. அவர்கள் பெரியவர்களாக வளர அவளுடைய மௌனம் ஸ்திரப்பட்டது. மிகத் துல்லியமான விஷயங்களைப் பற்றிச் சுகவனத்திடம் திருமணப் புதிதில் விவாதித்தவள் நாளாக ஆக மிகப் பொதுவான குடும்ப விஷயங்களை மட்டுமே பேசுவாள். ஒரு வகையில் சுகவனத்துக்கும் அவளுக்கும் இடையே அந்தரங்கமே இல்லாமல் போனது. மோகனும் நீலாவும் பதின்ம வயதிற்கு வந்த பிறகு சுகவனத்துக்கும் ஜெயக்கொடிக்கும் இடையே இருந்த பேச்சுக்களைச்

செய்தித்தாள்களில் பிரசுரித்து இருக்கலாம். ஊர் முழுவதும் சுவரொட்டிகளில் எழுதி வைத்திருக்கலாம். எந்தப் பாதகமும் நேர்ந்திருக்காது.

ஜெயக்கொடியிடமிருந்து வார்த்தைகள் மெல்ல கழன்று கொண்டன. முதலில் எழுதுவதை நிறுத்தினாள். பின்பு நாளடைவில் வாசிப்பதை நிறுத்தி ஓய்ந்திருந்த வேளையில் சோபாவில் அமர்ந்து தன் மடியில் பின்னியிருந்த தனது சுருக்கம் விழுந்த கைவிரல்களை வெகு நேரமாகப் பார்த்தபடியே எதுவும் பேசாமல் அமர்ந்திருப்பாள். ஐம்பத்து நான்கு வயதில் தொடர்ந்து நீடித்து வந்த ரத்தப்போக்கும் வயிற்றின் அசௌகரியமும் புற்று நோய் என்று உறுதியானபோது ஜெயக்கொடியின் சாதாரண மௌனம் மகாமௌனமானது. உடலைத் தீயைப் போல் வாட்டிய சிகிச்சை முறைகளால் ஆழமான மௌனம் கடைசியில் அவள் மரணத்தில் பூரணமானது.

ஜெயக்கொடியிடமிருந்து வார்த்தைகள் கழன்று போனதற்குத் தனது பேச்சும் செயல்களும்தான் காரணம் என்று சுகவனத்துக்கு அவள் மரணிக்கும் தறுவாயிலிருந்தபோது தெரிந்தது. மௌனமாகிக் கொள்வது என்று ஜெயக்கொடி முடிவு செய்த போது மிக முக்கியமாகத் தனது உடலின் செயல்பாடுகளையே சுகவனத்திடமிருந்து மறைத்தாள். ஜெயக்கொடிக்கு ஒற்றைத் தலைவலி வருவதுண்டு. அப்படி உபத்திரவம் ஏற்படும்போதெல்லாம் முன்னாளில் சுகவனத்திடம் அதன் கொடுமைகளைப் பற்றி விவரமாகப் பேசித் தன் இயலாமையைப் பற்றிச் சலித்துக் கொள்கிறவள் பின்னாளில் மௌனமாகச் சுகவனத்துக்கும் குழந்தைகளுக்கும் இரவு உணவு பரிமாறிவிட்டுச் சோபாவில் சுருண்டு படுத்துக் கொள்ள ஆரம்பித்தாள். குழந்தைகள் தமக்கிடையே முணுமுணுப்பாய்ப் பேசிக் கொள்வதை வைத்துக் கொண்டே

ஜெயக்கொடிக்கு மீண்டும் ஒற்றைத் தலைவலி ஆரம்பமாகியிருப்பதைச் சுகவனம் அறிந்து கொள்ளத் தொடங்கினார். சில சமயங்களில் சுகவனம் பள்ளி முடித்து வீட்டிற்கு வரும்போதே ஜெயக்கொடி சன்னலிலிருந்து விழும் சூரிய வெளிச்சத்திற்கு எதிராக கையைக் கொண்டு மறைத்துத் தூங்கிக் கொண்டிருப்பாள். ஒப்பனை மேசைமீது வைக்கப்பட்டிருக்கும் மருந்துகள் நிறைந்த சிறிய வெள்ளைக் கவரையும் அதன் கீழ் மடித்து வைக்கப்பட்டிருக்கும் மருத்துவரின் விடுப்புச் சீட்டையும் வைத்து அன்றைக்குப் பள்ளிக்கூடத்துக்கு ஜெயக்கொடி போகவில்லை என்று சுகவனம் அறிவார்.

ஜெயக்கொடிக்கு மாதவிடாய் ஆரம்பமாகியிருப்பதை இரவில் உறங்கப் போவதற்கு முன்னால் படுக்கையில் தான் படுக்கும் இடத்துக்கு அடியில் ஜெயக்கொடி விரிக்கும் சதுர வடிவத்திலான பிளாஸ்டிக் விரிப்பிலிருந்து சுகவனத்துக்குத் தெரிய வந்தது. தாம்பதிய உறவுக்கு அடிப்படையாக இருந்த தனது மனைவியின் உடல் தன்னைப் பொறுத்த மட்டில் மர்மங்கள் நிறைந்த ஓர் உலகமாக மாறி வருவது மட்டும் சுகவனத்துக்குப் புரிந்தது. ஆனால் அந்த மர்மத்தை ஊடுறுவும் சாத்தியத்தை அவர் எப்போதோ இழந்திருந்தார்.

தனக்கு ஏற்பட்ட கர்ப்பப்பைப் புற்றுநோயையும் ஜெயக்கொடி அப்படித்தான் மறைத்திருக்க வேண்டும் என்று சுகவனத்துக்கு இப்போது தெரிகிறது. சில காலமாக ஜெயக்கொடி அடிக்கடி பள்ளிக்கூடத்திலிருந்து மருத்துவ விடுப்பு எடுத்து வந்தாள் என்பது அவருக்குத் தெரிந்திருந்தது. வீட்டில் அங்கங்கே பெரிய ஆஸ்பத்திரி கொடுத்த மருந்துச் சீட்டுகளும், ரசீதுகளும், சிகிச்சை நிரல் அட்டையும் வைக்கப்பட்டிருந்தன. ஜெயக்கொடியின் பெயர் போட்டு பெரிய

ஆஸ்பத்திரியிலிருந்து அவளுக்குக் கடிதங்கள் வர ஆரம்பித்தன. ஒரு நாள் தொலைபேசி மணியடிக்கச் சுகவனம் தொலைபேசியை எடுத்தபோது மறுமுனையிலிருந்து பேசிய தாதி பெரிய ஆஸ்பத்திரியிலிருந்து பேசுவதாகச் சொன்னாள். ஜெயக்கொடியின் பெயரைச் சொல்லி அவளுடைய மருத்துவப் பரிசோதனை அறிக்கை வந்துவிட்டதாகச் சொல்லி ஜெயக்கொடி இருக்கிறாளா என்று கேட்டாள். அப்போது ஜெயக்கொடி தனத்தைப் பார்க்க குவீன்ஸ்டௌன் போயிருந்தாள். கணவன்தான் என்று சொல்லிச் சுகவனம் எவ்வளவு வற்புறுத்தியபோதும் தாதி மேலும் விவரங்களைச் சொல்ல மறுத்துவிட்டாள். ஜெயக்கொடி வந்ததும் அவள் மருத்துவமனையை அழைக்க வேண்டும் என்றும், மிகுந்த அவசரம் என்றும் சொல்லித் தொலைபேசி இணைப்பைத் துண்டித்தாள். அப்போதே சுகவனத்தின் மனதில் ஏதேனும் அபாய மணி ஒலித்திருக்க வேண்டும். ஆனால் பொம்பளைக்கு எப்பவும் எதாச்சும் இருக்கத்தானே செய்யும் என்று அவர் அந்த அழைப்பைச் சட்டை செய்யாமல் இருந்தார். மேலும் ஜெயக்கொடிக்கு ஒற்றைத் தலைவலி என்பது ஊரறிந்த விஷயம் என்பது அவர் கணிப்பு. அதனால் அவர் ஜெயக்கொடியிடம் மருத்துவமனை அழைத்ததைப் பற்றிச் சொல்லவில்லை. தனக்கிருந்த பல வேலைகளில் ஜெயக்கொடிக்கு மருத்துவமனையிலிருந்து வந்த அழைப்பைப் பற்றிச் சுலபமாக மறந்து போனார்.

பின்னால் இந்தச் சம்பவமும், வேறு பல சம்பவங்களும் குழந்தைகள் அவர்மீது கொண்ட கோபத்துக்குக் காரணங்களாகின.

சொல்வது எழுதுதல் பாடத்தைச் சுகவனம் சொல்லச் சொல்ல எழுத முடியாமல் தவிக்கும் ராகேஷ் வார்த்தைகளைத் தொலைத்துவிட்ட ஜெயக்கொடிபோலவே சுகவனத்தின் முன்னால்

அமர்ந்திருக்கிறான். சுகவனம் தன் கையிலிருந்த சொல்வது எழுதுதல் தாளை லேசாய்க் கசக்கிக் குறி பார்த்து ராகேஷின் மீது எறிந்தார்.

‘‘நீ குப்பைப் பொறுக்கத்தான் லாயக்கு. குப்பை லோரி ஓட்டு போ. நீ எதுக்கு ஸ்கூலுக்குப் போற. இனிமே நீ ஸ்கூலுக்குப் போகவே வேணாம்.’’

சுகவனத்தின் ரௌத்திரம் பேரழகானது. நாசூக்கு நிறைந்தது. கல்வித்துறையில் பெரும் பதவியில் இருப்பவர்களுக்கே கைவரக் கூடியது. வில்லின் பூட்டிய நாணாய் அம்பு புறப்பட்டுச் சென்ற பின்னும் அதிர்ந்து கொண்டு இருப்பது.

ஆனால் அவர் கோபத்தின் குறி ராகேஷ் அல்ல. அவர் விட்டெறிந்த தாளின் குறியாக மோகன், பாமா இருந்தார்கள். அவர்களுக்கும் பின்னால் ஜெயக்கொடி இருந்தாள். எல்லாவற்றுக்கும் அடிப்படையாகத் தன் தவறுகள் என்று அவர் கருதிய சில விஷயங்கள் இருந்தன.

சுகவனத்தின் கோபத்தைக் கண்டு விசும்ப ஆரம்பித்திருந்த ராகேஷ் அவர் வீசியெறிந்த தாள் தன் நெற்றியில் பட்டுத் தரையில் விழுவதைக் கண்களால் பின் தொடர்ந்தான். ஆசிரியர் கொடுத்த தாள் கசங்கியிருந்தால் வகுப்பில் என்ன தண்டனை கிடைக்கும் என்பதில் அவனுக்குக் குழப்பமாக இருந்தது. தாத்தா வேண்டாம் என்று தூக்கி எறிந்த தாளை எடுக்கலாமா கூடாதா என்பதுவரை அந்தக் குழப்பம் நீண்டது. ராகேஷ் வெற்றாய்க் கிடந்த நோட்டுப் புத்தகத்தைப் பார்த்தபடியே தலை கவிழ்ந்து அமர்ந்திருந்தான்.

அடுத்த நாள் வைக்கப்போகும் குழம்புக்காகக் காரட்டுகளை அரிய சமையலறைக்குள் போனார். காய்கறிகளில் காரட்டை மட்டும் குழந்தை ஓரளவுக்கு விரும்பிச் சாப்பிடுவான். அழுதுகொண்டே

தூங்கப் போய்விட்ட ராகேஷிடம் காலையில் பள்ளிக்கூடத்துக்கு அனுப்பும் போது ஆறுதலாகப் பேச வேண்டும் என்று சுகவனம் நினைத்தார்.

சமையலறைச் சன்னல்களுக்கு வெளியே கறுப்பான இரவு. காரட்டுகளை அரிந்து கொண்டிருக்கும்போது நீலா அன்று கேட்ட கேள்விகளைச் சுகவனத்தின் இதயம் அசைபோட்டுக் கொண்டிருந்தது.

நான் ஏன் சேமிப்பை எல்லாம் கரைத்துப் பிடிவாதமாக ஜெயக்கொடியின் சிகிச்சைக்குச் செலவு செய்தேன்? முக்கியமாக ராமேஸ்வரத்துக்குப் போக ஏன் இவ்வளவு பிடிவாதமாக இருக்கிறேன்? என்று சுகவனம் தன்னை மீண்டும் மீண்டும் கேட்டுக் கொண்டார்.

அன்று நீலா அவரிடம் இந்தக் கேள்விகளைக் கேட்டபோது சுகவனத்துக்குப் பதில் வரவில்லை. தன் நல்லெண்ணத்தை அவள் சந்தேகப்படுகிறாள் என்று கோபம் வந்தது. ஆனால் இரவில் ஆழமான அமைதியில் தட் தட் என்று காரட்டுகள் வெட்டப்படும் ஓசைக்கிடையே மீண்டும் அதே கேள்விகள் விஸ்வரூபமெடுத்தபோது உண்மையில் தனது செயல்களுக்கான காரணங்கள் அவளுக்குத் தெரியவில்லை என்பது அவருக்குப் புலனானது.

காரட்டுகளை வெட்ட பயன்படுத்திய கத்தியைச் சமையல் மேடையில் போட்டுவிட்டுச் சுகவனம் சன்னல்களுக்கு நடந்தார். சமையலறைச் சாப்பாட்டு மேசைமீது அவர் ராமேஸ்வரத்தைப் பற்றிச் சேகரித்து வைத்திருந்த புத்தகங்களும் தகவல்களும் சமையலறை மேடை விளக்கின் மெல்லிய வெளிச்சத்தில் அவரைப் பார்த்து

மஞ்சளாய்ச் சிரித்தன. அந்தச் சிரிப்பில் ஏதோ கள்ளத்தனம் இருப்பதாகவே சுகவனத்துக்குப் பட்டது.

சன்னலுக்கு வெளியே கொட்டிவைத்த மணிகளைப்போல இரவின் கறுப்பில் விளக்குகள் எரிந்து கொண்டிருக்கும் அடுக்குமாடி வீடுகள். நிர்மலமான வானம். தூரத்தில் தெரிந்த புக்கிட் தீமா குன்றில் நடப்பட்டிருந்த தொலைத்தொடர்பு கோபுரத்தின் உச்சியிலிருந்து சிவப்பு விளக்கு மினுமினுத்தது. பத்தரை மணி இரவிலும் புக்கிட் பஞ்சாங் பகுதி வாகனப் போக்குவரத்தின் சிறு உறுமலுடன் இயங்கிக் கொண்டிருந்தது.

இரவின் இருட்டில் தன்னைச் சுற்றிக் கொட்டக் கொட்ட விழிக்கும் ஆயிரம் கண்களாய் இருக்கும் இந்த வீடுகளுக்கு அஞ்சித்தான், தான் ஜெயக்கொடியின் மருத்துவச் செலவுகளை எவ்வளவு முடியுமோ அவ்வளவு அதிகமாகச் செய்ய வேண்டும் என்று முடிவு செய்ததாகச் சுகவனத்துக்குத் தெரிந்து போனது.

அதே போலத்தான் ராமேஸ்வரத்துக்கும் அவருக்கும் இந்தப் புக்கிட் பஞ்சாங் பகுதிக்கும் எந்த விதமான ஒட்டும் இல்லை உறவும் இல்லை. ராமேஸ்வரம் வெகு தூரத்தில் எங்கோ ஓரிடத்தில் அவருக்குத் தெரியவே தெரியாத மர்மப் பிரதேசமாக இருக்கிறது. அவர் இதுவரைக்கும் இந்தியாவுக்கு ஒருமுறைகூட போனதில்லை. அந்த பெரும் நிலப்பரப்பும், அதன் மூலையில் எங்கோ ஒரு புள்ளியாய் இருக்கும் ராமேஸ்வரமும் அவர் மனதில் விழுந்த துல்லியமில்லாத சில கோடுகளாகவே இருக்கின்றன.

ஆனால் தன்னைச் சுற்றிச் சிலந்தி வலைபோல் பின்னப்பட்டிருக்கும் இந்தப் புக்கிட் பாஞ்சாங் வட்டாரத்தையும் அதில் முழுதாய்ச் சிக்கியிருக்கும் தனது அன்றாட வாழ்க்கையையும்

துறந்துவிட்டு ராமேஸ்வரம் போனால் ஏதோ ஒரு வகையில் தனக்கு விடுதலை கிடைக்கலாம் என்று சுகவனத்தின் மனதில் நப்பாசை இருந்தது.

தனக்கு ஏற்படப்போகும் விடுதலை ஜெயக்கொடிக்கும் விடுதலையா இல்லையா என்று கணக்கில் எடுத்துக் கொள்ளும் நிலைமையில் சுகவனம் இல்லை.

சுகவனம் திறந்திருந்த சன்னலின் விளிம்பை இறுகப் பிடித்தபடி நகர்ந்து விரிந்திருக்கும் இரவுக்குள் குனிந்து கொண்டார். அவருக்கு முன் மூங்கில் கம்புகளில் காயப்போடப்பட்டிருந்த ஈரத் துணிகள் எங்கிருந்தோ எழுந்த காற்றில் லேசாய்ச் சரசரத்தன.

இரவின் குளுமையில் ஆழ்ந்து கிடந்தாலும் விரிந்திருக்கும் நகரத்திலிருந்து எந்நேரமும் வெயிலின் உஷ்ணம் பெருகுவதாகவே சுகவனத்துக்குத் தோன்றியது. இரவைப்போல் இதமான நகரங்கள் இருக்கின்றன. மனிதர்களின் சகல பாவங்களையும் மறைந்து மன்னிக்கும் நகரங்கள். ஆறுதல் தேடி வரும் மனிதர்களுக்கு இதமாய் இருப்பவை.

ஆனால் இது வெயில் கொப்பளிக்கும் நகரம். வெயில் நகரம். மனிதர்களின் எல்லாக் குறைகளையும் ஈவு இரக்கமின்றித் திறந்து காட்டுவது இரவின் குணம். இந்த நகரம் தனது குற்றங்களை எல்லாம் இரக்கமின்றி வெயில்போல் திறந்து காட்டுவதாகச் சுகவனம் எண்ணினார்.

சொந்த மண்ணிலேயே தனக்கு இதம் தராமல், விடுதலை தேடித் எங்கோ தூரத்தில் இருக்கும் பரிச்சயமில்லாத ராமேஸ்வரத்துக்குப் போகக் காரணமாக இருக்கும் இந்த நகரத்தைச் சுகவனம் கோபத்துடன் பார்த்தார்.

7

நிலம்தான் மனிதனையும் மரத்தையும் தீர்மானிக்கிறது என்று சுகவனத்தின் அப்பா அடிக்கடி சொல்வார்.

ஆறுமுகம் பதினெட்டு வயதிலேயே ரப்பர் தோட்ட வாழ்க்கையின் அவலங்களையும் அபத்தங்களையும் பார்த்துவிட்டு லயனைவிட்டு யொங் பெங்கிற்கு யாரிடமும் சொல்லாமல் ஓடிப் போனார். சுகவனத்தின் தாத்தாவுக்கு பதினான்கு பிள்ளைகள். ஆறு ஆண்கள் எட்டுப் பெண்கள் என்று கிளைவிட்டுப் பெருகியிருந்த குடும்பம். அவருடைய மூத்த மகன், முனியாண்டி, அதாவது ஆறுமுகத்தின் பெரிய அண்ணன், சுகவனத்தின் பெரிய தாத்தா அவரேகூட பேரன் எடுக்கும் நிலையில் இருந்தார். அவர்களில் பன்னிரண்டாவது பிள்ளையான ஆறுமுகம் வீட்டைவிட்டுப் போனதில் யாரும் அதிகம் அலட்டிக் கொள்ளவில்லை. காட்டில் அதிகாலையிலிருந்து உச்சிப் பொழுதுவரைக்கும் எல்லோருக்கும் உடம்பு வலி பின்னியெடுக்கும் அளவுக்கு வேலை இருந்தது.

சிங்கப்பூரிலிருந்து கோலாலம்பூர் போகும் சாலையில் அந்தக் காலத்திலேயே ஒரு முக்கியமான வழி நிறுத்தமாக இருந்தபடியால்

யோங் பெங் நகரம் என்று அழைக்கப்பட்டாலும் ஆறுமுகம் அங்குப் போய்ச் சேர்ந்த காலத்தில் அது வெறும் வளர்ச்சியடைந்த கிராமமாகத்தான் இருந்தது. இரண்டு மூன்று கடைத்தெருக்கள். யொங் பெங்கில் சீனர்கள் அதிகம் இருந்தார்கள். யொங் பெங் போய் இறங்கிய ஆறுமுகம் முதலில் சீனக் காப்பிக்கடையில் ஸ்டால் போட்டிருந்த இந்திய முஸ்லீம் ஒருவரிடம் எடுபிடியாக வேலைக்குச் சேர்ந்தார். வேலை அப்படி ஒன்றும் சிரமமானது இல்லை. ஆனால் அதிகாலையிலிருந்து இரவு நெடுநேரம்வரை ஓடிக் கொண்டே இருக்க வேண்டியதிருந்தது.

மரைக்கான் பாய் அதிகாலையில் ரொட்டி சானாய் போட்டார். குறிப்பிட்ட சில நாட்களில் தோசையும் சுட்டார். மதிய நேரத்தில் அவர் கடையில் பல விதமான காய்கறிகள், குழம்புகள், மாமிசங்கள், கடல்மீன் வகைகளோடு நாசி பூத்தே என்ற வெள்ளை அரிசிச் சோறோ, தேங்காய்ப் பால் மஞ்சள் இவற்றோடு சமைத்த நாசி கூனிங் என்ற மஞ்சள் சோறோ கிடைக்கும்.

வெள்ளி, சனி, ஞாயிறுகளில் பெரிய அண்டாக்களில் மதிய உணவுக்காக ஆட்டிறைச்சி பிரியாணியும், கோழி இறைச்சி பிரியாணியும் தயாராகும்.

இரவு நேரத்தில் மீ கோரெங், நாசி கோரேங், ரொட்டி ஜான் என்று பல்வேறு உள்ளூர் உணவு வகைகளை மரைக்கான் அடுப்பில் எரியும் தீச்சுவாலை முகத்திலிருந்து வழிந்தோடும் வியர்வையில் அடுப்பின்மீது வைக்கப்பட்டிருக்கும் சட்டியை ஒற்றைக் கையால் சுழற்றிச் சுழற்றி நீண்ட கைப்பிடி உள்ள கரண்டியால் கிண்டுவார். எல்லா உணவு வகைத் தயாரிப்புக்கும் மரைக்கான் பாய் ஒருத்தரே மாஸ்டர். ஹாஜுக்குப் போய் வந்த அடையாளமாக அவர்

அணிந்திருக்கும் வெள்ளைத் தொப்பியும், நரைத்த சிறுதாடியும், வளர்ந்த தொப்பைக்குமேல் சிரமப்பட்டு இழுத்த கைவைத்த வெள்ளை பனியனும், சாயம்போன கைலியும் அணிந்திருக்கும் அவருடைய பெரிய உடம்பும், அதைவிடப் பெரிய குரலும் அந்த இடத்தையே எளிதில் ஆக்கிரமித்தன. காலையில் மட்டும் கர்ப்பவதியான அவருடைய இளம் மலாய்க்கார மனைவி சமையலுக்குக் கூடமாட ஒத்தாசைக்கு வருவாள். சிவப்பு மிளகாய், கோபீஸு, தக்காளிகள், மீன் என்று எதையாவது வெட்டித் தந்துவிட்டுச் சூரியன் உறைக்க ஆரம்பிப்பதற்கு முன்னரே கிளம்பி விடுவாள். மனைவி வெயிலில் நிற்க மரைக்கானுக்குப் பொறுக்காது. அவள் போகாவிட்டாலும் அவரே போ, போ என்று துரத்துவார். மரைக்கானுக்குத் திருச்சியில் முதல் தாரம் இருப்பதாகவும், ஜப்பான்காரன் சண்டையின்போது ஊருக்குப் போக முடியாமல் மலாயாவிலேயே தங்க நேர்ந்ததால் இந்தக் குட்டியைத் திருமணம் கட்டிக் கொண்டதாகவும் சிலர் பேச ஆறுமுகம் கேட்டிருக்கிறார். மற்றவர்களோ அந்தப் பெண்தான் மரைக்கானின் செல்வச் செழிப்பைப் பார்த்து அவரை வசிய மருந்தால் மயக்கி மறுபடியும் ஊருக்குத் திரும்பாமல் தடுத்து வைத்திருப்பதாகச் சொன்னார்கள்.

ஆண்களை மயக்க நினைக்கும் பெண்கள் ‘போமோக்கள்’ என்று அழைக்கப்படும் மலாய்க்கார மாந்திரீகர்களிடம் செல்வார்கள். ஆணுக்குச் சொந்தமான தலைமயிர், பொட்டு ரத்தம், துணி என்று ஒன்றில் எதையேனும் தந்து அவற்றைப் பயன்படுத்தித் தயாரிக்கப்படும் மந்திரிக்கப்பட்ட தைலத்தையோ, நீரையோ பெற்றுக் கொள்வார்கள். அப்படிப் பெறப்பட்ட தைலத்தையோ நீரையோ ஆண் சாப்பிடும் உணவு எதிலாவது கலந்து தந்துவிட்டால் அந்த

ஆண் அவளுக்கு காலம் எல்லாம் அடிமையாகவே இருப்பான் என்ற நம்பிக்கை மலேசியா, சிங்கப்பூர் முழுவதும் இருந்தது. தனது கண்களில் அவள் தீட்டியிருக்கும் கெட்டி மையையும், அவள்மீது லேசாய் வெயில் பட்டாலும் மரைக்கான் தன்மீது தீப்பாய்ந்ததுபோல் துடிப்பதையும் பார்த்த ஆறுமுகத்துக்கு அவள் மரைக்கானுக்கு நிச்சயம் வசியம் வைத்திருப்பாள் என்றுதான் தோன்றியது.

பெண்கள் சமாச்சாரத்தில் மரைக்கான் எப்படி இருந்தாலும் தொழில் விஷயத்தில் அவர் அசகாயச் சூரனாகவே இருந்தார். மற்ற எல்லாச் சமையலையும் இரவு கடை மூடும்வரை அவரே பார்த்துக் கொண்டார். சில நேரங்களில் கூட்டம் அதிகமானால் மட்டும் கடையின் மூத்த எடுபிடியான ஹசன்னை அழைத்து சின்னச் சின்னச் சமையல் வேலைகளைக் கொடுப்பார். மதிய உணவு நேரத்திற்குப் பிறகு இரண்டரை மணியிலிருந்து ஐந்து ஐந்தரை மணிவரை கூட்டம் நன்றாக வடிந்துவிடும். அப்போது சாப்பிட்டுவிட்டு காபிக் கடையின் பின்னால் போடப்பட்டிருந்த நீண்ட மரப்பெஞ்சில் முகத்தின்மீது ஒரு மெல்லிய துண்டைப் போட்டுக் கொண்டு ‘யா அல்லாஹ்’ என்று மெல்லிய குரலில் அழைத்தபடி இரண்டு மணி நேரங்கள் அடித்துப் போட்டதுபோல் தூங்குவார்.

ஐந்தரை மணிக்கு ஹசன் அவரை உலுக்கி எழுப்புவான். கெட்டிப்பால் அதிகம் விட்டுக் கலந்த பலமான சாயாவை அவனே தயாரித்து ஒரு பெரிய ஈயக் கோப்பையில் ஊற்றி அவரிடம் நீட்டுவான். தனக்கு டீ தயாரிப்பதற்கென்றே பிரத்யேகமான ஒரு கெட்டிலையும் ஸ்டவ்வையும் ஸ்டாலில் மரைக்கான் வைத்திருந்தார். ஹசன் டீ நீட்டியவுடன் தன் மடியில் தடவி மரைக்கான் சில்லறையைத் தேடி எடுப்பார். அதை ஹசனிடம் நீட்டி ‘பால்கார பாய்’ என்ற

அர்த்தத்தில் எல்லோராலும் 'சூசூ பாய்' என்றழைக்கப்படும் அந்த ஊரின் ஒற்றை உத்திரப் பிரதேசக்காரக் கிழவரிடம்போய் பன் வாங்கிவரச் சொல்வார். சூசூ பாய்க்கென்று தனியாகக் கடையெதுவும் இல்லை. பழைய சைக்கிளில் ரொட்டிகளையும் பல விதமான பன்களையும் பிளாஸ்டிக் பைகளில் கட்டிச் சைக்கிளை மெல்ல உருட்டிக் கொண்டு ஒவ்வொரு மாலையும் கடைவீதி வழியாக வருவார். அவ்வப்போது மிக க்ஷீணமான குரல் 'ரொட்டி, ரொட்டி' என்று அவர் குரல் தெருவின் வாகன இரைச்சலை மீறியும் ஒலிக்கும். அவரிடம் ரொட்டிகளை வாங்க பல்வேறு இனத்துப் பெண்கள் வீட்டிலிருந்து இறங்கி வருவார்கள். குழந்தைகள் அவருடைய சைக்கிள் மணிச்சத்தத்தைக் கேட்டு அவருடைய சைக்கிளைச் சுற்றிக் கொள்வார்கள். கையில் காசிருக்கும் குழந்தைகள் பன்களை வாங்கிக் கொள்வார்கள். மற்றவர்கள் சூசூ பாயையும் சைக்கிளையும் வைத்த விழி வாங்காமல் பார்ப்பார்கள்.

மரைக்கான் பாய் கொடுத்த சில்லறையைக் கொண்டு ஹசன் சூசூ பாயிடம் இரண்டு பன்களை வாங்கி வருவான். இரண்டு பன்களின் உள்ளேயும் சீனிப்பாகோடு கலந்த தேங்காய்ப்பூ திணிக்கப்பட்டிருக்கும். ஹசன் கொண்டு வந்து தரும் தேங்காய்ப்பூ பன்களைத் தனது பெரிய கைகளால் மரைக்கான் துண்டு துண்டாகப் பிய்த்து சுடச்சுடப் வைக்கப்பட்டிருக்கும் தேநீரில் முக்கிச் சாப்பிடுவார். பன்னையும் டீயையும் சாப்பிட்டு முடித்த பிறகு இரவுக் கடைக்கான ஆயத்தமாக மறுபடியும் அடுப்பில் தீ மூட்டுவார். அதன் பிறகு சமையலுக்கிடையிலேதான் மரைக்கான் இரவுணவைச் சாப்பிடுவதும், தண்ணீர்ப் பருகுவதும் நடக்கும். சுமார் நள்ளிரவுக்குக் கோலாலம்பூரிலிருந்து ஜோகூர் பாரு வழியாகச் சிங்கப்பூருக்குப்

போகும் பேருந்து சாலையைத் தாண்டிய பிறகுதான் மரைக்கான் கடையைச் சாத்துவார்.

சாப்பிட வரும் வாடிக்கையாளர்களிடம் ஆர்டர்களை வாங்குவது, கேட்டவர்களுக்குக் கேட்ட உணவுகளை சப்ளை செய்வது, இடைப்பட்ட நேரத்தில் அழுக்குத் தட்டுகள், கரண்டிகள், முள்கரண்டிகள் ஆகியவற்றை பெரிய வாளியில் இருக்கும் தண்ணீரில் இரண்டு முறை முக்கிப் பழைய டவலால் துடைத்து வைப்பது ஆகிய அனைத்தும் ஆறுமுகத்தின் வேலைகளாக இருந்தன. ஆறுமுகம் வேலைக்குச் சேர்ந்து சில மாதங்களுக்குப் பிறகு வாடிக்கையாளர்களிடம் பணத்தை வாங்கும் வேலையையும் ஆறுமுகத்திடம் மரைக்கான் கொடுத்தார். ஆறுமுகம் காதுக்கு பின்னால் ஒரு சின்ன பென்சிலைச் செருகிக் கொண்டான். வாடிக்கையாளர்கள் கைக்காட்டி அழைக்கும்போது அவர்களிடம் சென்று கால்சட்டைப் பாக்கெட்டில் இருக்கும் பழைய சிகரெட்டப்பா அட்டையை உருவி அவர்கள் சாப்பிட்ட ஐட்டங்களின் விலைகளைக் கிறுக்கிப் பில் போட்டான். அவர்கள் கொடுக்கம் பணத்தை வாங்கி மரைக்கானிடம் கொடுத்தான். மரைக்கானின் ஸ்டாலில் அவர் தலைக்கு மேலே ஒரு பழைய மைலோ டின் கட்டித் தொங்கவிடப்பட்டிருந்தது. அதுதான் மரைக்கானின் கல்லாப் பெட்டி. ஹசனும் ஆறுமுகமும் கொண்டு வரும் பணத்துக்கு விவரம் கேட்டு மரைக்கான் அடுப்பில் இருக்கும் மீயை ஒரு கையால் கிளறிக் கொண்டே மற்ற கையால் டின்னை இழுப்பார். அவர்கள் கொடுத்த பணத்தை அதற்குள் போட்டுவிட்டு வேண்டிய சில்லறையைக் கையால் துழாவி எடுத்துத் தருவார். மரைக்கான் தனது கையை எடுத்தவுடன் டின் மீண்டும் அவர் தலைக்கு மேலே ஏறிக் கொள்ளும்.

நாள் முழுவதும் ஸ்டாலில் நின்றிருக்கும் மரைக்கான் உணர்ச்சிப் பிழம்பாகவே ஆறுமுகத்துக்குத் தெரிவார். வாடிக்கையாளர்களை யாரும் கவனிக்கவில்லை என்றாலோ, சமைக்கப்பட்ட உணவைப் பரிமாறுவதற்குப் போதிய தட்டுகள் இல்லையென்றாலோ அவர் பெரிய குரல் நாலு திசையிலும் அதிர்ந்து ஒலிக்கும். சர்வ சாதாரணமாக ஆறுமுகத்தையும் ஹசனையும் கெட்ட வார்த்தைகளால் வைவார். ஆனால் அவர் ஏசுவதில் பாலுறவு தொடர்பான சொற்களோ, பெண்களைக் கேவலப்படுத்தும் விதமாகவோ எந்தச் சொல்லும் இருக்காது. மற்றபடிக்கு முட்டாள், மடையன், சோம்பேறி போன்ற வார்த்தைகள் அவர் வாயிலிருந்து சர்வ சாதாரணமாக வரும். தோட்டத்தில் இதைவிட மோசமான வசவுகளைக் குடும்பத்தில் உள்ளவர்களே பயன்படுத்துவதைக் கேட்டுப் பழகிய ஆறுமுகத்துக்கு மரைக்கானின் திட்டுகள் ஒரு பொருட்டாகவே தோன்றவில்லை.

இரவில் வேலை எல்லாம் ஓய்ந்தவுடன் மரைக்கான் வேறொரு மனிதராகவே மாறிவிடுவார். நாள் முழுவதும் அடுப்புக்குள் முன்னால் நின்று வியர்வையால் சாம்பல் ஏறிப் போன அவருடைய பனியனை தொந்திக்கு மேலே ஏற்றிவிட்டு ஸ்டாலின் மூலையிலிருக்கும் நாற்காலியைப் பின்னால் இழுத்துப் போட்டு அமர்ந்து கொள்வார். இடைவிடாமல் மீ கோரங்கையும் சோற்றையும் சட்டியில் போட்டுக் கிளறிய களைப்பில் அவருடைய பிரம்மாண்டமான கைகள் தொய்ந்து போய் இரண்டு பக்கமும் தொங்கிக் கொண்டிருக்கும். நாள் முழுவதும் பரபரப்பாகச் சுழன்று கொண்டிருந்த அவர் பெரிய உடம்பைச் சுற்றி நிலவின் குளுமையான கிரணங்களைப்போல் மெல்லிய சாந்தம் பரவியிருக்கும்.

அநேக இரவுகளில் கொஞ்ச நேரம் இப்படியே அமர்ந்துவிட்டு

இருப்பவர் ஹசனும் ஆறுமுகமும் சட்டிகளையும் பானைகளையும் நன்றாகச் சவுக்காரம் போட்டுத் தேய்த்துக் கழுவிக் ஸ்டால் மேடைமீது கவிழ்த்து வைக்கும் நேரத்தில் மெல்ல எழுந்து போய்க் கடையின் பின்புறத்தில் உள்ள தண்ணீர்க் குழாயில் முகத்தையும் கை கால்களையும் நன்றாகக் கழுவுவார். உள்ளங்கையைக் குவித்துத் தண்ணீரை வாய்க்குள் உள்வாங்கிக் கொண்டு நன்றாகக் கொப்பளிப்பார். ஸ்டாலுக்குத் திரும்பி வந்து அதன் முகப்பிலிருக்கும் உயரமான கண்ணாடி அலமாரியின் மீதிருக்கும் பழைய தோல் பையை இரண்டு விரல்களால் நிமிண்டி எடுப்பார். அதிலிருக்கும் ஒரு சிறு புத்தகத்தை வெளியில் எடுத்து நாற்காலியில் மீண்டும் அமர்ந்தபடி அதில் உள்ள வார்த்தைகளைத் தாழ்ந்த குரலில் பாடல்போல் மெல்லிய ராகம்போட்டு வாசிப்பார். ஸ்டாலைச் சுத்தம் செய்துவிட்டுத் தட்டுமுட்டுச் சாமான்களை அவசரமாக அடுக்குவதற்காக முன்னும் பின்னும் நடந்து கொண்டிருக்கும் ஆறுமுகம் மரைக்கானின் கையிலிருக்கும் புத்தகத்தில் உள்ள சொற்களைச் சில தடவைகள் எட்டிப் பார்த்திருக்கிறான். மலாய் மொழியை முந்தைய காலத்தில் எழுதப் பயன்படுத்தப்பட்ட ஜாவி எழுத்துக்களைப் போன்ற வடிவத்தையுடைய எழுத்துக்களாலேயே மரைக்கானின் கையிலிருந்த புத்தகத்திலிருந்த எழுத்துக்களும் எழுதப்பட்டிருந்தன. மரைக்கானிடம் வேலைக்குச் சேர்ந்து சில மாதங்களாகி அவர் குணம் ஓரளவுக்குப் பிடிபட்ட பின்பு ஓர் நாள் இரவு ஸ்டாலைச் சுத்தம் செய்யும் வேலை முடிந்த பின்னால் ஆறுமுகம் புத்தகத்தைக் கையில் வைத்தபடி மெல்லிய குரலில் ஓதிக் கொண்டிருக்கும் மரைக்கானின் பக்கமாய்ப் போய் நின்றான். ஹசன் பின்னால் கை கால் முகம் கழுவப் போயிருந்தான்.

தெருவிளக்கின் வெளிச்சம் புத்தகத்தின் பக்கத்தின்மீது விழும்படி அதைத் திருப்பிப் பிடித்து வாசித்துக் கொண்டிருந்த மரைக்கான் தாளின்மீது நிழலாடுவதைக் கவனித்தார். வாசிப்பதை நிறுத்திவிட்டு ஆறுமுகத்தை நிமிர்ந்து பார்த்தார்.

"என்ன?"

"என்ன வாசிக்கிறிங்கனு..."

ஆறுமுகத்தையே கொஞ்ச நேரம் பார்த்துக் கொண்டிருந்த மரைக்கானின் முகம் கனிவாக மாறியது. உள்ளங்கையைச் சுழற்றிப் பக்கத்தில் கிடந்த நாற்காலியைக் காட்டினார்.

"அதை எடுத்துவந்து இங்க போடு."

ஆறுமுகம் நாற்காலியைத் தயக்கத்துடன் எடுத்துவந்து அவரருகில் போட்டார்.

"உட்காரு."

"இது நம்ம திருமறையில உள்ளது. சூரா யாசின். இதை மரியாதையோடயும் இறைவன்மேல பயத்தோடயும் ஓதுனா இறைவன் நம்மளக் காப்பாத்துவான்னு பெரியவங்க சொல்லி இருக்காங்க."

தகவல் ஏற்படுத்திய ஆர்வத்தில் ஆறுமுகம் அவர் கையிலிருந்த புத்தகத்தில் உள்ள வார்த்தைகளைத் தலையை நீட்டி நீட்டிப் பார்த்துக் கொண்டான்.

"அரபிதான?"

"உங்களுக்கு அரபி தெரியுமா?"

‘‘ம்ம்.’’

‘‘கத்துக்கிட்டிங்களா?’’

‘‘ஆமாம்.’’

‘‘எந்த ஊர் உங்களுக்கு?’’

மனித மனம் விசித்திரமானது. ஒரு விஷயத்தைப் பார்த்து ஏதோ ஒரு காரணத்துக்காக ஆச்சரியப்படுகிறது. ஆனால் அடுத்த நிமிஷமே அந்த விஷயத்தைத் தனக்குப் புரிந்தது மாதிரி வகைபிரிக்க முயல்கிறது. உதாரணத்துக்கு இறைவன் மனிதனின் சிந்தனைக்கும் கற்பனைக்கும் எட்டவே முடியாதவன் என்று எல்லா மனிதர்களுக்கும் நன்றாகவே தெரியும். ஆனாலும் ஏதோ ஒரு வகையில் இறைவனின் குணங்களையும் விருப்பங்களையும் பற்றித் தங்களுக்குத் தோன்றிய விளக்கங்களை கொடுத்து அவனை ஒரு குறிப்பிட்ட வரையறைக்குள் அடைக்க முயன்று கொண்டே இருக்கிறார்கள்.

ஆறுமுகத்தின் கேள்வியைக் கேட்ட மரைக்கான் கடகடவென்று சிரித்தார்.

‘‘தெரிஞ்சுகிட்டு என்ன ஆகப் போகுதுங்க தம்பி? நீங்க எங்க வீட்டில பொண்ணு எடுக்கப் போறீகளா? இல்ல எங்க வீட்டுல உள்ள யாருக்காவது பொண்ணு கொடுக்கத்தான் போறீகளா? எங்கயோ பிறந்தோம். எங்கயோ சாகப் போறோம்.’’

மரைக்கான் அப்படிச் சொன்னபோது ஆறுமுகம் ரப்பர் தோட்டத்திலிருக்கும் தனது பெரிய குடும்பத்தை நினைத்துக் கொண்டார். யொங் பெங் வந்த புதிதில் அவர்கள் எல்லோரும் தான் ஊரில் இல்லாததைக் கண்டு பிடித்தவுடன் கலவரப்பட்டுப்

போவார்கள் என்றே எண்ணினார். நாலா பக்கமும் ஆட்களை அனுப்பித் தன்னைத் தேடச் சொல்வார்கள் என்ற மிகப் பெரிய நம்பிக்கை வைத்திருந்தார். லாபீஸிலிருந்து யொங் பெங்கிற்கு வரும் ஒவ்வொரு பேருந்திலும் அப்படி யாரேனும் ஒருவர் வந்து யொங் பெங்கில் இறங்கிய உடனேயே சுற்றி நிற்கும் தமிழர்களிடம் விசாரித்துத் தன்னைத் தேடி மரைக்கான் கடைக்கு வந்துவிடுவார் என்று எதிர்ப்பார்த்தார். அப்படி வரும் ஆள் மற்றவர்களிடம் தன்னை அடையாளம் காட்டத் தன்னுடைய ஒரு நல்ல புகைப்படம்கூட வீட்டில் இல்லையே என்ற மனக்கவலை ஆறுமுகத்தின் மனதில் பெரும் துன்பமாய் இருந்தது. எப்படியும் தன்னைத் தேடி வந்துவிடப் போகும் ஆள் தன்னை வீட்டிற்குத் திரும்பும்படி கெஞ்சுவதாகவும் அவன் முடியாது என்று பிடிவாதமாக மறுப்பதாகவும் தனியாய் இருக்கும் நேரத்தில் ஒத்திகை பார்த்துக் கொண்டார்.

ஆறுமுகம் தனக்குள் பார்க்கும் ஒவ்வொரு ஒத்திகையும் கடைசியில் ஆறுமுகம் ஊர் திரும்ப வேண்டா வெறுப்பாகச் சம்மதிப்பது போலவும் ஊருக்குத் திரும்பியவுடன் தோட்டமிருக்கும் இடத்தில் அவர் காலடித்து எடுத்து வைக்கும் நேரத்தில் குடும்பமே கூடி அவரைக் கண்ணீரோடு வரவேற்பது போலவும் முடியும். நாளெல்லாம் ரப்பர் மரம் சீவி களைத்த முகத்தோடு இருக்கும் அம்மா அவரை அரவணைத்துக் கொள்வாள். 'வந்துட்டியா கண்ணு. இந்த அம்மாவ விட்டுப் போக உனக்கு எப்படிக் கண்ணு மனசு வந்தது?' என்று தழுதழுத்த குரலில் கேட்பாள் என்றும், அப்பா பின்னால் நிற்பார் என்றும் எதிர்ப்பார்த்தார். மகன் வீட்டை விட்டுப் போனதால் அப்பாவுக்குள் ஏற்பட்டிருந்த கோபம் இன்னமும் நிறைய இருப்பதால் அவர் முன்னால் வந்து ஆறுமுகத்தை வரவேற்க மாட்டார். ஆனால்

மகன் வந்துவிட்டானே என்ற சந்தோஷம் அவர் முகம் பூராவும் இருக்கும். இடைப்பட்ட காலத்தில் மரைக்கான் கடையில் தம்பி எவ்வளவு பொறுப்பாக உழைத்தார் என்று யாரேனும் அப்பாவிடம் சொல்லியிருப்பார்கள் என்று ஆறுமுகம் எதிர்ப்பார்த்தார். அதனால் அப்பாவின் முகத்தில் சந்தோஷம் மட்டுமில்லாமல் கர்வமும் தென்படும் என்று கற்பனை செய்து கொண்டார். அப்பா அவனுக்காகத் தோட்டத்தைச் சுற்றியிருந்த காடுகளிலிருந்து காட்டுப்பன்றியும் உடும்பும் பிடித்து வந்திருப்பதைப் போலவும் ரொம்ப நாள் கழித்து வந்திருக்கும் பையனைத் தொந்தரவு செய்யாதீர்கள், வீட்டிற்குப் போய்ப் பையன் குளித்துச் சாப்பிடட்டும் என்று சொல்வது போலவும் அவன் மனக்கண்ணில் திரைப்படம் ஓடியது.

திரைப்படத்தின் உச்சக் காட்சியாக அப்பாவின் கையில் அவன் வாங்கிய சம்பளத்தைக் கொடுக்கும் காட்சி இருந்தது. அப்படி சம்பளத்தை அப்பாவிடம் ஆறுமுகம் தரும்போது அப்பா அவர் கைகளைத் தனது இரண்டு கைகளிலும் பிடித்துக் கொண்டு அவரிடம் தான் செய்த தவறுக்கெல்லாம் மன்னிப்புக் கேட்பதுபோல் தலையை அவர் கையிடத்தில் கொண்டு வருவதைப்போல் நினைத்துப் பார்த்தார். கற்பனையின் போதே ஆறுமுகத்தின் கண்களில்கூட உண்மையிலேயே கண்ணீர் திரள ஆரம்பித்தது.

அப்பாவின் கையில் அவர் கொடுக்கப் போகும் பணத்தின் மதிப்பைப் பொறுத்து அந்தக் காட்சியின் நெகிழ்வு அமையும் என்று ஆறுமுகம் திடமாய் நம்பினார். மரைக்கான் கணக்குத் தீர்த்து அனுப்பும்போது பத்து ரிங்கிட் கொடுப்பாரா, இருபது ரிங்கட் கொடுப்பாரா? ஆறுமுகத்தின் கற்பனையில் மரைக்கான் தனக்குக் கொடுக்கப் போகும் தொகை கூடிக் கொண்டே போய் ஐநூறு,எழுநூறு

ரிங்கிட்டில் போய் நின்றது. யொங் பெங் போன்ற சிற்றூர்களில் எடுபிடி வேலை செய்பவர்களின் சம்பளம் சராசரியாக இருநூறு ரிங்கிட்டைத் தாண்டாத காலத்தில் ஆறுமுகம் கற்பனை செய்து கொண்டது மிகப் பெரும் தொகை.

உண்மையில் அவருக்குச் சம்பளம் என்று எதையும் மரைக்கான் பாய் பேசியிருக்கவில்லை. தோன்றிய போது பத்து, இருபதைக் கையில் திணிப்பார். சாப்பாட்டுக்குக் கடையில் கிடைக்கும் உணவே இருந்தது. தங்குமிடத்துக்கும் கவலை இல்லை. காபிக் கடையின் இரண்டாவது மாடியில் தடுப்புப் போட்டு மறைக்கப்பட்டிருந்த சிறு அறையில் ஹசனும் ஆறுமுகமும் படுக்க மரைக்கான் காபிக் கடைச் சீனனிடம் பேசியிருந்தார்.

ஆறுமுகம் யொங் பெங்கிற்கு வந்து நான்கைந்து மாதங்களாகியும் யாரும் அவரைத் தேடி ஊரிலிருந்து வரவில்லை. பிறக்க ஓரிடம் சாக ஓரிடம் என்று மரைக்கான் சொன்னது முற்றிலும் சரியாகத்தான் இருக்கும் என்று ஆறுமுகத்துக்குப் பட்டது.

சில இரவுகளில் நாற்காலியில் அமர்ந்திருக்கும் மரைக்கான் பாய் திடீரென்று தலையை நெஞ்சு பக்கமாய்க் கவிழ்த்து ஆடாமல் அசையாமல் அமர்ந்திருப்பார். இதை முதன் முறையாகப் பார்த்த ஆறுமுகம் திகிலடைந்து போனார்.

போன வருடம்தான் தோட்டத்தில் சரசு அக்காவின் திருமண விருந்தின்போதுமூலையில் புகையிலையை வாயில்போட்டு மென்று கொண்டிருந்த பேச்சாயிப் பாட்டிக்குத் திடீரென மாரடைப்பு வந்து பற்கள் கிட்டித்துப் போய் மரைக்கான் அமர்ந்திருக்கும் அதே நிலையில் மார்பைப் பார்த்துத் தலையைத் தொங்கப் போட்டதை

ஆறுமுகம் பார்த்திருந்தார்.

மரைக்கான் பாய்க்கும் மாரடைப்பு வந்துவிட்டதோ என்ற பதைபதைப்பில் ஆறுமுகம் சஞ்சலத்தோடு மரைக்கானின் தோளை உலுக்கினார். ஆழமான பெருமூச்சுடன் தலையை நிமிர்ந்து பார்த்த மரைக்கான் ஆறுமுகத்தின் திகிலடைந்த முகத்தைப் பார்த்ததும் ,லேசாய்ப் புன்னகைத்தார்.

"மவுத் ஆயிட்டேன்னு நினைச்சுட்டிங்களா தம்பி?"

ஆறுமுகத்துக்கு மிகுந்த வெட்கமாக இருந்தது.

"இல்லை. அது வந்து... ஏதோ சீக்கோ என்னவோனு..."

"அப்படி ஒண்ணுமில்லங்க தம்பி. எல்லா சாமானையும் எடுத்து வச்சுட்டிங்களா? ஹசன் எங்க?"

"பாய், நீங்க என்ன பண்ணிகிட்டு இருந்திங்க? அசதியில தூங்கிட்டிங்களா?"

"அப்படி இல்ல தம்பி. சும்மா என் இதயத்தைப் பார்த்துகிட்டு இருந்தேன்."

"இதயத்தையா? அதைப் பார்த்து என்ன பிரயோஜனம்? இதயத்தைப் பார்த்தா என்ன தெரியும்?"

'இதயத்துலதான் மனுஷனோட எல்லா நல்லதும் கெட்டதும் இருக்குறதா பெரியவங்க சொல்லியிருக்காங்க தம்பி. நம்ம இதயத்துல இருக்குற அழுக்கை ஒரு நாள்ல கொஞ்ச நேரமாவது உத்துப் பார்த்தா தப்பு செய்ய பயப்படுவோம் இல்லைங்களா தம்பி?"

ஆறுமுகம் மரைக்கானின் கடையில் மூன்று வருடங்கள் வேலை

பார்த்தார். அந்த மூன்று வருடங்களும் அவரை முழு மனிதனாக மாற்றின. கடைசிவரை ஆறுமுகத்தைத் தேடி ஊரிலிருந்து யாரும் வரவில்லை.

ஆறுமுகம் சுவாரஸ்யமான மனிதன். பல சுவாரஸ்யமான அனுபவங்களைத் தனக்குள் வைத்திருந்தவர். மது போதைதான் அவருக்கு ஆகாதே தவிர, தனது பழைய கதைகளைச் சுகவனத்தையும் தனத்தையும் அமர வைத்துக் கொண்டு சொல்வதில் ஆறுமுகத்துக்குப் போதை அதிகம். அப்படிக் கதை சொல்லும் நேரங்களில் ஆறுமுகத்தின் முகம் ஜொலிக்கும். கண்கள் அகல விரிந்து சந்திரகாந்தக் கற்களாய்ப் ஒளி பரவும். மூக்கு விடைத்து குரல் கணீரென்று வீட்டில் எல்லாப் பகுதிகளிலும் ஒலிக்கும்.

பவுனம்மாள் கதை சொல்லும்போது தோற்றமே மாறிப் போன தனது புருஷனின் மேன்மையைப் பாராட்டி ‘எங்க ஐயா கதை சொல்றப்ப மாரியம்மன் கோவிலுல தீமிதிக்கு முன்னால வில்லுத் தட்டித் திரௌபதி கதை சொல்லுற புலவருங்க மாதிரியே இருக்குறாங்க’ என்று வாய் நிறைய சிலாகித்துப் பேசுவாள்.

சௌத் பீரிட்ஜ் சாலையிலுள்ள மாரியம்மன் கோவிலில் அக்டோபர் அல்லது நவம்பர் மாதங்களில் நடக்கும் தீமிதித் திருவிழா மிகவும் பிரசித்து வாய்ந்தது. அது சிங்கப்பூரிலேயே மிகவும் பழமையான கோவில். கிட்டத்தட்ட நவீன சிங்கப்பூரின் வயதை உடையது. 1827இல் சிங்கப்பூருக்குக் குடிபெயர்ந்து வந்த நாகர்கோவில், கடலூர் தமிழர்களால் கட்டப்பட்டது. பவுனம்மாள் எந்த வேலை இருந்தாலும் தீமிதித் தேருக்கும், தீமிதி விழாவுக்கும் சிரமம் பார்க்காமல் பேருந்தேறிப் புக்கிட் பாஞ்சாங்கிலிருந்து போய் வருவாள். கோவிலின் மூலவரின் பெரிய உருவத்தைப் பார்த்து ‘எங்க

ஊர் அம்மா மாதிரியே இருக்காங்க' என்று உருகுவாள். அவள் ஊரிலிருந்து செகாமாட், யொங் பெங் நகரங்களுக்குப் போகும் வழியில் சாலையோரமாய் ஒரு பள்ளத்தில் மகா மாரியம்மன் கோவில் இருந்தது.

பலவகையான பூக்களின் படங்கள் போட்ட நோட்டுகளில் கப்பல் கம்பெனியிடமிருந்து சம்பளத்தை வாங்கிக் கொண்ட நாளில் ஆறுமுகத்தின் மனதில் கதைகூறும் உற்சாகம் கரைபுரண்டு ஓடும். சிவப்புப் பூப்போட்ட நீல நிற ஐம்பது வெள்ளி நோட்டுகள், மஞ்சள் பூப்போட்ட பழுப்பு நிற இருபத்தைந்து வெள்ளி நோட்டுகள் என்றுதான் பெரும்பாலும் சம்பளம் வரும்.

சம்பளம் வாங்கும் இரவில் நிச்சயம் வீட்டில் சமையல் இல்லை. ஆறுமுகம் பத்தாவது மைலிலேயே இறங்கி மலாய் ரோஜாக், உறைப்பான மீ கோரெங், சீனன் போட்டுத் தரும் குவேய் தியாவ் மீ, பன்றிச் சோறு என்று வகைவகையாக வாங்கி வருவான். வரவேற்பறை சோபாக்களின் முன்னாலிருக்கும் தாழ்வான மேசையில் உணவுப் பொருள்களைப் பரப்பி அதைச் சுற்றி அமர்ந்து எல்லோரும் உண்பார்கள்.

இந்த வழக்கம் மோகனுக்கும் சுகவனத்துக்கும் ஜெயக்கொடிக்கும் திருமணமாகி அவள் அந்த வீட்டுக்குக் குடிவந்த பின்னும் தொடர்ந்து நடந்தது.

சாப்பிட்டுப் பல் குத்திக் கொண்டிருக்கும்போது ஆறுமுகம் தனது மலேசியக் கதைகளை மெல்லக் குரலெடுத்துச் சொல்ல ஆரம்பிப்பார். அதில் அமானுஷ்யம் நிறைந்த கதைகள் நிச்சயமிருக்கும்.

''மூணு வருஷம் மரைக்கான் பாய்க்கிட்ட இருந்தேன். மூணு

வருஷத்துக்கப்புறம் அவரே என்னைத் துரத்திட்டாரு. என்ன சிரிக்கிறிங்க. துரத்தித்தான் உட்டாரு. ஒரு நா வேலையெல்லாம் ஓஞ்சி ராத்திரி நேரம் உக்கார்ந்து பேசிகிட்டு இருக்கும்போது 'காலம் பூரா எங் கடையில வேலை பார்த்தா வாழ்க்கையில நீங்க முன்னேற முடியாதுங்க தம்பினு' சொன்னாரு. 'ஆம்பிள முன்னேறணும்னா சின்ன வயசுல நாலு ஊரு பார்க்கணும். நாலு ஊரு தண்ணி குடிக்கணும்னு' எங்க ஊர்ப்பக்கம் சொல்லுவாங்க. நீங்களும் ஊர் உலகத்தைப் பார்க்கணுங்க தம்பி'ன்னு சொன்னாரு. எனக்கு ஒரு மாதிரி ஆச்சு. அப்பத்தான் மாசச் சம்பளமா அம்பது ரிங்கிட் கொடுக்க ஆரம்பிச்சிருந்தாரு. வாழ்க்கையில முத தடவையா கொஞ்சம் நல்ல துணிமணி, சாப்பாடுனு வாங்கிக்கிட்டு இருந்தேன். உங்க அம்மாக்காரியும் அத்தையைப் பார்க்குறேன் ஆட்டுக்குட்டியப் பார்க்குறேன்னு சொல்லி அப்பப்ப பஸ் ஏறி யொங் பெங் வந்துடுவா. லைப்பு ஒரு மாதிரி நல்லா வர நேரத்துல என்னடா இந்த மனுஷன் குண்டத் தூக்கிப் போடுறாரேனு நினைச்சேன்.''

மேசைமீது கிடந்த எண்ணெய்ப் படிந்த உணவு பொட்டலத் தாள்களை எடுத்துக் கொண்டிருந்த பவுனம்மாள் முகத்தைக் குழந்தைகளிடமிருந்து திரும்பிக் கொண்டாள். அவள் முகத்தில் மெல்லிய புன்னகை. வெட்கத்தில் அவள் கன்ன மேடுகள் ஜொலித்தன.

''எம் மூஞ்சி மாறுனத பார்த்த மரைக்கான் பாய் உடம்பு குலுங்கச் சிரிச்சாரு. போயி ஊரு சுத்திப் பார்த்துட்டு வாங்க தம்பி. ஒரே இடத்துல இருந்தீங்கனா வாழ்க்கை வீணாத்தான் போயிடும்னாரு. கொஞ்ச நாள்லயே பாய் ஜோகூர் பாருல இருக்குற அவரோட சகலை ஒருவரோட கம்பெனியில என்னைச் சேர்த்து உட்டாரு.

கம்பெனின்னா ஒண்ணும் வெட்டி முறிக்கிற வேலை இல்லனு வச்சுக்கயேன். சகலைக்கு குட்டி யானை கணக்கா ஒரு லாரி இருந்துச்சு. அதுல சாமான ஏத்திகிட்டு மலேசியா முழுக்க டெலிவரிக்குப் போகணும். ரங்கநாதண்ணன்னு ஒரு டிரைவரு, நானு, ஜோகூர் பாருல இருக்குற கம்பெனிக்காரங்க கொடுக்கற சரக்குகளக் கொண்டு போகணும். ஊறுகாயிலேர்ந்து உருட்டுக்கட்டை வரைக்கும் கொண்டு போயிருக்கம். ஒரு தடவை இதைக் கொண்டு போயி கொடுடானு கூண்டுல அடைச்ச நாலு ஆந்தையைக் கொண்டு வந்து கொடுத்தான். ஆச்சு. நாலு வருஷம், ரங்கநாதண்ணன்கிட்ட பேசிகிட்டே மலேசியா முழுக்கச் சுத்தி வந்துட்டேன். மலேசியாவோட சந்து பொந்தெல்லாம் எனக்கு அத்துப்படி. இந்தப் பக்கம் குவாலா பெர்லீஸ், கங்கார்னா, அந்தப் பக்கம் கோத்தா பாரு, தும்பாட் எல்லாம் சுத்திப் பார்த்தாச்சு.''

பெருமிதத்தில் ஆறுமுகத்தின் கண்கள் விரிந்தன. இந்தப் பக்கம் இருக்கும் ஊர்களைக் காட்ட அந்தப் பக்கத்தில் இருக்கும் கையையும், அந்தப் பக்கத்தில் இருக்கும் ஊர்களைக் காட்ட இந்தப் பக்கக் கையையும் ஆர்வத்தில் குறுக்குவாட்டில் நீட்டிக் காட்டினார். மலேசியாவில் டெலிவரி லாரியில் மலேசியா முழுவதும் அவர் சென்று வந்த பயணங்களைப் பற்றிக் கூறும்போது அவருக்குள் எழுந்த உவகை நீட்டியிருந்த அவர் கைகளின் விரல்நுனிகளில் வீட்டின் குழாய் விளக்குகளின் வெளிச்சமாய்ச் சிந்திக் கொண்டிருந்தது.

''எத்தனை ஊரு, எத்தனை மாதிரி மனுஷங்க. போற ஊருல எல்லாம் எதாவது சித்தர் சாமியோட சமாதியோ, முஸ்லீம் தர்காவோ இருக்குதானு தேடுவேன். மரைக்கான் பாய் ஒவ்வொரு செவ்வாக்கிழமையும் கடையைச் சாத்துவாரு. அப்ப வேலை இல்லாம சும்மா இருக்குற நேரத்துல யோங் பெங்ல பாலு சாமினு

ஒருத்தரோட பேசிக்கிட்டு இருப்பேன். ராமலிங்க சாமி பக்தரு. அந்தக் காலத்துல அவரோட வீட்டுல வச்சு ஒவ்வொரு செவ்வாக்கிழமை ராத்திரியும் விளக்குப் பூஜை நடத்துவாரு. அவரோட பேசிக்கிட்டு இருந்ததோட பாதிப்பு. மலேசியா உண்மையிலேயே ஆன்மீக பூமிதான். பத்து கேவ்ஸ் பக்கத்துல மௌன சாமி, பினாங்குல ஜகன்னாத சாமிச் சித்தர். கெடா மாநிலத்துல ஒரு சித்தரு. பினாங்கு சித்தரு பேரு ஜகன்னாத சாமிகூட இல்ல. வேற என்னமோனுதான் சொன்னாங்க. அவர நான் உயிரோடயே பார்த்திருக்கேன். மேட்டுமேல ரோடு. ரோட்டுக்கு ஓரமா பெரிய பள்ளம். நடுவாப்புல ஒரு ஆலமரம். உத்துப் பார்த்தா அதுக்குக் கீழே சம்மணம் போட்டுகிட்டு ஒருத்தர் உக்கார்ந்திருக்காரு. சுத்தியும் கலர் கலரா நாயிங்க. அவரு கிட்டப் போயி விழுந்து கும்பிடணும்னு மனசுல தோணுது. ஆனா நடக்கணும்னு நினைச்சா கால் நகர மாட்டேங்குது. நாயும் நம்மளப் பார்த்து உர் உர்ருனு உறுமிகிட்டு இருக்கு. நாக்கு எல்லாம் வறண்டு போச்சு. அங்க நின்னபடியே கன்னத்துல தப்பு தப்புனு போட்டுகிட்டு ஓடியாந்துட்டேன்.''

''ராத்திரில ரோட்டுல போறப்ப பேயெல்லாம் கண்ணுக்குத் தெரியும்னு சொல்வாங்களே. நீங்க பார்த்திருக்கீங்களாப்பா?'' என்று கேட்டார் சுகவனம். அப்பாவின் கதைகளில் அமானுஷ்யங்கள் கூடக் கூடத் தனது புது மனைவி இன்னும் தன்னிடம் உட்காருவதை உணர்ந்தவராய்.

''எதுதான் பார்க்கல. இருக்குறதிலேயே மொர்சிங் ரோடுதான் மோசமான ரோடு. ரெண்டு சின்ன காரு மட்டும் போற மாதிரியான ரோடு. ரெண்டு லாரி எதுக்க வந்தா, ஒரு லாரி ஒடிச்சு ஓரங்கட்டுனாத்தான் அடுத்த லாரி போக முடியும். அப்பல்லாம்

டவுன்ன தாண்டியாச்சுனா ராத்திரி நேரத்துல ரோடே கும்மிருட்டா இருக்கும். எல்லா ரோட்டுலயும் தெருவிளக்கு வராத நேரம். லாரியும் பழைய லாரி. பிரிட்டிஷ்காரன் காலத்து பழசு. அவ்வளவு பெரிய இருட்டுல ரெண்டு மஞ்ச வட்டம் மட்டும் நமக்கு முன் போக உசுரக் கையில பிடிச்சுகிட்டே போவோம்.''

''ராத்திரி லாரிய ஒட்டுறப்ப கண்ணுல யாராவது பொம்பள நின்னு கைக்காட்டுறது தெரிஞ்சா ரங்கநாதண்ணன் நிப்பாட்டவே மாட்டாரு. அப்படி ஸ்பீட் எடுத்து ஓட்டுவாரு. ரெண்டு மூணு கிலோமீட்டர் தாண்டித்தான் கொஞ்சம் வேகத்தை மறுபடியும் கட்டுப்படுத்துவாரு. இப்படி ரோட்டோரத்துல லாரி காருல போற ஆம்பிளைங்கள கச்சோர் பண்றதுக்குன்னே பொந்தியானாக் பேயிங்க அழகான பொம்பளைங்க உருவத்துல நிக்குமாம். சில சமயம் ஒரு குழந்தையோட நிக்குற மாதிரிகூட கண்ணுக்குத் தெரியுமாம். நாம பரிதாபப்பட்டு நிறுத்துனோம்னா ஆளையே அபேஸ் பண்ணிடுமாம். இப்படித்தான் ஜோகூர்ல எனக்குத் தெரிஞ்ச டிரைவர் ஒருத்தன் இருந்தான். சம்சுதீன்னு பேரு. மலாய்க்காரன். முஸ்லீம் பெருநாளான ராயா நேரம். ராத்திரில காரை எடுத்து ஊருக்குக் கிளம்பியிருக்கான். ஏதோ பேயடிச்சிருச்சுப் போலிருக்கு, அடுத்த நாள் அந்த வழியா போனவங்க காருக்குள்ள அவன் உடம்பு உக்கார்ந்திருக்கிறது மாதிரியும், கார் மேல அவன் தல தனியா கத்தரிச்சு வச்சிருக்கிறதையும் பார்த்திருகாங்க. பாவம் ஏதோ பொந்தியானக்தான் அவனை அடிச்சதுனு எல்லாரும் பேசிக்கிட்டாங்க. ப்ச்சு. அவனுக்குக் கல்யாணமாகி ஏழே மாசம்தான் ஆகியிருந்துச்சு. பொண்டாட்டிக்கூட ஆறு மாசம் முழுகாம இருந்தா.''

சொல்லிவிட்டு நிறுத்தினார். சுகவனத்தின் முகத்தில் நமுட்டுச்

சிரிப்பு.

''அதுதான் யாரும் பார்க்கலையே. அவரை அடிச்சது பொம்பளப் பேயிதான் எல்லாருக்கும் எப்படித் தெரிஞ்சுச்சு?''

''மனுஷன் கொலை பண்ணியிருந்தா இப்படியா நம்மாளு ஆடாம அசங்காம தலைய வெட்டிகிட்டுப் போற வரைக்கும் உக்கார்ந்திருப்பான். வெட்ட வந்தவங்கள எதுத்துக் கொஞ்சமாவது சண்டை போட்டிருப்பானா மாட்டானா? காரும் அவன் உடம்புமே ரத்தக் களறியாகியிருக்கும். ஆனா இவனுக்கு அப்படி ஒண்ணும் நடக்கல. உடம்புலயும் உடுப்புலயும் கொஞ்சம்கூட ரத்தக்காயமோ ரத்தம் தெறிச்சதுக்கான அடையாளமோ இல்ல. வலியே இல்லாம தலைய யாரோ திருகி எடுத்துப் போனது கணக்கா உக்காந்திருக்கான். அதுமட்டுமில்லாம...''

ஆறுமுகம் தன்னோடு அமர்ந்திருக்கும் மகளையும் மருமகளையும் ஒரு கணம் உற்றுப் பார்த்துச் சொல்வதா வேண்டாமா என்று யோசித்தார்.

''அவன் கீழ் உடுப்பெல்லாம் கழட்டி டிரைவர் சீட்டுக்கு அடுத்ததா இருந்த சீட்டுல யாரோ மடிச்சு வச்சிருக்காங்க. காருக்கு மேல துண்டாக் கிடந்த அவன் தலையைப் பார்த்தாலும் மூஞ்சில பயமோ பீதியோ இல்ல. ஏதோ காணாத சந்தோஷத்தக் கண்டாப்புல மூஞ்சில ஒரு சின்னச் சிரிப்பு இருந்ததா நேருல பார்த்தவங்க சொன்னாங்க.''

''இப்படியெல்லாம் நடக்கும்னா, ராத்திரில ஏன் வண்டி எடுக்கணும். பகல் நேரத்துல போகலாம் இல்ல?''

சுகவனத்தின் பக்கமாக நகர்ந்து அமர்ந்திருந்த ஜெயக்கொடியின் குரலில் லேசான நடுக்கம்.

"ராத்திரிதாம்மா வண்டி ஓட்டுறதுக்குச் சுகமா இருக்கும். பகல்னா வெயிலு சூடு. கண்ணுல வேற வெளிச்சம் அடிச்சுக் கண்ணக் கூச வைக்கும். ரொம்ப நேரம் ரோட்டப் பார்த்து ஓட்ட முடியாது. கண்ணு தானா அசந்து போகும். அனுபவமுள்ள டிரைவர்னா முடிஞ்சவரைக்கும் மத்தியானச் சாப்பாட்டுக்கு அப்புறம் வண்டி எடுக்க மாட்டாங்க. எங்கயாவது ரோட்டோரமா வண்டியப் போட்டு ரெண்டு மணி நேரம் நல்லா தூங்குவாங்க. அப்புறம் ஒரு நாலு நாலரை மணிபோல வெயிலு தாழ ஆரம்பிக்கறப்போ டீ குடிச்சிட்டு ஸ்டீரிங் பிடிச்சா ராத்திரி வரைக்கும் ஓட்டம்தான். ராத்திரி ரெண்டு மூணு மணிக்குக் கண்ணைக் கட்டுனச்சுனா மறுபடியும் ஒரு தூக்கத்தைப் போடுறது."

ஆறுமுகத்தின் கண்களின் நிழல்கள் கவிழ்ந்திருந்தன. ரங்கநாதன் அண்ணனோடு மலேசியாவைச் சுற்றி அவர் நடத்திய பயணங்கள் அவர் முகம், தோள்கள், உடம்பு முழுவதும் சின்னச் சின்ன மௌனங்களாய்க் கனத்துக் கிடந்தன.

"ஏதோ சித்தர் சாமிங்களப் பத்திச் சொல்லிகிட்டிருந்தீங்களே அப்பா." என்றாள் தனம்.

"ஆமாம்மா. 'மலேசியா ஆன்மீகப் பூமி தம்பி. போற இடங்கள்ல எங்கயாவது பெரியவங்க சமாதி இருந்துச்சுப் போய் பார்த்துட்டு வாங்கனு' ஒரு தடவை என்கிட்ட பேசும்போது பாலு சாமி சொல்லியிருந்தாரு. செத்துப் போனவங்க சமாதியைப் போய்ப் பார்த்து நமக்கு என்னாகப் போகுதுனு நானும் சும்மா இருந்துட்டேன். ஆனா ஒரு தடவை தைப்பிங் பக்கமா போயிகிட்டு இருந்தப்ப நானும் ரங்கநாதண்ணனும் காட்டுப்பக்கமா ஒரு சின்ன சிவன் கோவிலைத் தாண்டிப் போனோம். என்னடா இது நம்மாளுங்களே இல்லாத

இடத்துல கோவிலு இருக்கே, அதுவும் சிவன் கோவிலுனு ரங்கநாதண்ணன்கிட்ட சொல்ல ஆரம்பிச்சேன். அவருக்கு இந்த விஷயத்துல எல்லாம் இண்டரஸ்ட் இல்லையா, சும்மா பேசாமா வான்னு சொல்லிட்டாரு. அவருக்கு என்ன பயம்னா நட்ட நடு ராத்திரில ஆளரவமே இல்லாத ரோட்டுல லாரிய ஓட்டிக்கிட்டு இருக்குறப்ப நான் ஒண்ணு கிடக்க ஒண்ணச் சொல்லப் போயி எதாவது சேட்டை வந்து நம்மளப் பிடிச்சுக்கும்னு அவரோட நினைப்பு. அண்ணனுக்கு இந்த விஷயத்துல எல்லாம் கொஞ்சம் பயம்தான். எங்கயாவது காட்டுல வண்டிய ஓரங்கட்டி ஒண்ணுக்குப் பேய மரத்துப்பக்கம் ஒதுங்குனாக்கூட பல தடவை சத்தமா சாரி கேட்டுகிட்டுத்தான் அண்ணன் ஒண்ணுக்குப் பேயவே ஆரம்பிப்பாரு. என்னையும் அப்படியே செய்யச் சொல்வாரு. இது சீனங்கக் கிட்டேருந்து அவரு கத்துகிட்ட பழக்கம். மரத்துல எதாவது ஆவி குடியிருக்கும் இல்லையா. மரியாதையில்லாம அதோட வீட்டுல ஒண்ணுக்குப் பேஞ்சா சும்மா இருக்குமா. அடிச்சுடாது? அது மாதிரியே ராத்திரி நேரத்துல அண்ணன் லாரில கவுச்சி கொண்டு போக உடமாட்டாரு. அப்படியே கொண்டு போகணும் கட்டாயம் இருந்துச்சுனா டிபின் காரியர்ல ஒரு ஆணியச் சொருகிக்கச் சொல்வாரு. அப்படி பண்ணா பேய் நம்மள அண்டாதாம்.''

''சிவன் கோவிலத் தாண்டுனோமா, அண்ணன் என்னைப் பேசாதேனு சொல்லி வாய மூடல நாம போயிகிட்ட இருந்த வண்டி திடீருனு ஒரு குலுக்கலோட பிரேக் அடிச்சாபுல அதே இடத்துல நின்னுடுச்சு. அண்ணன் தன் கையையே நம்பாம ஸ்டீரிங் வீலப் பார்க்குறாரு. அவரு காலு ஆக்சிலேட்டர அமுக்கிகிட்டே இருக்கு. ஊஹூம் வண்டி நகரவே மாட்டிங்குது, 'என்சின் கோளாறா

இருக்குமாண்ணே'னு நான் கேட்டுகிட்டே இருக்கேன். அண்ணன் பதில் சொல்லாம லாரிய ஓட வைக்க என்னென்னமோ பண்ணுறாரு. அப்ப நாம பார்த்த சிவன் கோவில்லேர்ந்து ஒரு கிழவி நடந்து வரதைப் பார்த்தோம். இருட்டுல மூஞ்சி எல்லாம் சரியாத் தெரியல. ஆனா நல்ல வயசிருக்கும்னு மட்டும் தெரியுது. இந்த முனிவருக்கெல்லாம் இருக்குமே, அப்படி தலையெல்லாம் சடைப்பிடிச்சு, சிக்கு விழுந்து. தொடைவரைக்கும் ஆம்பிளை போடுற சட்டையை மட்டும் போட்டுகிட்டு அந்த அம்மா நடந்து வந்தாங்க. கூட்டமா பத்துப் பன்னெண்டு நாயி. இந்த மிலிட்டரிகாரனுங்க எல்லாம் பெரேட்டுல வருவானுங்களே அப்படி அந்த அம்மாவைத் தொடர்ந்து நாயிங்க நடந்து வருதுங்க. எங்களுக்கு ஒண்ணுமே புரியல. அப்பத்தான் எனக்கு ஒரு விஷயம் ஒறச்சது. வண்டி திடீருனு நின்னதுல ஹெட்லைட்டும் அணைஞ்சுப் போயிருந்தது. சுத்தியும் நல்ல இருட்டு. ஆனா அந்த அம்மா உடம்பச் சுத்தி லைட்டடிக்குது. ரங்கநாதண்ணன்கிட்ட இதைக் காமிக்கணும்னு கையை நீட்டுறேன். ஆனா அவரே அதைப் பார்த்துட்டாரு. ஸ்டீரிங் மேல வச்ச கையை அசைக்காம ஸ்தம்பிச்சுப் போயி அந்த அம்மாவையும் அவங்க நாயிங்களையுமே பார்த்துகிட்டு இருந்தாரு. அவரு வாயு அப்படித் தொறந்திருக்கு, அந்த அம்மா நம்மள சட்டைப் பண்ணவே இல்லை. மூஞ்சிக்கு முன்னால விரலை நீட்டிக் காத்துல என்னமோ கணக்குப் போட்டபடி நடந்து போனாங்க. அவங்க நாயிங்க ஒண்ணுகூட எங்களத் திரும்பிப் பார்க்கல. அதிசயம் என்னனா, அந்த அம்மா ரோட்டத் தாண்டி போன அடுத்த நிமிஷமே நம்ம லாரி ஸ்டார்ட் ஆகுது. லாரி கிளம்புற நேரத்துல அந்த அம்மா எங்கப் போனாங்கனு என் கழுத்தைத் திருப்பி லாரி சன்னலு வழியா பார்க்குறேன். அந்த

அம்மாவோ நாயிங்களோ போனதுக்கு அந்தப் பக்கம் அடையாளமே இல்ல. சுத்தியும் பொண்ணக் காடா நிக்குது.''

வெளியே இரவு கவிழ்ந்திருந்தது. ஆறுமுகத்தைச் சுற்றியும் பவுனம்மாள், சுகவனம், ஜெயக்கொடி, தனம் நால்வரும் உறைந்து போய் அமர்ந்திருந்தார்கள்.

''கொஞ்ச நாளைக்கப்புறமா அந்தப் பக்கத்துல லோடு அடிக்குற வேற ஒரு டிரைவர்கிட்ட பேசுறப்பத்தான் அது சிவன் கோவில் இல்ல, சமாதினு நம்ம ரெண்டு பேருக்கும் தெரிஞ்சது. அந்த இடத்துல ரொம்ப நாளைக்கு கெங்கம்மா ஒரு தெலுங்கு பொம்பள வாழ்ந்திருக்காங்க. ஒரு நூறு நூத்து அம்பது வருஷமா. அவங்க புருஷன் அங்க எங்கையோதான் பிரிட்டிஷ்காரன் எஸ்டேட்டுல கிளார்க்கா இருந்தாராம். ஒரு நாள் எஸ்டேட்டுக்குப் போன அவங்க புருஷனைப் புலி அடிச்சிருக்கு, அதுக்குப் பின்னால கெங்கம்மா புருஷனைப் பொதச்ச இடத்துக்குப் பக்கதுலேயே உட்கார்ந்து ராப்பகலா தவம் பண்ணிருக்காங்க. யாருகூடயும் அதிகமாப் பேசுறதில்ல. யாராவது அவங்களோட பேச வந்தா கல்ல உட்டு அடிப்பாங்களாம். ஆனா அப்படி அடிக்குறப்ப யாருக்கும் எந்தக் காயமும் படாதாம். ரொம்ப கஷ்டத்துல இருக்குறவங்க வந்தா அவங்களப் பக்கத்துல கூப்பிட்டு 'எனக்கு ரம்புத்தான் பழம் வாங்கிட்டு வரியா?'னு கேப்பாங்களாம். அவங்க புருஷனுக்கு ரம்புத்தான் பழம்னா ரொம்ப பிடிக்குமாம். அப்படிக் கேட்டுட்டு மண்ணை விரலாலக் கிள்ளி ஒரு சிட்டிகை வந்திருக்கிறவங்க கையில போடுவாங்களாம். அந்த மண்ணைத் தண்ணியில கரைச்சுக் குடிச்சா என்ன கஷ்டமா இருந்தாலும் அது சீக்கோ, புருஷன் பொண்டாட்டி சண்டையோ, கடன் தொல்லையோ அது பஞ்சாப் பறந்துடுமாம். குறிப்பா பிள்ளைத்தாச்சி பொம்பளைங்க

வந்து அவங்கிட்ட இருந்து மண்ணை வாங்கிட்டுப் போயி குடிச்சா நிச்சயம் சுகப்பிரசவம் நடக்குமாம். அந்த அம்மா காலமானதுக்கு அப்புறம் அந்தப் பக்கத்துல இருக்குறவங்க எல்லாம் காசு போட்டு அவங்களுக்கும் அவங்க புருஷனுக்கும் சமாதி கட்டி ரெண்டு சமாதிக்கும் மேல சிவலிங்கம் பிரதிஷ்டை பண்ணி இருக்காங்க. ஆச்சரியமான ஆச்சரியமா யாரும் விதைபோட்டு வளர்க்காமலேயே அந்த ரெண்டு சமாதிக்கும் நடுவுல கொஞ்ச நாளைக்கப்புறம் ஒத்தை ரம்புத்தான் மரம் வளர்ந்திருக்கு.''

ஆறுமுகம் சோபாவில் நன்கு சாய்ந்து அமர்ந்தார். அவர் கூறிக் கொண்டிருந்த கதை அவரை வேறோர் இடத்துக்கும் காலத்துக்கும் அழைத்துச் சென்று விட்டிருந்தது.

''சமாதியான பின்னாலயும் அந்த அம்மா மத்தவங்க கண்ணுக்குக் காச்சி தரதா அந்த டிரைவர் சொன்னாரு. ஜப்பான்காரன் காலத்துல அந்த அம்மா அந்தப் பகுதியில வாழ்ந்தவங்களுக்கு ரொம்ப உதவியா இருந்தாங்களாம். இந்தக் கதையைக் கேட்ட எனக்கு என்னமோ மாதிரி இருந்துச்சு. ரங்கநாதண்ணன்கிட்டக் கெஞ்சிக் கூத்தாடி திரும்பிப் போறப்ப அந்தக் கோவிலு பக்கமா போகலாம்னு கேட்டுக்கிட்டேன். என் நல்ல நேரம். அண்ணன் சம்மதிச்சாரு. திரும்பிப் போறப்ப பை நிறைய ரம்புத்தான் பழம் வாங்கி வச்சுக்கிட்டேன். சமாதி இருக்குற இடத்துக்குக் கிட்டப் போகப் போக எனக்கு மனசு படபடனு அடிச்சுக்கிது. அண்ணன் வண்டியச் சமாதி பக்கமா நிறுத்துன உடனே ஓட்டமும் நடையுமா போயி அந்தம்மா சமாதி முன்னால உக்காந்துகிட்டேன். வேற ஒண்ணும் பண்ணனும் தோணல. மனசுல என்னென்னமோ எண்ணம் ஓடுது. ஆனா எதையும் கேக்கணும்னு தோணல. சும்மா அப்படியே அந்த அம்மாவோட

சமாதியையும், அவங்க புருஷன் சமாதியையும் பார்த்துகிட்டே ரொம்ப நேரமா உக்காந்துகிட்டு இருந்தேன். உடம்பெல்லாம் ஷாக் அடிச்சாப்புல லேசா நடுங்குது. அன்னிலேர்ந்து என் வாழ்க்கையே மாறிப் போச்சு.''

தைப்பிங் பயணத்துக்குப் பிறகு ஜோகூருக்குத் திரும்பிய ஆறுமுகம் தன் குடும்பத்தாரைப் பார்க்க ரப்பர் தோட்டத்திற்குப் போனார். அறுபதுகளில் தொடக்கம். கொரியப் போரின்போது சேகரித்து வைத்திருந்த ரப்பரை அமெரிக்கா உலகச் சந்தைக்குள் புழங்க விட்டதாலும் செயற்கை ரப்பர் கண்டுபிடிக்கப்பட்ட நேரமென்பதாலும் இயற்கை ரப்பரின் விலை படுவீழ்ச்சியடைந்திருந்தது. மலேசியப் பொருளாதாரத்தில் மிகக் கணிசமான பங்கை வகித்துவந்த ரப்பர் தொழில் பெரும் அடி வாங்கியது. பல சிறிய ரப்பர் தோட்ட முதலாளிகள் திவாலாகிப் போனார்கள். மற்றவர்கள் தோட்டங்களைப் பெரிய கம்பெனிகளுக்கு விற்றார்கள். ரப்பர் தோட்டத்தில் வேலை பார்த்துவந்த ஆயிரக்கணக்கான தொழிலாளர்களின் எதிர்காலம் கேள்விக்குறியாகி இருந்தது. இனிமேல் ரப்பர் தோட்ட வாழ்க்கையை நம்பி எந்தப் பயனும் இல்லை என்று ஆறுமுகத்துக்குத் தெரிந்தது. சிங்கப்பூர் துறைமுகத்தில் வேலைக்கு ஆள் எடுக்கிறார்கள் என்று அவருக்குத் தெரிய வந்தது. பவுனம்மாளை ஊர் மாரியம்மன் கோவிலில் வைத்து எளிமையான முறையில் திருமணம் செய்து கொண்டார்.

பேருந்து ஏறிச் சிங்கப்பூருக்கு வந்தார். எண்ணெய்க் கப்பல்களைச் சுத்தம் செய்யும் வேலையில் சேர்ந்தார்.

''நச்சுப் புடிச்ச வேலதான். யார் இல்லனு சொன்னது? எண்ணெய்க் கப்பல்கள்ல இருக்குற கொள்கலனுக்குள்ள இறங்கி அதுக்குள்ள

ஒட்டியிருக்குறகசடை எல்லாம் நீக்கிச் சுத்தம் பண்ணுற வேலை. கடல்ங்கிறது அது வரைக்கும் பழக்கமே இல்ல. முத நா போய் எண்ணெய்க் கப்பல்ல நிக்கும்போது அது ஆடுற ஆட்டத்துல குடல் எல்லாம் வெளிய வந்து விழற மாதிரி குமட்டிகிட்டு வருது. எங்க ஓடுனாலும் தப்பிக்க முடியாத கச்சா எண்ணெய் நாத்தம். ரொம்ப சிரமப்பட்டேன் ஆறு மாசமாகியும் குமட்டல். ரெண்டு கண்ணுக்கு நடுவுல குண்டூசி இறங்குன மாதிரி ஒரு வலி. சாப்பாடு சாப்பிட முடியல. எதை எடுத்து வாயில வச்சாலும் எண்ணெய் நாத்தம் அடிக்குது. நரகம்டா சாமி."

"அப்பச் சிங்கப்பூர் உலக எண்ணெய்ச் சுத்திகரிப்பு மையமா ரொம்ப வேகமா மாறிகிட்டுஇருந்துச்சு. ராப்பகல் பார்க்காம எண்ணெய்க் கப்பல்கள் வந்து நிக்கும். குறிப்பிட்ட கிரேடு எண்ணெய ஊத்திக் கொண்டு வந்த கொள்கலன்ல இன்னொரு கிரேடு எண்ணெயை ஊத்துனா சரி வராது. அதனால சுத்தம் பண்ணித்தான் ஆகணும். காலையில வேலை தொடங்குனதுல இருந்து சாயந்திரம் ஓய்வு ஒழிச்சலே இல்லாத வேலை. உடம்பைச் சுத்திக் கயித்தைக் கட்டிக்கிட்டு உள்ள அனுப்புவான். சுத்தியும் செம இருட்டு. கையில இருக்குற டார்ச் வெளிச்சம் எம்மாத்திரம்? சுத்தியும் ஆளிருப்பாங்க. சத்தம் கேக்கும். ஆனா யாரு யாரு எங்க இருக்காங்கனு ஒண்ணுமே தெரியாது. ஏதோ கல்லறைக்குள்ள இறங்கி வேலை செய்யுற மாதிரி எனக்குத் தோணும். கொள்கலனுக்குள்ள இருக்கிற எண்ணெயெல்லாம் வெளியேத்திட்டுத்தான் உள்ள அனுப்புவாங்கனு வச்சுக்கியேன். ஆனா எண்ணெயை மட்டும் வெளியேத்திட்டா ஆச்சா? கொள்கலனுக்குள்ள ஹெக்ஸீன், கரியமில வாயுன்னு இப்படி என்னென்னவோ வாயு சுத்திகிட்டு இருக்கும். கவனமாயில்லனாக்

கொள்கலனுக்குள்ள இருக்குற வயர் சர்க்கியூட்ல எதாவது பொறி தட்டி கொள்கலனே பத்திகிட்டு எரியும். இல்ல உள்ள இருக்குற நச்சு வாயுக்களோட அளவு அதிகமாயி ஆளையே சாய்ச்சிடும். எங்க இடத்துலேயே பல பேரு தீவிபத்துல எரிஞ்சுச் செத்துருக்காங்க. எழுபத்து ஏழோ, எழுபத்து எட்டோ இருக்கும். என்கூட வேலை பார்க்குற கோத்தா திங்கி பையன் ஒருத்தன். பார்க்குறதுக்கு நல்ல லட்சணமா சினிமா நடிகன் மாதிரியே இருப்பான். காலையில ஒண்ணாத்தான் உக்காந்து கெண்டீன்ல ரொட்டி சாப்பிட்டோம். நெஸ்காபி குடிச்சோம். கலகலனு சிரிச்சுக்கிட்டே கொள்கலனுள்ள இறங்குனா. மத்தியானச் சாப்பாட்டுக்கு வெளிய வரோம். இவனை மட்டும் காணோம். கொள்கலனோட நீளம் ஆயிரத்து ஐநூறு அடி. மறுபடியும் உள்ள போயித் தேடிப் பார்த்தா ஆளு கிடைக்கல. ஒரு நாள் முழுக்க தேடுனோம். கடைசில பார்த்தா அடி ஆழத்துல பொணமா கிடக்குறான். உடம்பைச் சுத்தி இருக்குற கயித்த இழுத்து வெளியில இருக்குறவங்கள எச்சரிக்கறதுக்குள்ளாற மூச்சுத் திணறி உயிரு போயிருக்கு. அது வரைக்கும் நான் கப்பல் நின்னு அழுததே இல்ல. ஆனா அன்னைக்கு அவன் உடம்பப் பிடிச்சுகிட்டுக் 'கோ'னு கதறுனேன். வேடிக்கை என்ன தெரியுமா? அவன் சாவை நினைச்சுக்கூட நான் அழல. அன்னைக்குக் காலையில அவன் சிரிச்ச பெரிய சிரிப்பை நினைச்சு அழுதேன். அவனோட அழகான முகம், அவனோட வாலிபம் இதையெல்லாம் நினைச்சு அழுதேன்.''

ஆறுமுகத்தைச் சுற்றி அமர்ந்திருந்தவர்கள் அவரைப் பரிவுடன் பார்த்தார்கள். பவுனம்மாள் வேலைக்குச் சேர்ந்த முதல் வருடத்தில் ஆறுமுகம் உடம்பில் ஏற்பட்ட தீராத அரிப்பையும் அதனால் அவர் இரவில் தூங்க முடியாமல் தவித்ததையும், அவர் கண்களில் ஓயாமல்

நீர் இறங்கியதையும் நினைத்துக் கொண்டாள். சுகவனமும் தனமும் ஆறுமுகம் வேலையை விட்டு வீட்டுக்குத் திரும்பும்போது அவர் முகம் களைப்பால் கறுத்துப் போய்க் கிடந்ததை நினைவுக்குக் கொண்டு வந்தார்கள். மிக அபூர்வமாக அப்பா மாடிப்படிகளை ஏறினாலோ, தங்களுடன் ஓடிப் பிடித்து விளையாடினாலோ விசிலடிக்கும் சத்தத்துடன் அவர் நெஞ்சிலிருந்து சிரமப்பட்டு வெளிப்படும் மூச்சுத் திணறலை யோசித்தார்கள். ஜெயக்கொடி பிரம்மாண்டமான எண்ணெய்க் கப்பலின் மேல் தளத்தில் நச்சு வாயுக்களுக்குப் பலியாகி உடல் விறைத்துக் கிடக்கும் கோத்தா திங்கிப் பையனைத் தனது மடியில் கிடத்தி மிகப் பெரிய சத்தத்துடன் அழுது தீர்க்கும் தனது மாமனாரைக் கற்பனைச் செய்து கொண்டாள்.

ஆறுமுகம் மட்டும் தன் காலடியில் நீந்த ஆரம்பித்திருந்த பெரிய ஊதா நிற நிழல்களுக்குள் மெல்ல மெல்ல அமிழ்ந்து போகிறவரைப்போல் எந்தவிதச் சலனமும் இல்லாமல் அமர்ந்திருந்தார்.

‘‘எத்தனயோ தரம் வேலைய விட்டு ஓடிப்போகணும்னு நினைப்பு வரும். ஆனா இந்த வேலை அந்தக் கெங்கம்மா கிழவி போட்ட பிச்சைனு நினைச்சுக்குவேன். என் ஊருல இருந்த பல பேரும் ரப்பர் தொழில் அழிஞ்சுப் போயி வேலை இல்லாம, கேங்குல சேர்ந்து, கடனாளியாகி, சீக்காளியாகி வீணாப் போயிட்டாங்க. எல்.சி.இ கூட முடிக்காத நானு சிங்கப்பூர்ல ஒரு வேலையோட, சொந்த வீட்டோட, பொண்டாட்டி புள்ளையோட சவுக்கியமா இருக்கேன்.’’

‘‘உனக்கு ஒண்ணு தெரியுமா? ஊருல இருந்து சிங்கப்பூருக்கு வர வழியில யொங் பெங் தாண்டித்தான் வரணும். அப்ப நானும் ஒங்கம்மாக்காரியும் பாலு சாமியப் போயி பார்த்தோம். அவரு

வீட்டுல எரியுற விளக்கு அருகில் நிக்க வச்சு 'அருட்பெரும்சோதி, தனிப்பெரும் கருணைனு' கைத்தட்டிச் சொன்னாரு. அப்புறம் விபூதி எடுத்து என் நெத்தியிலையும் அம்மா நெத்தியிலயும் வச்சு உட்டாரு. உங்க அம்மாவுக்கு வள்ளலார் படத்துல மாட்டியிருந்த பூவை எடுத்துக் கொடுத்தாரு. மூணு பேரும் கொஞ்ச நேரம் விளக்கைப் பார்த்தே உக்கார்ந்தோம். அப்ப நான் அவருகிட்ட கெங்கம்மா சமாதியைப் பார்த்ததையும் அதுக்கப்புறம் நடந்த விஷயத்தையும் ஒண்ணுவிடாமச் சொன்னேன். கெங்கம்மா சமாதில ரம்புத்தான் பழங்களை வச்சுக் கும்பிட்டப்ப என் மனசுல உள்ள எண்ணமெல்லாம் வடிஞ்சுப் போயி மனசுல எதுவும் தோணாமஉட்கார்ந்திருந்ததைச் சொன்னேன். அதுக்கப்புறம் நான் பல சமாதிகளுக்குப் போனதாவும், போன இடத்துல எல்லாம் இதே அனுபவம்தான் எனக்குக் கிடைச்சுச்சுனு சொன்னேன். பாலு சாமி சிரிச்சாரு. அதுதான சித்தர் சமாதிக்கு அழகுன்னு சொன்னாரு. அப்ப எனக்கு ஒண்ணும் புரியல.''

ஆறுமுகம் எந்தவிதமான படபடப்பும் இல்லாமல் சோபாவில் நெஞ்சை நிமிர்த்தி அமர்ந்திருந்தார். ஆனால் அவர் அமர்ந்திருந்த தோரணையில் கொஞ்சம்கூட ஆணவம் இல்லை. அவர் சொன்ன கதைகளே கனிந்து போய் அவருடைய கண்களிலிருந்து பெரும் கருணையின் சுடராய்ப் பிரகாசித்தன. வரவேற்பறை விளக்குகளின் வெளிச்சத்தில் வேலைக்குப் போய்வந்த களைப்பில் கலைந்திருந்த அவர் தலைமயிர் தீப்பற்றி எரிவதுபோலிருந்தது. எல்லா எதிரிகளையும் வேட்டையாடி அழித்துவிட்டு மர நிழலில் பாதங்களை நீட்டி ஓய்வெடுக்கும்போதும்கூட தலை நிமிர்ந்தே இருக்கும் திமிருள்ள கிழட்டு ஆண் சிங்கம்போல் ஆறுமுகம் தோன்றினார்.

''அவருகிட்ட நான் ஒரு கேள்வி கேட்டேன். ஏன் பாலு சாமி,

மரைக்கான் பாயி ஊர் ஊராச் சுத்துனாத்தான் முழு ஆளா வளரலாம்னு சொல்றாரு. நீங்க போற ஊருல எல்லாம் பெரியவங்க சமாதியப் போயிக் கும்பிடச் சொல்லுறிங்க. ஆனா சமாதியைப் பார்க்குறப்ப எல்லாம் என் சிந்தனையெல்லாம் வத்திப்போய் அங்கயே சும்மா உக்காந்திருக்கணும்போல தோணுதுன்னேன். நீங்களும், மரைக்கான் பாயும் நகர்ந்துகிட்டே இருனு சொல்றிங்க. சமாதிக்குப் போனா மனசு நகரவே முடியாம தவிக்குது. இப்ப நான் நகர்ந்துகிட்டே இருக்கவா, நகராம ஒரே இடத்துல உக்கார்ந்துக்கவானு கேட்டேன். பாலு சாமி மறுபடியும் கலகலனு சிரிச்சாரு. நகர்ந்துகிட்டே நகராம இருடானு சொல்லி என் முதுகுல பளார்னு அறைஞ்சாரு.''

ஆறுமுகத்தின் குரல் இப்போது கம்மிப் போயிருந்தது. அவர் தனது கதைகளின் இறுதிக் கட்டத்திற்கு வந்திருந்தார் என்று அவரைச் சுற்றி அமர்ந்திருந்தவர்கள் புரிந்து கொண்டார்கள்.

''அதுக்கப்புறம் உங்கம்மாவும் நானும் சிங்கப்பூர் பஸ்ஸுக்கு நேரமாச்சுனு கிளம்பிட்டோம். அதுக்குப் பின்னால நான் பாலு சாமியப் பார்க்கவே இல்ல. ஆனா அவரு என்கிட்ட சொன்ன வார்த்தை மட்டும் என்னை உறுத்திகிட்டே இருந்துச்சு. நகர்ந்துகிட்டே நகராம இருக்குறதுனா என்னனு என்னை நானே கேட்டுக்கிட்டே இருந்தேன். எண்ணெய்க் கப்பல்ல நான் வேலை செய்யுற இடமும் ரொம்ப இருட்டா இருக்குமா, பாலு சாமி சொன்ன வார்த்தை நான் வேலை செய்யுற நேரத்துல எல்லாம் என் மனசுக்குள்ளயே ஓடிகிட்டு இருக்கும். சில சமயம் மனசுக்குள்ள இருக்குற வார்த்தை வெளியேறி இருக்குற கொள்கலன் சுவத்துல பெரிய பெரிய சிவப்பு எழுத்தா கண்ணுக்குத் தெரியும். பாலு சாமி சொன்ன வார்த்தையோட அர்த்தத்தை எனக்கு கொஞ்சம் விளக்குற மாதிரி ரொம்ப நாளைக்குப்

பிறகு எனக்கு ஒரு சம்பவம் நடந்துச்சு.''

''அப்ப நீங்க ரெண்டு பேரும் ரொம்ப சின்னக் குழந்தைங்க. ரங்கநாதண்ணன் பாகாங்ல செத்துப் போயிட்டாருனு தகவல் வருது. என்ன இருந்தாலும் வருஷக்கணக்கா ராப்பகலா ஒண்ணாச் சேர்ந்து ஊர் சுத்துன மனுஷன். காரியத்துக்குப் போகாம இருக்க முடியுமா? வேலையில லீவு எடுத்துகிட்டு, என் பிரெண்டு ஒருத்தன்கிட்ட மோட்டார் பைக் பிஞ்சாம் பண்ணி மோட்டாரக் குவாந்தானுக்கு விடுறேன். தெமெர்லோ தாண்டும்போது மரத்தாண்டவர் கோவில் போற வழியில ஒரு வளைவு. மத்தியானம் மூணு மணிபோல இருக்கும். சரியான காடு. திடீருனு பார்த்தா ரோட்டோரமா அம்மணமா ஒரு கிழவரு நிக்குறாரு. இடுப்புவரைக்கும் தலைமயிரு. சிகரெட் சாம்பல் கலருல. நல்லா சிக்குப் பிடிச்சுக் கூடக்கூடச் சில இடங்கள்ல மஞ்சள் நிறமாவும் தெரியுது. குழந்தை முகத்தைப்போல ரொம்ப சின்ன முகம். பல்லு எல்லாம் கொட்டிபோயிருக்கு. ஆனா முகத்துல சுருக்கமே இல்ல. நான் டக்குனு பிரேக்குப் போட்டு நிறுத்துறேன். என்னை எதிர்ப்பார்த்துக்கிட்டு இருந்தவரு மாதிரி சிரிச்சாரு. கட்டைவிரலைத் தூக்கி வாய்க்குக் காட்டுனாரு. நானும் பைக்கோரமா வச்சிருந்த தண்ணி பாட்டில எடுத்து மூடியத் திறந்து நீட்டுனேன். கடகடனு குடிச்சாரு. அப்புறம் பெரிசா எப்பம் விட்டுட்டு 'எல்லாம் முடிஞ்சுப் போச்சுடா. நீ ஏன் இப்படி தலைதெறிக்க ஓடுற'னு கேட்டாரு.''

''ஆஹா இவரு சித்தருனு எனக்குப் புரிஞ்சுப் போச்சு. 'கூட்டாளி சாவுக்குப் போகக் கூடாதா சாமினு' கேட்டேன். என்னை அடிக்குற மாதிரி கை ஓங்குனாரு. 'சாவுக்கு உயிரோடிருக்குறவன்தாண்டா போகணும். செத்தவன் போயி என்னாவப் போவுதுனு' கேட்டாரு.

‘உன் கூட்டாளி மரமா பொறந்தாச்சு. நீ போயி ஒண்ணும் ஆகப்போறதில்ல. வீட்டுக்குத் திரும்பிப் போ’னு சொன்னாரு.''

'''ரங்கநாதண்ணன் மரமா பொறந்திருக்காரா சாமி? அப்படினு இழுத்தேன்.''

'''ஆமாடா. மனுஷன் மரம் எல்லாம் ஒண்ணுதான். நிலத்தோட நிறம், மணம், குணம் எல்லாத்தையும் உறிஞ்சிகிட்டு மரம் எப்படி வளருதோ, அப்படியே மனுஷனும் அவன் பொறந்த மண்ணோட நிறம், வாசனை, குணத்தோடதான் இருக்க முடியும். மனுஷன் மரம் ரெண்டும் அது நின்ன நிலத்தைப் பிரதிபலிக்கிறது மாதிரியே இருக்கும். பொறந்த நிலத்தை விட்டு மரமும், நீயும் நானும் தப்பிச்சுப் போகவே முடியாது. அது எப்பவும் நமக்குள்ள இருந்துகிட்டே இருக்கும். மனுஷங்க செத்துப்போனதுக்கப்புறம் அவங்க வாழ்ந்த இடத்துலயே கொஞ்ச நாளைக்கு மரமா பொறப்பாங்க. அப்புறம் ரொம்ப வருஷத்துக்கப்புறம் மறுபடியும் மனுஷனா பொறப்பாங்க'''

'''உன் கூட்டாளி மரமா பொறந்தாச்சு. போடா. ஒழுங்கு மரியாதையா வீட்டுக்குப் போய்ச் சேரு’னு விரட்டினாரு.''

அன்று சிங்கப்பூருக்குத் திரும்பி வந்த ஆறுமுகம் அதற்குப் பிறகு சிங்கப்பூரை விட்டு எங்கும் போகவில்லை. புக்கிட் பஞ்சாங்கிலிருந்து மலேசிய எல்லை வெறும் அரை மணி நேரப் பயண தூரம்தான் என்றாலும்கூட அவன் மலேசியாவிற்குப் போக வேண்டும் என்று எண்ணியதே இல்லை.

சிறுநீரகப் பாதிப்பால் பவுனம்மாள் இறந்த பிறகு ஆறுமுகம் வயதைக் காரணம்காட்டி வேலையிலிருந்து ஓய்வு பெற்றுக் கொண்டார். நாளடைவில் அவர் வீட்டிலிருந்து வெளியில் போவதும்

குறைந்து போனது. சுகவனமும் தனமும் குடும்பத்தோடு அவரைப் பார்க்க வரும்போது ஒரு கிலோ இரண்டு கிலோ என்று அரிசி மாவை வாங்கிவரச் சொல்வார். மூட்டையையிலிருக்கும் அரிசி மாவைக் கையில் கொஞ்சம் எடுத்து வீட்டு வாசலில் ஊறும் எறும்புகளுக்குப் போட்டுவிட்டு எறும்புகள் அரிசி மாவைத் தூக்கிக் கொண்டு போவதை மணிக்கணக்கில் அசையாமல் அமர்ந்து பார்த்துக் கொண்டிருப்பார். தன்னைப் பார்க்க வந்திருக்கும் யாரிடமும் ஒரு வார்த்தை பேச மாட்டார். அவர்களும் சிறிது நேரம் ஆறுமுகத்தையே பார்த்துக் கொண்டு இருந்துவிட்டுக் கிளம்பிப் போய்விடுவார்கள்.

ஆறுமுகம் இறப்பதற்குச் சில மாதங்களுக்கு முன்னால் சுகவனத்திடம் சிராங்கத்துக்குப் போய்ப் பச்சை நிற வேட்டிகள் நான்கும் பச்சைச் சட்டைகள் நான்கும் வாங்கிவரச் சொன்னார். அப்படிச் சுகவனம் வாங்கி வந்து கொடுத்த பச்சை ஆடைகளையே எல்லா நேரங்களிலும் அணிய ஆரம்பித்தார். அவ்வப்போது தலையில் பச்சைத் துண்டைத் தலைப்பாகையாய்க் கட்டிக் கொண்டார்.

கடைசிவரையில் எறும்புக்கு அரிசி மாவு இடுவதை அவர் நிறுத்தவில்லை.

ஒரு நாள் பக்கத்து வீட்டுக்காரர்கள் வீட்டின் வாசலில் அமர்ந்தபடியே ஆறுமுகம் செத்துப்போய் விட்டதாக சுகவனத்தையும் தனத்தையும் அழைத்துச் சொன்னார்கள்.

ஆறுமுகம் சாகும்போது பச்சை நிறச் சட்டை, பச்சை வேட்டி அணிந்திருந்தார். தலையைச் சுற்றிப் பச்சை நிறத்தில் தலைப்பாகையைச் சுற்றியிருந்தார். அவர் கண்கள் அகலத் திறந்திருந்தன. முகத்தில் மிகப் பெரிய சாந்தமிருந்தது.

அவர் உடலைப் பார்த்த சுகவனத்துக்கும், தனத்துக்கும் அப்பா நிச்சயமாய்ப் [illegible]ட்டாரத்தில் எங்கோ ஒரு [illegible]மாய்ப் பிறந்திருப்பார் என்று தோன்றியது.

8

மீண்டும் ஒரு பகல். ராகேஷைப் பள்ளிக்கூடத்தில் விட்டுவிட்டுக் கிளம்பிய சுகவனத்தின் காலோரமாய் அவ்வப்போது முகத்தை ஏறெடுத்துப் பார்த்தபடிப் பின்தொடரும் வெள்ளை நிற நாயாய் சுளீரென அடிக்கும் காலை வெயில் பின்தொடர்ந்தது.

காலையில் எழுந்த போதும் ராகேஷின் முகம் வாடித்தான் இருந்தது. சுகவனத்திடம் அதிகம் பேசாமலேயே பல் துலக்கிவிட்டுக் குளித்து முடித்தான். சீருடை அணிந்துவிட்டு வெண்ணெய்த் தடவிய ரொட்டிகளில் இரண்டைத் தின்று ஒரு கோப்பை நிறைய பால் குடித்தான். சுகவனத்தின் பக்கமாய்ப் பள்ளிக்கூடத்துக்கு நடந்து வந்தான். பள்ளிக்கூடத்தில் அன்று நடக்கவிருக்கும் பாடங்களைப் பற்றியும் தமிழ்த் தேர்வைப் பற்றியும் சுகவனம் கேட்டபோதுகூட ராகேஷ் அவர் முகத்தை நிமிர்ந்து பார்க்கவில்லை. ஒற்றை வார்த்தையில் மட்டும் பதில் சொன்னான். பள்ளி வாசலில் அவனை விட்டுவிட்டுச் சுகவனம் திரும்பிய சமயத்தில் மட்டும் முழு வாக்கியமாய்ப் பேசினான்.

''இன்னைக்கு எங்க டீச்சர் உங்களப் பார்க்கணும்னு சொல்லியிருக்காங்க. மறந்துடாதிங்க.''

ஆசிரியர் பத்தரை மணிக்குப் பள்ளிக்கூடத்தின் உணவு இடைவேளையின்போது சுகவனத்தை வரச் சொல்லியிருந்தார். அதற்கு இன்னும் மூன்று மணி நேரமிருந்தது. இந்த இடைப்பட்ட நேரத்தில் வீட்டிற்குப் போய் வரலாம். ஆனால் சுகவனத்துக்கு அது வெறும் அலைச்சலாகப்பட்டது. வீட்டில் செய்ய வேண்டிய வேலை என்று எதுவும் இல்லை. மதிய உணவுக்கு வேண்டிய காய்கறிகளையும் நெத்திலி மீன்களையும் நேற்றிரவே கழுவித் தயார் செய்திருந்தார். ஆசிரியரைப் பார்த்துவிட்டு வந்த பிறகு குக்கரில் அரிசியைப் போட்டுச் சமைக்க ஆரம்பித்தால் முக்கால் மணி நேரத்தில் சமையல் முடிந்துவிடும். அதற்குப் பின்னர் பள்ளிக்கூடத்துக்கு மீண்டும் சென்று ராகேஷை அழைத்து வந்தால் இருவரும் சேர்ந்து சாப்பிடலாம். அல்லது பள்ளிக்கூடத்திலிருந்து ராகேஷை அழைத்து வந்த பிறகு சமைத்தாலும் சமைக்கலாம். பையன் பள்ளிக்கூடத்தில் நொறுக்குத் தீனிகள் எதையாவது தின்றுவிட்டுத்தான் வருவான். இரண்டரை மணிக்குமேல் சாப்பாடு எடுத்து வைத்தால்கூடச் சரியாகத்தான் இருக்கும்.

இப்போது வீட்டிற்குப் போனால் காலையிலேயே படித்துவிட்ட செய்தித்தாள்களை மீண்டும் படிப்பதைத் தவிர வேறு வேலை எதுவுமில்லை. சும்மா சுவரைப் பார்த்து அமர்ந்திருக்க வேண்டும். சுகவனம் அருகிலிருக்கும் காபிக்கடைக்குப் போய் அங்கே வழக்கமாகக் காலை உணவு உண்ண வரும் தனது நண்பர்கள் செபாஸ்டியனும், ராசுவும் வந்திருக்கிறார்களா என்று பார்க்க முடிவு செய்தார்.

நடைபாதையின் இரண்டு பக்கத்திலும் வண்ணமயமான அலங்கார வளைவுகளுடன் அரசாங்க அடுக்குமாடிக் கட்டடங்கள்.

சித்துராஜ் பொன்ராஜ்

அவற்றிலிருந்து ஆயிரம் கண்களாய் வெயிலில் விழித்துப் பார்க்கும் சன்னல்கள். அவற்றிலிருந்து வெயிலில் காய்ந்து கொண்டிருக்கும் பலவகையான ஆடைகள். சமீபத்தில்தான் ஒவ்வொரு கட்டடத்துக்கும் சாயம் பூசிப் புனர் சீரமைப்புச் செய்திருந்தார்கள். அண்டை வீட்டுக்காரர்கள் விரைவில் தேர்தல் வரப்போகிறதோ என்னவோ என்று அர்த்தப்புஷ்டியுடன் பேசிக் கொண்டார்கள்.

வெள்ளை வெளேரென்று சாயம் பூசப்பட்ட கட்டடடங்களின் சுவர்கள் யாருமில்லாத நடைபாதையில் மெல்ல நடந்து போகும் சுகவனத்தின்மீது வெயிலைக் காறித் துப்பிக் கொண்டிருந்தன. கிழவர்களையும், ஊனமுள்ளவர்களையும் ஏளனமாகப் பார்ப்பதுகூட வெயிலால் சூழப்பட்ட நகரங்களின் இயல்பு என்று சுகவனம் நினைத்துக் கொண்டார். வெயில் இளமையையும், ஒழுங்கையும். செயலையும், வீரியத்தையும் ஆராதிப்பது. எப்போதோ படித்த நீட்சே இத்தகைய மனப்பான்மை கொண்டவர்களைக் கிரேக்கச் சூரியக் கடவுளான அப்போலோவின் சாயலை உடையவர்களாகக் குறிப்பிடுகிறான். வெயிலை வணங்கும் நகரத்தில் முதுமைக்கும், மறதிக்கும், சோம்பலுக்கும் இடமில்லை. இந்த மூன்றும் அவரிடம் இருக்கின்றன. சுகவனத்துக்கு லேசாய்ச் சிரிப்பு வந்தது.

இங்கு ஒரு வீட்டை வாங்கத்தான் ஜெயக்கொடி ஒற்றைக் காலில் நின்றாள். ஆனால் வளைவுகளாகவும் நேர்க்கோடுகளாகவும் சின்னச் சின்னத் தொகுதிகளாக நின்றுகொண்டிருக்கும் கட்டடங்கள் அனைத்துமே அவற்றின் ஓரங்களில் எழுதப்பட்டிருக்கும் கட்டட எண்களைத் தவிர ஒரே விதமாகத்தான் இருக்கின்றன. ஜெயக்கொடியின் மரணத்துக்கு முதல்முறையாக அவருடைய புளோக்கைத் தேடிவந்த நிறைய பேர்கள் ஒன்றேபோல் இருக்கும் கட்டடத்தைத் தேடிக் கண்டுபிடிக்க முடியாமல் திணறிப் போனார்கள்.

பலர் எதிரிலிருக்கும் கட்டடத்தில் நின்று கொண்டு உன் வீடு எங்கே என்று கைத்தொலைபேசியில் அழைத்துக் கேட்டார்கள். விளக்கிச் சொன்னாலும் அவர்கள் நின்றிருந்த கட்டடத்தைச் சுற்றி ஒரே தோற்ற அமைப்புடன் இருந்த மூன்று கட்டடங்களைப் பார்த்துத் திகைத்தார்கள். மோகனோ, பாமாவோ, நீலாவோ அவர்களைப் போய் அழைத்துவர வேண்டியதாக இருந்தது. அப்படி இடம் தெரியாமல் திகைத்தவர்களில் பல பேர் சுகவனத்தின் வயதையுடைவர்களாக இருந்தார்கள்.

பழைய புக்கிட் பஞ்சாங்கில் மனிதர்கள் கடைகளையும், பிரசித்திப் பெற்ற கட்டடங்ககளையும், வித்தியாசமான சாலை அமைப்புக்களையுமே அடையாளங்களாக வைத்து ஒருவரை ஒருவர் கண்டுபிடித்துக் கொண்டதைச் சுகவனம் யோசித்தபடியே நடந்து போனார். சின் ஹுவா சினிமா, ஜாலான் தெக் வாயிலிருந்த பாட்டாளிப் படை வளாகம், துளசிதாஸ் புத்தகக் கடை, முருகன் திருக்குன்றம், ஈரச்சந்தை, பத்தரை மைலில் இருந்த ஆண்டாள் கோவில், ஏழரை மைலில் இருந்த அனுமார் கோவில், பத்தாவது மைலில் இருந்த ரவுண்டானாவில் இருந்த காவல் நிலையம். கொஞ்சத் தூரம் வந்தால் ஒரு காலத்தில் ஐரோப்பியர்கள் நடத்திய பால் பண்ணை.

அக்காலப் புக்கிட் பஞ்சாங்கின் சாலை அமைப்பும் வீடுகளின் அமைப்பும் தனி மனிதர்களை முன்னிறுத்தி முகவரிகளாக்கி அவர்களுக்குப் பிராபல்யமும் அடையாளமும் ஏற்படுத்தித் தரும் வகையில் உருவாக்கப்பட்டதுபோலவே சுகவனத்துக்குத் தோன்றியது. பழைய நாளில் இருந்த கடைகள் மட்டுமின்றிக் கடைக்காரார்களின் பெயர்களும் அவர் நினைவில் இருந்தன.

ஆனால் இப்போது கட்டடங்களும், வீடுகளும், மனிதர்களும் வெறும் எண்களாகவே மாறிப்போய் இருக்கிறார்கள். எண்கள் சூரிய கணத்தைச் சேர்ந்தவை. புத்தியில் வீரியத்தையும் கூர்மையையும் தக்கவைத்துக் கொண்டிருப்பவர்களுக்கே எண்கள் வசமாகின்றன. வயதின் காரணமாகவோ வேறு காரணங்களுக்காகவோ புத்தியின் ஆற்றலை இழந்தவர்களுக்குப் பெரும் சவாலாக அமைகின்றன. வெறும் எண்களாகவே மாறிப்போன கட்டடமும் வீடும் சுகவனத்தைப் போலிருப்பவர்களைப் பயமுறுத்துகின்றன.

சுகவனம் மீண்டும் தனது வீட்டின் வெறுமையை நினைத்துக் கொண்டார். ஜெயக்கொடி இந்த வீட்டை வாங்க ஒற்றைக் காலில் நின்றாள். ஆனால் இப்போது அந்த வீடு வெறுமையாகவே இருக்கிறது, பேரனைப் பள்ளிக்கூடத்தில் விட்டுவிட்ட பிறகும் மூன்று மணி நேரங்கள் இருக்கின்றதா, வீட்டிற்கு வராதே என்னிடம் ஒன்றுமில்லை. எனக்குள் வந்து அமர்ந்தால் வெறுமை உன்னைப் பிய்த்துத் தின்னும் என்று பயமுறுத்துகிறது.

உண்மையில் வெறுமை என்பது காலியான இடமோ, பொருள்கள் இல்லாமையோ அல்ல. சுகவனத்தின் வீட்டில் நிறைய பொருள்கள் அடைத்துக் கிடந்தன. ஜெயக்கொடி காலமானதற்குப் பின் சில வாரங்கள் ஆகியும்கூடச் சுகவனம் அவளுடைய உடைகளையோ, அவள் பயன்படுத்திய பொருள்களையோ, அவளுடைய புத்தகங்களையோ இன்னமும் அப்புறப்படுத்தவில்லை. மோகனும் பாமாவும் அவற்றையெல்லாம் பெட்டிகளில் அடுக்கி டெய்ரி ஃபார்ம் சாலைக்கு அடுத்து இருக்கும் இரட்சணீயப் படை அலுவலகத்தில் கொடுத்துவிட்டு வரச் சொல்கிறார்கள்.

இரட்சணீயப் படையின் அலுவலகக் கட்டடத்தின் கீழ் மாடியில்

வாகனம் நிறுத்துமிடத்துக்குப் பக்கமாகவே பழைய பொருட்களைக் கொண்டு சென்று சேர்க்கும் கிடங்கு போன்ற ஒன்று இருந்தது. சுற்றியிருந்த வட்டாரத்தில் வசிப்பவர்கள் வேண்டாம் என்று கொண்டு வரும் பழைய வீட்டுப் பொருள்களையும், ஆடை, துணிமணி, புத்தகங்கள் ஆகியவற்றையும் இரட்சணீயப் படை சேகரித்துத் தேவை என்றால் பழுது பார்த்து அதே கட்டடத்தில் இருந்த பழைய பொருள் அங்காடியில் வைத்து விற்று வந்தது. பழைய பொருள்களை எங்குப் போய் போடுவது என்று தெரியாதவர்களுக்கு இரட்சணீயப் படையின் இந்தச் சேவை உபயோகமாக இருந்தது. அதே சமயம் புதிதாகப் பொருள்களை வாங்க இயலாத ஏழைகளும் சகாய விலையில் பொருள்களை வாங்கிக் கொள்ளப் பழைய பொருள் அங்காடி வழி வகுத்தது.

கிறிஸ்துமஸ், சீனப் பெருநாளுக்கு முன்னாலும் பழைய பொருள் அங்காடியில் மக்கள் நடமாட்டம் சூடு பிடிப்பதைச் சுகவனம் கவனித்திருக்கிறார். ஒரு முறை அங்காடிக்கு வெளியே யாரோ மிக அழகான சொகுசு சோபா செட் ஒன்றை விட்டுச் சென்றிருந்தார்கள். வேறொரு முறை தேக்கு மரத்தில் செய்யப்பட்ட பெரிய சாப்பாட்டு மேசையும் அதைச் சுற்றி வைக்க வேண்டிய ஆறு நாற்காலிகளும். ஒரு நாள் வீட்டிற்கு வந்திருந்த மோகனும் பாமாவும் பழைய பொருள் அங்காடிக்கு முன் ஆறேழு பெட்டிகள் நிறைய உயர் ரக பிரெஞ்சு வையின் பாட்டில்கள் வைக்கப்பட்டிருந்ததை ஆச்சரியத்தோடு பேசிக் கொண்டார்கள்.

ராத்திரி நேரம் என்பதால் மோகனும் பாமாவும் அங்குப் போயிருந்தபோது இரட்சணீயப் படைக் கட்டடத்தில் யாருமில்லை என்பதும், சுற்றி யாரும் இல்லாத காரணத்தால் அப்படிச்

சாலையோரமாய் வைக்கப்பட்டிருந்த மதுபாட்டில்களைத் தாங்களே எடுத்துக் கொண்டிருக்கலாமா என்று அவர்கள் இருவருக்குள்ளும் விவாதம் நடந்ததாக அவர்கள் பேச்சின் வழியே சுகவனம் அறிந்து கொண்டார். மோகனின் தைரியமின்மையைப் பாமா மென்மையாகச் சாடினாள். அதிர்ஷ்டம் முகத்தில் தோன்றினாலும் அதை அனுபவிக்கத் தெரியாதவன் என்று தனது கணவனைக் கேலியும் நையாண்டியும் செய்தாள்.

பாமா பேசுவதையெல்லாம் பாதி கேட்டபடியும் பாதி கேட்காமலும் மோகன் தொலைக்காட்சியின் சானல்களை மாற்றிக் கொண்டு அமர்ந்திருந்தான்.

சுகவனம் பள்ளியில் வேலை பார்த்துக் கொண்டிருந்தவரையில் மது அருந்துவார். அதனால் அவர் வீட்டில் ஓரிரண்டு மது பாட்டில்கள் இன்னமும் இருந்தன. நல்ல சொகுசான சோபா செட், விலையுயர்ந்த மரத்தில் செய்யப்பட்டு ஆறு நாற்காலிகளோடு கூடிய சாப்பாட்டு மேசை, ஐம்பத்தாறு இஞ்ச் அகலமுள்ள தொலைக்காட்சி எல்லாம் இருந்தன.

ஆனால் வெறுமை என்பது பொருள்களின் இல்லாமை அல்ல.

நிகழ்ச்சிகள் இல்லாமைதான் உண்மையான வெறுமை. இறந்த காலம், தற்காலம், வரும் காலம் என்று காலம் நகர்வதற்கு நிகழ்ச்சிகள் தேவைப்படுகின்றன. சுகவனம் வேலையைவிட்டு நின்ற நாளிலிருந்து அவர் வாழ்க்கையில் நிகழ்ச்சிகள் வற்றிப் போயிருந்தன. நிகழ்ச்சிகள் இல்லாமல் காலம் என்பதற்கு அர்த்தம் இல்லை. நிகழ்ச்சிகள் இல்லாத இடத்தில் காலம் நகராமல் சவமாய்க் கிடக்கிறது. அல்லது நிகழ்ச்சிகள் இல்லாதவர்களைத் தாண்டிக் காலம்

மிக வேகமாய் அர்த்தமின்றித் தாண்டிப் போகிறது.

மருத்துவமனையில் புற்றுநோயின் உக்கிரத்தை முழுவதுமாய் அனுபவித்தபடி ஜெயக்கொடி கிடந்த நேரத்தில் அவளும் இப்படித்தான் காலத்தின் ஓட்டத்திலிருந்து முழுக்க விடுபட்டவளாய்க் கிடந்தாள். காலம் அவளை முதலில் தாண்டிப் போனது. பிறகு தரையில் செத்துக் கிடக்கும் கரப்பான் பூச்சியை எறும்புகள் சூழ்ந்து கொள்வதைப்போல் அவளை முழுவதுமாகச் சூழ்ந்து கொண்டது. காலத்தால் முழுவதுமாகச் சூழப்பட்ட ஜெயக்கொடி மெல்ல மெல்லக் காலத்தால் மென்று தின்னப்பட்டு ஜீரணிக்கப்பட்டாள். கடைசியில் ஜெயக்கொடி காலமானாள்.

ராமேஸ்வரம் போவது என்பது தனக்குத் தானே ஒரு நிகழ்ச்சியை ஏற்படுத்திக் கொள்வது என்று சுகவனம் உணர்ந்து கொண்டார். சுகவனம் உண்மையில் ராமேஸ்வரத்துக்கு போய்ச் சேர்கிறாரோ இல்லையோ என்பது முக்கியமே அல்ல. ராமேஸ்வரம் போகிறேன் என்று சொல்வதுகூட நித்தியமான எதிர்காலம் சம்பந்தப்பட்டதுதான்.

எதிர்காலம் என்று ஒன்று இருக்கும் வரைக்கும் சுகவனத்தைச் சுற்றிச் சவமாகிப் போய்க் கொண்டிருக்கும் காலம் மீண்டும் நகர ஆரம்பிக்கும் என்று அவர் நம்பினார்.

அந்த எதிர்ப்பார்ப்பின் ஆவலில் அவர் கொஞ்சம் எம்பிக் குதித்து நடைபாதையை அடுத்திருந்த சாலையைக் கடக்க நடைபாதயோரமாய் இருந்த பெட்ரோல் பங்கிற்குள்ளிருந்து வெளியே வந்து கொண்டிருந்த வாகனக்காரன் ஒருவன் அவர்மீது மோதிவிடாமல் இருக்க சடக்கென்று பிரக்கைப் போட்டுக் காரை நிறுத்தி ஹாரனை அமுக்கினான். தான் குறிவைத்திருந்த இரையை

வேறொரு மிருகம் கள்ளத்தனமாகப் பறித்துக் கொண்டோவதைப் பார்த்துவிட்ட ராட்சசப் பறவை மிகப் பெரிய அகவலாய் ஹாரனின் சத்தம் எல்லாத் திசையிலும் கேட்டது.

சுகவனத்தின்மீது மோதப் போன வாகனத்தைப் பார்த்து பெட்ரோல் பங்கிலிருந்து வெளியேற ஆயத்தமாகியிருந்த மற்ற வாகனங்களின் ஓட்டுநர்கள் இருக்கையில் அமர்ந்தபடியே என்ன நடக்கிறது என்று தலையை எட்டி எட்டிப் பார்த்தார்கள். அவர்களில் சிலர் 'கிழம்' என்று மெல்லிய குரலில் முணுமுணுத்தார்கள். சுகவனத்தை மோதவிருந்த வாகனத்தை ஓட்டியவன் முகத்தில் கோபம் கொப்பளித்தது. அவன் தனது கையைத் தூக்கி உள்ளங்கையைத் திருப்பிச் சுகவனம் இருந்த திசையில் காண்பித்தான். அவனுடைய வாய் ஓயாமல் அசைந்து கொண்டிருந்தது. சாலையோரமாக இருந்த பொங் பொங் மரத்தில் இலைகளின் நிழல்கள் வாகனத்தின் கனத்த கண்ணாடிமேல் விழுந்து கண்ணாடியை முழுவதும் மறைத்திருந்ததால் கார் ஓட்டியவனின் முகம் சுகவனத்துக்குத் தெளிவாகத் தெரியவில்லை. கண்ணாடி கனம் அவன் பேசிய வார்த்தைகள் சுகவனத்தின் காதுகளை எட்டாமல் தடுத்தது.

சுகவனத்தின் இதயம் மிக வேகமாக அடித்துக் கொண்டிருந்தது. கையை உயர்த்தி மன்னிப்புக் கேட்கும் தோரணையில் வைத்துக் கொண்டார். காருக்குள் இருந்தவன் வெறுப்புடன் கைகளை அசைத்துக் காண்பிக்கச் சுகவனம் மெதுவாகச் சாலையைக் கடந்து நடந்தார்.

பள்ளியில் தலைமையாசிரியராக இருந்தபோது சுகவனத்துக்கு 'டைகர்' என்று ரகசியப் பட்டப்பெயர் இருந்ததை அவர் அறிவார். மாணவர்கள் மட்டுமின்றி ஆசிரியர்களும் முதுகுக்குப் பின்னால்

சுகவனத்தை அப்படியே அழைத்தார்கள். அப்போது சுகவனம் மீசை வைத்திருந்தார். யார் கண்ணையும் உறுத்தாத படி மெல்லிய பென்சில் மீசைக்கும் கொஞ்சம் அடர்த்தியான மீசை.

தனது அறைக்குள் அமர்ந்து ஆசிரியர்கள் சமர்பித்த அறிக்கைகளையும் மதிப்பெண் பட்டியல்களையும் ஒருமுறை பார்த்துவிட்டு சட்டையைக் கால்சட்டைக்குள் நன்றாக செருகிவிட்டபடி பள்ளியைச் ஒரு நடை சுற்றி வர சுகவனம் புறப்படுவார். அப்படி நடக்கும்போதெல்லாம் மீசையை அவ்வப்போது நீவிவிட்டுக் கொள்வார். அவர் கண்கள் சுற்றும் முற்றும் பள்ளிக்கூடத்தின் மூலை முடுக்குகளையெல்லாம் நோட்டமிட்டுக் கொண்டிருக்கும். அப்படி நடக்கும் நேரத்தில் சுகவனத்துக்கு மாணவர்களும் ஆசிரியர்களும் தனக்குக் கொடுத்த பட்டப்பெயர் தப்பில்லை என்றே தோன்றும். தன்னுடைய கம்பீரமான நடையும் மீசையும் சுற்றிச் சுழலும் கூர்மையான கண்களும் உண்மையிலேயே தன்னை ஒரு புலியாகத்தான் ஆக்கி வைத்திருக்கின்றன என்பதாக நினைத்துக் கொள்வார்.

இரண்டாம் உலகப் போரின்போது சிங்கப்பூரைத் துணிச்சலாகத் தாக்கிப் பிரிட்டிஷ்காரர்களிடமிருந்து கைப்பற்றிய ஜப்பானிய தளபதி யமாஷிட்டாவுக்கும் 'டைகர்' என்றுதான் பட்டப்பெயர் கொடுத்திருந்தார்கள். அவனுக்கு 'மலாயாவின் புலி' என்று பெயர்.

சுகவனத்தைப் பொறுத்தவரை பள்ளிக்கூடம் என்பது பெரும்காடு. மாணவர்களில் பெரும்பாலானவர்கள் முயல்கள், தனக்கு எந்தவிதத்திலும் ஆபத்தை ஏற்படுத்த முடியாத மான்கள், சைவப்பட்சிணி மிருகங்கள். ஆனால் இவை ஆபத்தில்லாதவை என்று அலட்சியமாக இருந்துவிட முடியாது. தனது கண்காணிப்புக்

கீழ் அவற்றுக்கு ஏதேனும் தீங்கு நேர்ந்தாலோ, நேரக் காரணமாக இருந்தாலோ வெளியிலிருந்து விசாரணைகள் வரும். அவற்றின் தொடர்பாகத் தண்டனைகளும், அவமானங்களும் அவருக்கு வழங்கப்படலாம். பதவியும் பறிபோகலாம். அதனால் சைவப் பட்சிணி மிருகங்களின் நலனில் மிகுந்த அக்கறையுள்ளவர்போல் நடிப்பது அவசியம்..

மாணவர்களைத் துன்புறுத்துவதில் உள்ள ஆபத்துபோல் ஆசிரியர்களை இம்சிப்பதில் அத்தனை ஆபத்தில்லை. கவனிக்க வேண்டிய ஒரே விஷயம் ஆசிரியர்களிடையே மான்களும், சற்றுப் பெரிய காட்டு முயல்களும் இருந்த அதே நேரத்தில் சில பழம் முதலைகளும், வெறியேறிக் கிடக்கும் கண்களையுடைய யானைகளும், குள்ள நரிகளும், பசி மிகுந்த செந்நாய்களும் இருந்தன என்பதுதான். இவற்றில் சில புலியாகும் முயற்சியில் ஈடுபட்டுத் தோற்றுப் போனவை. மற்ற சில புலியாகும் தருணத்துக்காகக் காத்துக் கொண்டிருப்பவை.

சுகவனம் மதயானைகளையும் முதலைகளையும் தூபம்போட்டுப் புகழ்ந்தும், செந்நாய்களையும், நரிகளையும் உறுமல்களால் அடக்கி வைத்தும், முயல்கள்மீதும் மான்கள் மீதும் எச்சரிக்கை கொடுக்காமல் திடீரெனப் பாய்ந்தும் தனது காட்டிலுள்ள மிருகங்கள் யாவற்றையும் அடக்கி வைத்திருந்தார். தனது பள்ளிக்கூடம் பூங்காவாகவோ, தோட்டமாகவோ, அழகிய பண்ணையாகவோ இருப்பதைக் காட்டிலும் சுகவனம் அது பெரும் காடாக இருப்பதையே விரும்பினார். அப்படி அது காடாகவே நீடித்திருக்க வேண்டி அவர் என்னென்ன உபாயங்களைச் செய்ய வேண்டுமோ அத்தனை உபாயங்களையும் கையாண்டார்.

காட்டைப் பரிபாலனம் செய்வது சுகவனத்துக்குப் பிடித்திருந்தது. காட்டைப் பரிபாலனம் செய்வதும் தன் பரிபாலனத்தை எப்படியெல்லாம் மேலும் தனது முழுக் கட்டுப்பாட்டுக்குள் கொண்டு வருவது என்பதைப் பற்றிச் சிந்திப்பதும் அவரை இருபத்து நான்கு மணி நேரமும் ஆட்கொள்ளும் பேரார்வங்களாக அவருக்கு இருந்தன.

அதே சமயம் காட்டைப் பரிபாலனம் செய்யும் புலி காட்டை விட்டு விடுமுறைக்குப் போக முடியாது. புலி இல்லாத நேரம் பார்த்து மற்ற மிருகங்கள் அதன் இடத்தைக் கைப்பற்றிக் கொள்ளவும் கூடும். சுகவனம் பள்ளிக்கூட விடுமுறைகள் உட்படத் தன் வாழ்நாளின் கணிசமான நேரத்தைப் பள்ளிக்கூடத்திலேயே செலவழித்தார். ஜெயக்கொடி குடும்பத்தோடு செலவிடும் நேரத்தையும் வாசிப்பில் செலவிடும் நேரத்தையும் வெறும் வீண் என்று கருதினார். கேலியாய்ப் பேசினார்.

சுகவனத்தின் வாழ்க்கைப் பள்ளிக்கூடம் என்ற காட்டின் மிகச் சிறிய சுற்றளவுக்கு மட்டும் சுருங்கியது. தங்களது பள்ளிக்கூட விடுமுறையின்போது எங்காவது பக்கத்து நாடுகளுக்காவது போய்விட்டு வரலாமே என்று மோகனும் நீலாவும் சுகவனத்தைக் கெஞ்சிக் கேட்பார்கள். தங்கள் பள்ளி நண்பர்களின் பெற்றோர்கள் எல்லோரும் அவர்களை என்னென்னவோ ஊர்களுக்கு அழைத்துச் செல்வதைப் பற்றி எடுத்துச் சொல்வார்கள். சகஜமாகப் பேசிக் கொண்டிருந்தவரைக்கும் ஜெயக்கொடியும் 'மலேசியாவரைக்கும் போய்விட்டு வரலாமே' என்று அவர்களுக்கு ஆதரவாக ஏதேனும் சில வார்த்தைகள் சொல்வாள். அவர்கள் எவ்வளவு கேட்டுப் பார்த்தாலும் மறுத்துவிடுவார். இங்கேயே சிங்கப்பூரில் பார்ப்பதற்கு இடங்களா

இல்லை, போய்ப் பார்க்கலாமே என்று கொஞ்சம் திமிராய்ச் சொல்வார்.

பள்ளிக்கூடம் என்ற காட்டைத் தன் கட்டுப்பாட்டில் வைத்திருக்க வேண்டும் என்ற வேட்கையைவிடச் சுகவனத்துக்கு ஒரு சிறு வட்டத்துக்குள்ளேயே உழலும் பாதுகாப்பு உணர்வு சுகமாக இருந்தது. அந்தச் சிறு வட்டத்தின் சூடும் கதகதப்பும் அவருக்குப் பிடித்திருந்தன. நாளடைவில் பிள்ளைகள் தங்களை வெளியே அழைத்துச் செல்லும்படிச் சுகவனத்திடம் கேட்பதை நிறுத்திக் கொண்டார்கள்.

சுகவனத்தின் கைப்பிடிக்குள் இருந்த காடும் ஒருநாள் அவருடைய கையை விட்டுப் போனது. பள்ளிக்கூடம் சுகவனத்துக்கு ஏற்பாடு செய்த பிரியாவிடை நிகழ்ச்சியில் எல்லா ஆசிரியர்களும் கலந்து கொண்டாலும், மிகச் சில ஆசிரியர்கள் மட்டும்தான் சுகவனத்திடம் நேரடியாக வந்து பேச்சுக் கொடுத்தார்கள். பெரும்பாலான ஆசிரியர்கள் பஃபே வகை விருந்தில் பரிமாறப்பட்டிருந்த உணவு வகைகளைத் தட்டுகளில் அடுக்கி வைத்து எடுத்துப்போய்ச் சுகவனம் நின்று கொண்டிருந்த இடத்திலிருந்து வெகு தூரத்தில் நின்று கொண்டு அவர்களுக்குள்ளாகவே பேசிக் கொண்டார்கள். விருந்து முடியும் என்று அழைப்பிதழில் அச்சடிக்கப்பட்டிருந்த நேரம் வந்ததும் யாரிடமும் சொல்லாமல் கிளம்பிச் சென்றார்கள்.

புதிதாக வந்திருந்த தலைமையாசிரியர் இளைஞர். சிரித்த முகத்துடன் சுகவனத்தின் அருகில் நின்று பேசிக் கொண்டிருந்தார். ஓய்வு பெற்ற பின்னும் பள்ளிக்கு ஆலோசகராகவோ பயிற்றுவிப்பாளராகவோ என் பங்களிப்பு ஏதேனும் இருக்க வேண்டும் என்று சுகவனம் அவரிடம் சொன்னார். சிரித்த முகம் மாறாமல் புதிய தலைமையாசிரியர் சுகவனத்தின் முழங்கையைத்

தட்டிக் கொடுத்து ‘உடம்பு பத்திரம்’ என்று ஓரிரு முறைகள் சொல்லி விடைப்பெற்றுக் கொண்டார்.

வாழ்க்கையின் பெரும்பகுதியைத் தனது சொந்த விருப்பத்தின் பேரில் பள்ளி என்னும் சிறிய வட்டத்துக்குள்ளேயே கழித்துவிட்ட சுகவனத்துக்குப் பயணம் என்ற எண்ணம்கூட ஆயாசம் தருவதாக இருந்தது.

ராமேஸ்வரம் போக வேண்டும் என்று தனக்குள் வளர்ந்துவந்து கொண்டிருந்த ஆவல் சுகவனத்துக்கு ஒரே நேரத்தில் குதூகலத்தையும் பீதியையும் ஏற்படுத்தியது.

கொஞ்சம் மேடான பகுதியில் மெல்லக் கால் வைத்து ஏறியதால் சுகவனத்துக்கு மூச்சு வாங்கியது.

எதிரே ஒரு கட்டடத்தின் அடியில் அமைந்திருந்த காபிக் கடையில் முகப்பிலேயே செபஸ்டியனும் ராசுவும் அமர்ந்திருந்தார்கள்.

செபஸ்டியனையும் ராசுவையும் பார்க்க வேண்டி காபிக் கடைவரைக்கும் நடந்து வந்திருந்த போதிலும் அவர்களைப் பார்த்த மாத்திரத்தில் ஒரே நேரத்தில் அவர்கள் இருவரும் பரிச்சயமானவர்களாகவும் பரிச்சயமே இல்லாதவர்கள் மாதிரியும் தோன்றியதை உணர்ந்து சுகவனம் வியந்தார்.

சுகவனத்தின் மதிப்பீட்டில் ஜெயக்கொடி எப்போதும் நண்பர்களால் சூழப்பட்டவளாக இருந்தாள். பள்ளிக்கூட நண்பர்கள், ஆசிரியர் பயிற்சிக் கல்லூரி நண்பர்கள், வேலையிடத்து நண்பர்கள் என்று ஜெயக்கொடிக்கு நிறைய பேரிருந்தார்கள். ஒன்றோடொன்று கலந்து பிரியும் வெளிச்சம் மிகுந்த அழகிய கடல் நீரைப்போல் ஜெயக்கொடியின் நண்பர்கள் வாழ்க்கையின் முக்கியமான

தருணங்களில் அவளைச் சந்தித்தார்கள். பிரிந்து போனார்கள். ஆனால் வாழ்க்கை முழுவதும் அவளுடன் ஏதோ ஒரு வகையில் தொடர்பில் இருந்தார்கள். இருவரின் திருமண விருந்துபசரிப்பின்போது ஜெயக்கொடி சுகவனத்திடம் அறிமுகப்படுத்திய அவளுடைய நண்பர்களில் பல பேர் அவளுடைய மரணத்துக்கும் துக்கம் விசாரிக்க வந்திருந்தார்கள்.

சுகவனத்தை ராமேஸ்வரத்திற்குப் போய் வரச் சொன்ன சோமசுந்தரமும் எப்போதும் பலவிதமான நண்பர்களால் சூழப்பட்டவர்களாக இருந்தார். ஆறுமுகத்தின் பழைய யோங் பெங் நகரத்து நண்பர்கள் சிங்கப்பூர் வரும்போதெல்லாம் அவரிடம் வந்து பேசிவிட்டுப் போனார்கள். பவுனம்மாளும் சுகவனத்தின் அக்கா தனமும்கூட அண்டைவீட்டுப் பெண்களுடன் நல்ல நட்புறவில் இருந்தார்கள். வீட்டிலிருந்து வெளியில் கிளம்பிப் போகும்போதும், வெளியிலிருந்து வீட்டிற்கு வரும்போதும் வீட்டைச் சுற்றியிருந்த வீட்டாருடைய வாசலில் நின்று கொஞ்ச நேரம் பேசிவிட்டுப் போனார்கள். பண்டிகைக் காலங்களில் இவர்கள் வீட்டிலிருந்து மற்றவர்கள் வீடுகளுக்கும் மற்றவர் வீடுகளிலிருந்து இவர்களின் வீட்டிற்கும் பட்சணங்கள் தட்டுகளில் போய் வந்தன.

சுகவனத்தின் நண்பர்கள் அவருடைய வாழ்க்கையின் குறிப்பிட்ட பகுதிகளோடு தொடர்புடையவர்களாக மட்டும் இருந்தார்கள். அவருடைய இளமைக்கால நண்பர்களுக்கும் பிற்கால நண்பர்களுக்குமிடையே எந்தவிதமான ஒற்றுமையும் இருக்கவில்லை. ஜெயக்கொடியின் நண்பர்கள் கூடிப் பிரிந்து பின் கூடும் கடல் நீர் என்றால் சுகவனத்தின் நண்பர்கள் உயரமான மின் கம்பத்தின் கம்பியில் அமர்ந்திருக்கும் குருவிகள். தெளிவாக

அறியமுடியாத காரணங்களுக்காக மின்கம்பியில் வந்து உட்காரும் குருவிகள் சிறிது நேரம் இளைப்பாறிவிட்டு எந்தவிதமான சுவடும் இல்லாமல் பறந்து போய் விடுவதைப்போல் அவர்களும் வந்து அமர்ந்துவிட்டுப் பறந்து போனார்கள். அவர்கள் மீண்டும் எப்போது வருவார்கள் என்பது சுகவனத்துக்கோ அவர்களுக்கோ கூடத் தெரியாது. குருவிகள் வந்தமர்ந்துவிட்டுப் போன மின்கம்பி லேசான அதிர்வுகள்கூட இல்லாமல் வெயில் கொப்பளிக்கும் நகரத்தின் மத்தியில் ஏகாந்தமாய் நிற்கிறது.

செபஸ்டியனும் ராசுவும் சுகவனத்தின் உயர்நிலைப்பள்ளி நண்பர்கள். பிறந்ததிலிருந்து புக்கிட் பஞ்சாங் பகுதியில் வசிப்பவர்கள். சுகவனம் மலேசியாவிலிருந்து முதன்முதலாகச் சிங்கப்பூருக்கு வந்த காலத்திலிருந்து அவருக்கு அறிமுகமானவர்கள். சுகவனத்தைப்போலவே அவர்கள் இளமைக்காலம், தேசிய சேவை அனுபவங்கள், தொழில், திருமணம், குழந்தைப்பேறு, வயோதிகம் ஆகிய அனைத்தும் பெருநகரத்தின் அந்தக் குறிப்பிட்ட பகுதியோடே தொடர்புடையவையாக இருந்தன.

சீனனான செபஸ்டியன் ஃபாஜாரில் மிக சமீபக் காலம்வரை அலங்கார மீன்களை விற்று வந்தான். மிகச் சிறிய சுற்றளவே உடைய அடுக்குமாடி வீடுகளில் வசிக்கும் பல சிங்கப்பூரர்கள் நாய்களையும் பூனைகளையும்விட கையகலத் தொட்டிகளில் வாழக்கூடிய அலங்கார மீன்களையே வளர்ப்பதற்குத் தோதான செல்லப் பிராணிகளாகக் கருதினார்கள். அடுக்குமாடி வீடுகளில் சிறிய நாய்களையும் பூனைகளையும் வளர்ப்பது பிரபலமாகி வந்தாலும்கூட மீன்களை வாங்கி வண்ணமயமான விளக்குகளோடு அலங்கரிக்கப்பட்டிருக்கும் தொட்டிகளில் அவற்றை வைத்து

வளர்ப்பவர்கள் கணிசமான எண்ணிக்கையில் இருந்தார்கள். பல சீனர்களால் மீன்கள் அதிர்ஷ்டமானவைகளாகக் கருதப்பட்டன. மீனையும் நீரையும் குறிக்கும் சீன வார்த்தைகள் செல்வத்தையும் செழிப்பையும் குறிக்கும் வார்த்தைகளைப்போல் ஒலிப்பதால் நிறைய மீன்களை வாங்கி வீட்டில் வைத்திருப்பது வீட்டிற்குள் அதிர்ஷ்டத்தை வரவழைக்கும் என்று நம்பப்பட்டது.

சின்ன வயதில் ராசுவோடும் சுகவனத்தோடும் தெக் வாய் சாலையிலிருந்து புக்கிட் தீமா சாலையோரமாக ஓடும் பெரிய கால்வாயில் வெறுங்காலோடு கால்சட்டை முனைகளை உயர மடித்துவிட்டபடி வீட்டில் சமையலுக்காகப் பயன்படும் சல்லடைகளை எடுத்து வந்து மழைக்காலங்களில் கப்பி மீன்களைப் பிடித்த செபஸ்டியனின் கடையில் ஒரு காலத்தில் ஐநூறு வகை அலங்கார மீன்கள் காட்சிக்கு வைக்கப்பட்டிருந்தன. சீன அதிர்ஷ்ட நிறங்கள் என்று கருதிய சிவப்பு மற்றும் தங்க நிறங்களில் இருந்த ஆரோவானா என்ற வாஸ்து மீன்களுக்கு ஏக கிராக்கி இருந்தது. சூதாட்டப் பிரியர்கள் லட்சணமான முக அமைப்பைக் கொண்ட ஆரோவானா மீன்களை விலையைப் பற்றிக் கவலைப்படாமல் வாங்கிக் கொண்டு போனார்கள். பதினைந்து முதல் பதினெட்டு செண்டிமீட்டர்கள் நீளம் கொண்ட ஆரோவானாக்கள் இரண்டாயிரம் வெள்ளிவரைக்கும் விலை போயின. அதைவிட பெரிய வாஸ்து மீன்கள் சில சமயங்களில் பத்தாயிரம் வெள்ளிக்கும் மேல் விற்றன. ஆரோவானாக்கள் சுமார் இருபத்தைந்து வருடங்கள்வரை உயிர் வாழக்கூடியவை. ஒரு மீட்டர் நீளம்வரைக்கும் வளரக்கூடியவை. அவற்றை வீட்டிற்கு வாங்கிக் கொண்டு போன சீனர்கள் ஆரோவானாக்கள் வளர வளர அதிர்ஷ்டமும் செல்வமும் வளர்வதாக

மகிழ்ந்தார்கள். உள்ளங்கை நீளமே இருக்கும் ஆரோவானாக்களை வாங்கிக் கொண்டு போனவர்கள் மிகப் பெரிய தொட்டிகளை வாங்கிப் போனார்கள்.

செபஸ்டியனுக்குக் காச நோயின் பாதிப்புக்குள்ளான சாதாரணக் காபிக் கடை ஊழியரான அப்பா, வீட்டிலேயே பழைய சிங்கர் தையல் மிஷினில் சுற்று வட்டாரத்தில் குடியிருந்தவர்கள் கொடுத்தனுப்பும் தையல் வேலைகளைச் செய்து குடும்ப வருமானத்தை உயர்த்த முயலும் அம்மா, ஆறு சகோதரிகள், இரண்டு சகோதரர்கள் இருந்தார்கள். பள்ளிக்கூட நாட்களில் அவன் தெக் வாய்ச் சாலையின் முனையில் காற்றுப் புகாத மூன்றறை வீட்டில் வசித்து வந்தான். அலங்கார மீன்களை விற்கும் கடையைத் திறந்த பத்து வருடங்களில் தெக் வாய்ச் சாலைக்குக் கொஞ்சம் உள்ளே தள்ளி ஹாங் சான் வால்க் பக்கமாகத் தனக்கென மூன்றுமாடி பங்களா வீடொன்றை வாங்கினான். சில வருடங்கள் கழித்து அதுவும் போதாது என்று மூன்றாவது மாடிக்கு மேலே கலங்கரை விளக்கத்தின் உச்சியைப் போன்ற ஒரு கண்ணாடி அறையைக் கட்டிக் கொண்டான். வாழ்க்கையின் இளமை பருவத்தில் இடப் பற்றாக்குறையால் பலவிதமான அசௌகரியங்களைச் சகித்துக் கொள்ள வேண்டிய நிர்ப்பந்தத்துக்கு உள்ளான செபஸ்டியனை விசாலமான இடத்துக்கான தேவை பேயாய்த் துரத்தியது.

கட்டிய வீட்டின் உச்சியில் புதிய மேல்தளம் கட்டுவது, உள்ளிருக்கும் சுவர்களை இடித்து அறைகளைப் பெரிதாக்குவது, வீட்டின் பின்புறத் தோட்டத்தின் இரும்பு வேலியை பத்துப் பதினைந்து செண்டிமீட்டர்கள் நகர்த்தி வீட்டிற்குப் பின்னால் காலியாக இருந்த அரசாங்க நிலத்துக்குள் வைப்பது என்று செபஸ்டியன் தனது

பங்களாவைப் பல வகைகளிலும் விசாலமாக்கிக் கொண்டே இருந்தான். கண்ணாடிச் சன்னல்கள் வீட்டிற்குள் சூரிய வெளிச்சத்தை அனுப்பி அறைகளின் கொள்ளளவைப் பெரிதாக்கிக் காட்டுவதால் எங்கெல்லாம் சாத்தியப்படுமோ அங்கெல்லாம் வீட்டின் செங்கல் சுவர்களை இடித்துவிட்டுக் கண்ணாடிச் சன்னல்களைப் பொருத்தினான். இட விசாலம் தேடி அலைந்த அவனுடைய கண்களுக்குச் சுற்றியும் கண்ணாடிச் சன்னல்கள் மாட்டப்பட்டிருந்த அவனுடைய பங்களா வெறும் காலியிடங்களாலும் வெளிச்சத்தாலும் மட்டுமே செய்யப்பட்டிருந்ததாகத் தோன்றியது.

சாலையைக் கடந்து போனவர்களோ செபஸ்டியனின் பங்களா சாலையோரமாக வைக்கப்பட்ட பிரம்மாண்டமான அலங்கார மீன் தொட்டிபோல இருப்பதாகத் தங்களுக்குள் பேசிக் கொண்டார்கள்.

புக்கிட் பஞ்சாங் அஞ்சல் நிலையத்தில் தபால்காரராக வேலை பார்த்த மாரிமுத்துவின் மகனான சின்னராசு என்ற ராசு தேசியச் சேவையிலிருக்கும்போதே தேசிய சேவையாளர்களுக்குக் கொடுக்கப்படும் சொற்பத் தொகையோடு ஒப்பிடுகையில் முழுநேர இராணுவ வீரர்களுக்குக் கொடுக்கப்படும் அதிகப்படியான சம்பளத்திற்காக ஆசைப்பட்டுக் கேள்வியே கேட்காமல் சொன்ன இடத்திலெல்லாம் கையெழுத்தைப் போட்டுத் தேசிய சேவையின்போதே முழுநேர துப்பாக்கி வீரனாகச் சேர்ந்தான்.

சிங்கப்பூர் மலேசியாவிடமிருந்து பிரிந்து வந்து மிகச் சமீபத்தில்தான். சிங்கப்பூர் இராணுவப் படை உருவாக்கப்பட்டுச் சிங்கப்பூர் ஆண் குடிமக்கள் எல்லோருக்கும் தேசியச் சேவை கட்டாயமாக்கப்பட்டிருந்தது.

அழுக்குப்பச்சை நிறத்தில் இருந்த இராணுவச் சீருடையும், அக்குள்வரை மிகச் சரியாக மடித்துவிடப்பட்டிருந்த சீருடைச் சட்டைக்கு அடியில் முறுக்கி நின்ற கையின் தசைகளும், சட்டைப் பாக்கெட்டின்மேல் ‘எம். சி. ராசு’ என்று தைக்கப்பட்டிருந்த பெயர் அட்டைக்குக் கீழே திண்ணென்று திமிறி நின்ற மார்பின் அகலமும் ராசுவின் கறுப்புத் தேகத்துக்கு மிகப் பாந்தமாக பொருந்தியிருந்தன.

நாள் முழுவதும் லிம் சூ காங் காட்டுப் பகுதியில் நீண்ட துப்பாக்கியை கையில் எடுத்துக் கொண்டு ஓடியும், பதுங்கியும், ஒளிந்தபடி நடந்தும், சேற்றில் ஊர்ந்தும் செய்ய வேண்டிய பயிற்சிகளை முடித்த பிறகு நீ சூன் முகாமின் சார்ஜெண்டுகள் மெஸ்ஸில் மிக மலிவான விலைக்குக் கிடைத்த சில்லென்ற புலி சின்ன பீர் ராசுவுக்குப் பிடித்திருந்தது.

பத்தொன்பது வருட இராணுவச் சேவையின் இறுதியில் அவனுக்குச் சம்பளம் மூன்று மடங்காகக் கூடியிருந்தது. அவனுக்கு எந்த வகையிலும் பொருத்தமில்லாதவள் என்று அவன் உணர்ந்துகொண்ட கலாவுடன் திருமணமானது. திருமணத்தின் வழியாக இரண்டு பெண்களுக்குத் தகப்பனாகி இருந்தான். இதற்கிடையில் இராணுவத்தில் ஸ்டாஃப் சார்ஜெண்ட் பதவியையும் பல பிரயத்தங்களுக்குப் பிறகு எட்டிப் பிடித்திருந்தான். ஆனால் அதற்குமேல் அவனுக்கு எவ்விதமான பதவி உயர்வும் கிடைப்பது கஷ்டம் என்று ராசுவுக்கு யாரும் சொல்லாமலேயே தெரிந்து போனது.

ராசுவின் பல வருடச் சேவைக்கு நன்றி சொல்லும் விதத்தில் இராணுவப் படை அவன் கையில் முழுசாய்த் தந்த பெரும்தொகையோடு இராணுவத்திடமிருந்து விடைபெற்றுக் கொண்டான். சீருடையைக் கழற்றி வைத்தவன் என்ன செய்வதென்று

யோசித்தான். அவனுக்கு வெறும் முப்பத்தொன்பது வயதே ஆகியிருந்தது. கையிலிருந்த பணத்தை எண்ணிப் பார்த்தவன் இராணுவத்தில் தனக்கிருக்கும் நண்பர்களை அழைத்து சீனா டவுனில் இருந்த இசைக்கூடமொன்றில் மதுவோடு கூடிய விருந்து கொடுத்தான்.

அரைவட்ட வடிவத்தில் நீண்ட இருக்கை. அவன் கொடுத்த விருந்தில் இசைக்கூடத்திலிருந்த மலேசியச் சீனப் பெண்கள் கலந்து கொண்டார்கள். ராசு அழைத்து வந்த நண்பர்களிடையே புகுந்து அவர்களின் தோள்களின்மீது கைகளைப் போட்டபடி இருவர் மூவராக நெருக்கமாக அமர்ந்து கொண்டார்கள். சிலர் தங்கள் அருகிலிருந்த ஆண்களின் தொடைகளின்மேல் கைவைத்தபடி அமர்ந்திருந்தார்கள். எல்லாக் கொண்டாட்டங்களுக்கும் ராசு செலவு செய்வதைக் கவனித்தவுடன் அந்தக் கூட்டத்திலேயே மிகவும் அழகிகளாக இருந்த மூன்று இளம்பெண்கள் அவனைச் சுற்றி அமர்ந்து கொண்டார்கள். அவனை முதலாளி என்று பொருள்படும்படி சிங்கப்பூர்-மலேசிய வட்டார வழக்கில் 'தௌக்கே' என்று வாய்நிறைய அழைத்தார்கள்.

இராணுவச் சேவையின்போது தனக்கு மேலே இருந்த எண்ணில்லாத அதிகாரிகளின் கட்டளைகளுக்குத் தினசரி கீழ்ப்படிய வேண்டிய நிலைமையைக் கண்டிருந்த ராசுவுக்கு அழகிய இளம் பெண்களின் இந்த அழைப்பும், அவர்களுடைய குரலின் இனிமையும், தனது கைகளில் நசுங்கியிருந்த அவர்களுடைய மெத்தென்ற கைக்கடக்கமான மார்புகளும் மிகுந்த போதையேற்றுபவையாக இருந்தன. அந்த இனிய அனுபவம் முடிவில்லாமல் நீடிக்க வேண்டும் என்று அவன் கருதினான்.

இசைக்கூடம் மூட இன்னும் இரண்டு மணி நேரங்களே இருந்ததை நாசூக்காகக் கவனித்த பெண்கள் ராசுவுக்கும் அவனுடைய எட்டு நண்பர்களுக்கும் மதுவைக் கோப்பைகளில் ஊற்றித் தந்தார்கள். கோப்பைகள் காலியாகக் காலியாக அவற்றை அவசரமாக மீண்டும் நிரப்பினார்கள். மதுவை மிக வேகமாகக் குடித்து முடிப்பவர்கள் உண்மையிலேயே வியத்தக்க ஆண்மையுள்ளவர்கள் என்று பாராட்டினார்கள். அப்படிக் குடிப்பவர்களின் தொடைகளின் உள்பகுதிகளை மிக நளினமான விரல்களால் மெல்லக் கீறினார்கள். கைகளை மேல்நோக்கி நகர்த்தினார்கள். அவர்களிடம் கிறங்குவதைப்போல் நடித்தார்கள். அவர்களுடைய இந்தச் செயல்களால் பெரும் அவதிக்குள்ளாகி முகம் சிவந்து கிடந்த ஆண்களிடம் ‘எங்களுக்கும் மது வாங்கித் தர மாட்டீர்களா’ என்று கொஞ்சினார்கள். அவர்கள் சரி என்றதும் தாங்களுக்கும் மதுவை ஊற்றிக் குடிப்பதுபோல் காண்பித்தார்கள். ஆண்கள் அவர்களது கழுத்துகளின் வாசமுள்ள வளைவுகளில் முகங்களைப் புதைத்து அங்கிருக்கும் பளிங்கு நிறச் சருமத்தின் மீது நாக்கின் நுனிகளை ஓட்டிக் கொண்டிருந்த சமயமாய்ப் பார்த்துத் தங்கள் கையிலிருந்த கோப்பை மதுவைத் தரையில் கவிழ்த்தார்கள். பிறகு மீண்டும் ஒரு கோப்பை வேண்டுமே என்று கொஞ்சினார்கள். இசைக்கூடத்தின் அரையிருட்டை நம்பி அவர்கள் தரையில் ஊற்றிய மதுவை தரையில் போடப்பட்டிருந்த மெத்து மெத்தென்ற கம்பளம் உறிஞ்சிக் கொண்டது.

அன்றிரவு ராசுவையும் அவனுடைய நண்பர்களையும் சுற்றி அமர்ந்திருந்த பெண்களின் ஒவ்வொரு அங்க அசைவுக்கும் ஒவ்வொரு விலையிருந்தது. நிறைய குடிப்பது போலவும்

மதுவினாலும் காமத்தினாலும் தள்ளாடுவதைப் போலவும் நடித்த பெண்கள் தங்களுக்கு வரவேண்டிய ஒவ்வொரு வெள்ளியையும் கவனமாக வாங்கிக் கொண்டார்கள். வாங்கிக் கொண்ட பிறகே தொடவும் தொடப்படவும் சம்மதித்தார்கள். நிறைய குடித்தாலும் தள்ளாட மாட்டேன் என்று தங்கள் அருகே அமர்ந்திருந்த பெண்களிடம் காண்பிக்கும் பேராவலுடன் இருந்த ஆண்கள் மிக மோசமாகத் தள்ளாடினார்கள். மிகத் தெளிவாகப் பேசுவதாக நினைத்துக் கொண்டு உண்மையில் உளறினார்கள். தன் கையில் கிடைத்த பணத்தை அவ்வப்போது பத்திரப்படுத்தி வைக்க ஒவ்வொரு பெண்ணாய் அவர்கள் அமர்ந்திருந்த அறையிலிருந்து பின்புறமாய்ப் போகிறேன் என்று சொல்லிப் போய் வந்தாள். அவள் போய் வரும்வரைக்கும் மற்ற பெண்கள் ஆண்களை உசுப்பேற்றி வேடிக்கைக் காட்டினார்கள். அவர்களின் மிக சாதுர்யமான விளையாட்டில் மதுபோதை முழுக்க ஏறிய நிலையிலிருந்த ஆண்கள் இசைக்கூடத்தின் தூரத்து மூலையில் மெல்லிய பால் நிற வெளிச்சமாய் உருகிக் கிடந்தார்கள்.

அந்த இரவுக்குப் பிறகு கையிலிருந்த பணத்தை எண்ணிப் பார்த்த ராசு இப்படித் தினமும் செலவழித்தால் இராணுவம் தனது கையில் கொடுத்த பணம் இரண்டு வாரம்கூடத் தாங்காது என்று கண்டு கொண்டான். ஆனால் அழகிய இளம் பெண்களின் நடுவில் அவர்களின் வியப்புக்கும் மெல்லியச் சீண்டல்களுக்கும் பாத்திரமான ஆண்பிள்ளையாய் அமர்ந்திருக்கும் போதை என்பது உயர்ரகமான மது தரும் போதையை விடவும் வலிமையுடையது. மயிர்க்கால்கள் ஒவ்வொன்றிலும் பொங்கி நிற்கும் பெரும்பசியாக, உடம்பெங்கும் பூரித்து நிற்பது. பூரித்து நிற்பதாலேயே செயலூக்கம் கொண்டது.

காலை வெயில் அசையும் புல்தரையாகக் குலுங்கிச் சிரித்தது.

புல்லின்மீது குப்புற விழப்போனவரை ராசுதான் கைகொடுத்துக் காப்பாற்றினான். இன்னும்கூட இரும்புபோல பலமுள்ள கறுப்புக் கரம். பளீரென்ற வெள்ளைப் பல் வரிசை. ஆனால் கண்களுக்கடியில் மிகப் பெரிய சோர்வைத் தேக்கி வைத்ததுபோல் ஆழமான கருவளையங்கள். முன்தலையில் அடர்த்தியாக இருந்த முடியெல்லாம் கொட்டிப்போய் நெற்றி வெகுவாக மேலேறியிருந்தது. முதுமையினால் உடம்பின் அகலமும் கரைந்து உடலே கச்சலாகி இருந்ததால் முடி கொட்டியதால் அகலமாகிப் போன நெற்றியோடும் அதனுடன் ஒப்பிடுகையில் சிறுத்துப் போன முகவாயோடும் காட்சியளித்த ராசு மர்ம நோயால் பீடிக்கப்பட்டு அகாலத்தில் முதிர்ந்துபோன ஒரு குழந்தையைப்போல் சுகவனத்தின் கண்களுக்குத் தோன்றினான்.

ஆனால் கையில் நல்ல வலு.

"படிக்கட்டு வழியா வந்திருக்கலாமில்லையா?"

சாலை இன்னமும் மேடேறி வளையுமிடத்துக்கு ஓரமாகப் போடப்பட்டிருந்த கல் படிகளைக் காட்டினான்.

சுகவனம் மெல்லச் சிரித்தார். சாலையில் இன்னும் மேலே ஏறத் திராணியில்லை என்று சொல்ல அவருக்கு வெட்கமாய் இருந்தது. ராசுவின் இடுப்பிலிருந்து நழுவிக் கொண்டிருக்கும் கால்சட்டையை மேலே இழுத்துவிட்டபடியே அவர்களிருந்த இடத்திற்கு நடந்து வந்து கொண்டிருந்த செபஸ்டியனிடம் தனது பார்வையைத் திருப்பினார்.

"என்னா தௌகே?" என்று சுகவனம் தமிழிலேயே பேசினார்.

''என்னாலா தமிழன்'' செபஸ்டியனும் தமிழிலேயே பதில் சொன்னார்.

பள்ளிக்கூடத்தில் சுகவனமும் ராசுவும் செபஸ்டியனை 'மஞ்சன்' என்றுதான் அழைப்பார்கள். பரிச்சயமில்லாத சீனர்களை அழைக்க முடியாத வார்த்தை. அடியும் உதையும் விழும். அதுபோல சீனர்கள் தமிழர்களை இழிவாய் அழைக்கப் பயன்படுத்தும் வார்த்தைகளும் இருந்தன. ஆனால் மஞ்சன் இழிவா தெரியவில்லை. பரிச்சயமில்லாதவர்களை அழைக்கக் கூடாது.

இவர்கள் இருவரும் அழைக்க செபஸ்டியன் சிரித்துக் கொண்டே பெரிய உடம்பை அசைத்தபடியே வருவான். அவன் இவர்களைத் 'தமிழன்' என்றே அழைப்பான். அட்சரச் சுத்தமாய் உச்சரிப்பு இருக்கும். பிறகு கொச்சையாய்த் தமிழ் வார்த்தைகள் மூவரிடையே சில நேரங்களில் பறக்கும். குறிப்பாய்ப் பள்ளித் திடலில் காற்பந்து விளையாடும் போது.

''ஏய் மஞ்சன், சாவடிச்சிருவேன், ஒழுங்காப் பந்தடிலா.''

''தமிழன். இங்கா. இங்கா.''

விரல்களை மொத்தமாய்த் தூக்கித் தான் நிற்கும் இடத்தைக் காட்டியபடி.

புல்தரை மேட்டிலிருந்து ஏறிய பின்பு காபிக் கடைக்கு முன்னாலிருந்த நடைபாதையில் மூவரும் நின்றபடி ஒருவருக்கொருவர் கை கொடுத்து வாங்கிக் கொண்டார்கள்.

மூவரின் முகங்களும் சுகவனத்தை மேடேற்றச் செய்த முயற்சியின் தீவிரத்தால் வியர்வையில் நனைந்து போனது. மூவருக்கும் லேசாய்

மூச்சு வாங்கியது.

"இப்பத்தான் வந்திங்களா ரெண்டு பேரும்?" என்று சுகவனம் கேட்டார்.

ராசு கையிலிருந்த கைக்கடிகாரத்தைத் தூக்கிப் பார்த்தான், பின்பு கைத்தொலைபேசியில் நேரத்தை மீண்டும் சரி பார்த்துக் கொண்டான்.

"அரைமணி நேரமாச்சு. எப்பையும்போல ஏழே காலுக்கு வந்தோம். ஏழரை மணிக்கு மேல வந்தா ஸ்கூல்ல குழந்தைங்கள விட்டுட்டு வரக் கூட்டம் சேர்ந்துடுது. அந்த நேரத்துல உட்கார இடம் கிடைக்குறதே கஷ்டம். அதனாலதான் தினமும் சீக்கிரமே வந்துடுறோம்."

"நீ முதல்ல உட்காரு. உட்காரு." என்று சொல்லி அவர்கள் அமர்ந்திருந்த மேசையில் காலியாகக் கிடந்த ஸ்டூல் ஒன்றைக் காட்டினான் செபஸ்டியன். அமரும்போது காபிக் கடையின் அடுத்த மூலையில் யாரிடமோ வாக்குவாதம் செய்து கொண்டிருந்த காபிக் கடைக் கிழவியின் கவனத்தை விரல்களை ஆட்டியும், பின்பு கையைக் காற்றில் வேகமாக அசைத்தும் பெற முயன்றான். காபிக்கடைக்கு வரும் வாடிக்கையாளர்களின் விருப்பங்களை அறிந்து அவர்களுக்கு வேண்டிய காபியையோ தேநீரையோ அல்லது வேறு குளிர்பானங்களையோ கொண்டு வந்து கொடுத்துப் பணத்தை வாங்கிக் கொள்ள அந்தக் காபிக் கடையில் இரண்டு கிழவிகள் இருந்தார்கள். இடுப்பில் வாடிக்கையாளர்களைக் கொடுக்க வேண்டிய சில்லறைகள் நிறைந்த மலிவான பையை சின்ன தொந்திபோல் கட்டிக்கொண்டு குடிப்பதற்கு எதுவுமில்லாமல் மேசைகளில் அமர்ந்திருக்கும் வாடிக்கையாளர்களிடம் வம்பு பேசிக்

கொண்டும் அவர்களுடைய ஆர்டர்களை வாங்கிக் கொண்டும் காபிக் கடையைச் சுற்றி வளைய வந்தார்கள்.

அவர்கள் விற்கும் ஒவ்வொரு பானத்துக்கும் சில காசுகள் அந்தக் கிழவிகளுக்குக் கிடைத்து வந்தன. அதனால் தாங்களே நேரடியாகக் குளிர்பானக் கடைக்குப் போய் குடிப்பதற்கு எதையாவது வாங்கிக் கொள்ளும் வாடிக்கையாளர்களைப் பார்த்துக் கிழவிகள் முறைத்தார்கள். அப்படி நேராடியாகவே குளிர்பானமோ காபியோ தேநீரோ வாங்க வரிசைக் கட்டி நிற்கும் வாடிக்கையாளர்களின் முன்னால் இவர்கள் போய் நின்றுக் கொண்டார்கள். தங்களிடம் ஆர்டர்களைக் கொடுத்த வாடிக்கையாளர்களுக்குத்தான் முதல் உரிமை தரப்பட வேண்டும் என்று அடம்பிடித்தார்கள். அவர்கள் குரல் புத்தர் கோவிலின் பெரிய வெண்கல மணிபோல் மிகவும் உரத்ததாக இருந்தது. அவர்கள் வாய்க்குப் பயந்து வரிசையில் நிற்கும் வாடிக்கையாளர்கள் எதுவும் சொல்வதில்லை.

காபிக் கடையில் மலாய் உணவு, சீன உணவு, இந்திய உணவு என்று விற்கும் தனித்தனி ஸ்டால்கள் இருந்தன. உணவுக்கடைகளுக்காக ஆர்டர்களைப் பிடிக்க இப்படிப்பட்ட கிழவிகள் இல்லை. வாடிக்கையாளர்களே நேரடியாகத்தான் போய் உணவுகளை வாங்கித் தட்டுகளைக் கைகளில் ஏந்தி மேசைக்குக் கொண்டுவர வேண்டும். குளிர்பானக் கடையின் சார்பில் மாலை நேரங்களில் பீர் விற்க தளதளவென்றிருக்கும் சில மத்திய வயது பெண்கள் வருவார்கள். அவர்கள் கிழவிகளைப்போலவே இடுப்பில் பணப்பை அணிந்திருப்பார்கள். மது வாங்கிக் குடிக்கும் வாடிக்கையாளர்களிடம் கொஞ்சலாகவும் கிண்டலாகவும் பேசுவார்கள். கொஞ்சலாகப் பேசி இன்னமும் அதிகப் பீர்

பாட்டில்களை விற்க முயல்வார்கள். அப்போது காலை நேரத்தில் வேலை பார்க்கும் இந்தக் கிழவிகள் வீட்டிற்குப் போயிருப்பார்கள். மாலையில் வருபவர்கள் சீனாவிலிருந்து வந்த பெண்கள். அவர்கள் ஆடையும் முக அலங்காரமும் தூக்கலாகவே இருக்கும். காலையில் வரும் கிழவிகள் சிங்கப்பூர்க்காரிகள்.

ஒரு வழியாக வைக்கப்பட்டிருந்த உணவைப் பெரிய கவளங்களாகக் கரண்டியில் அள்ளித் தின்றுகொண்டிருந்த மலாய்க்காரன் ஒருவனோடு சண்டையிட்டுக் கொண்டிருந்த கிழவியின் கவனத்தைச் செபஸ்டியன் ஈர்த்துவிட்டான்.

''காபி ஓ சியூ தாய் தான?'' என்று சுகவனத்திடம் திரும்பி ஒற்றை விரலை அசைத்துக் கேட்டான்.

பால் கலக்காத காபி, குறைவான சர்க்கரையோடு.

பல வருடங்கள் பரிச்சயமில்லாமல் போனவன் தன்னுடைய விருப்பங்களைத் துல்லியமாக நினைவில் வைத்துக் கொண்டிருப்பது சுகவனத்துக்கு ஆச்சரியத்தையும் சிறிய அசௌகரியத்தையும் தந்தது. செபஸ்டியனின் முகத்தில் கொஞ்சம் ஏமாற்றத்தையும் கலக்கத்தையும் ஏற்படுத்தும் வகையில் தனக்கு வேறொரு பானம் வேண்டும் என்று சொல்லலாமா என்று சுகவனம் ஒரு கணம் யோசித்தார். பிறகு காபி ஓ கோசோங் கைவிட்டால் வேறெதைத்தான் குடிப்பது என்று அவருக்குக் குழப்பம் ஏற்படவே செபஸ்டியனின் கேள்விக்கு மௌனமாகத் தலையாட்டினார்.

கிழவியிடம் ஆர்டரைக் கொடுத்துவிட்டுச் செபஸ்டியன் மீண்டும் ஸ்டூலில் அமர்ந்தார். அவர்கள் மூவருக்குமிடையே சில நொடிகள் மட்டும் எந்தப் பேச்சுமில்லாமல் இருந்தது. மூவரும் மற்றவர்களின்

இருப்புக்குத் தங்களைப் பழக்கப்படுத்திக் கொள்வதுபோல் அவர்கள் அமர்ந்திருந்த ஸ்டூல்களை அசைத்தும், மேசை மேலிருந்த கோப்பைகள் தட்டுகள் ஆகியவற்றைக் காரணமே இல்லாமல் நகர்த்தி வைத்தும் அந்நேரத்தைக் கழித்தார்கள்.

சில நிமிடங்களுக்கு பிறகு புல்தரை மேட்டினோரமாகச் சந்தித்துக் கொண்ட போது அவர்களுக்கிடையே ஏற்பட்டிருந்த அந்நியோன்யம் மேசையைச் சுற்றி அமர்ந்திருந்த நெருக்கத்தில் சின்னாபின்னமாய்ச் சிதறிப் போயிருந்தது.

"எல்லாம் எப்படிப் போகுது?" என்று கேட்டான் ராசு.

"ம்ம் எல்லாம் ஓகேதான். உனக்கு?" பட்டும் படாமல் சுகவனம் பதில் சொன்னார்.

"எனக்கும் பரவாயில்ல."

"வயசாயிடுச்சு."

ராசுவின் கேள்விக்கு இதுதான் சரியான பதில் என்பதுபோல் செபஸ்டியன் தீர்க்கமாகப் பேசினான்.

அவர்கள் மூவரும் மற்றவரின் குடும்பத்தைப் பற்றியும், மனைவியைப் பற்றியும், குழந்தைகளின் நலத்தைப் பற்றியும், புதிதாகப் பிறந்தவர்களைப் பற்றியும், சமீபத்தில் இறந்து போனவர்களைப் பற்றியும் கேட்க நினைத்தார்கள் என்று அவர்கள் ஸ்டூல்களை முன்னும் பின்னும் அசைத்துக் குரல்களைச் செருமிக் கொள்வதிலிருந்து தெளிவாகத் தெரிந்தது. ஆனால் யாரும் எதையும் கேட்கவில்லை.

ஜெயக்கொடி செத்துப்போனதைப் பற்றி இவர்களிடம்

சொல்லலாமா என்று சுகவனம் ஒரு கணம் யோசித்தார். ஆனால் சொல்லி என்னாகப் போகிறது என்று சும்மா இருந்தார். அவர்களைச் சுற்றிக் காரமேறத் தொடங்கியிருந்த நகரத்தின் வெயில் அவர்களுடைய கன்னம், கழுத்து, தோள்பட்டை, மார்பின் மேல்புறம், தொடைகள் மீது கொட்டி அசிங்கமாகச் சிரித்தது.

பல்லாண்டுகளாய்ப் பழகியிருந்தவர்களையும் பரிச்சயமில்லாதவர்களைப் போல் காண்பித்து அவர்களுக்குள் பேசிக் கொள்ள எதுவுமே இல்லை என்று மிகப் பெரிய அலுப்பை ஏற்படுத்தும் வெயில் நகரம் அவர்கள் காலடியில் வெள்ளை நிற நாயாய் நீட்டிப் படுத்துக் கொண்டு அவர்களைத் தீராத விரோதத்துடன் பார்த்துக் கொண்டிருந்தது. விலா எலும்புகள் ஏறித் தாழ அதன் மெல்லிய மூச்சிரைப்பு மூவருக்கும் கேட்டது. அதன் வாயிலிருந்து எழுந்த உஷ்ணமான காற்று அவர்களைப் போதைபோல் சுழ்ந்து கொண்டது.

மூவரும் அந்தப் போதைக்கு முதுமை என்று பெயர் கொடுத்து அழைக்கப் பழகியிருந்தார்கள்.

"நீங்க ஆர்டர் பண்ண காபியும் சாப்பாடும் ஆறிப்போச்சு. ஏன் சாப்பிடாம இருக்கிங்க?" என்று கேட்டார் சுகவனம்.

ராசுவும் செபஸ்டியனும் அவர்களுக்கு முன்னால் இருந்த உணவை அலட்சியத்துடன் பார்த்தார்கள்.

"சாப்பிடத் தோணல. தெனமும் இந்தச் சீனக் கிழவனோட சாப்பாட்டைத் தின்னுகிட்டுத்தான இருக்கோம்."

"ஜெயக்கொடி எப்படி இருக்கா?"

ஆவலை அடக்கமுடியாதவனாய் ராசு கேட்டுவிட்டான். கேள்வியைச் சற்றும் எதிர்ப்பாராத சுகவனம் திடுக்கிட்டு நிமிர்ந்தார். கைகளில் பைகளையும் பெட்டிகளையும் வைத்துக் கொண்டு பழைய பத்தாவது மைலில் நடந்து வந்து கொண்டிருக்கும் நேரத்தில் தீடிரென்று பெயர் அறியாத யாரோ அவருடைய உடுப்புக்களை நடுச்சாலையில் வைத்து உருவியதுபோல் உணர்ந்தார். அந்தக் கேள்வியைக் கேட்ட ராசு இப்போது அவருக்குப் பெயர் தெரியாத ஒருவனாகவே தோன்றினான். மிகத் துல்லியமாக அவர்களுக்குள் நிலவிய ஒருவகையான பேசப்படாத ஒப்பந்தத்தை முறித்துப்போட துணிந்த ராசுவைச் சில கணங்கள் உற்றுப் பார்த்தார். அந்தப் பார்வையில் முன்பு அவர்கள் இருவர்மீதும் சுகவனத்துக்கு ஏற்பட்டிருந்த நட்புணர்வு முற்றிலும் கரைந்து போயிருந்தது.

''ஆமா ஜெயக்கொடி சிஸ்டர் எப்படி இருக்கா?''

செபஸ்டியனும் ராசுவோடு சேர்ந்து கொண்டான்.

''அவ செத்துப்போயிட்டா.''

''ஓ.''

''ஓ.''

சாவு என்பது சமநிலையைக் குலைப்பது. நாகரிகமானவர்கள் சபையில் சட்டென்று பேசக்கூடாத அசிங்கம். சாவைப் பற்றிப் பேசுவதற்கென்றே நாகரிகமானவர்கள் பல இடர்க்கடக்கரான சொற்றொடர்களை உருவாக்கி வைத்திருக்கிறார்கள்.

ஜெயக்கொடி செத்துப் போனதைச் சுகவனம் சொன்னவுடன் ராசுக்கும் செபஸ்டியனுக்கும் வேறு எதுவும் சொல்வதற்கில்லாமல்

போனது. மற்ற தினசரி விஷயங்களைப் பேச மனைவியின் சாவைப் பற்றிய இந்த மேம்போக்கான விசாரணையும் பதிலும் அவர்களை அனுமதித்தன.

''இன்னமும் நீ பங்குச் சந்தையில விளையாடிகிட்டுத்தான் இருக்கியா செபஸ்டியன்?'' என்று சுகவனம் செபஸ்டியனிடம் கேட்டார்.

''ம்.'' என்றான் செபஸ்டியன்.

''நீ, ராசு. இன்னமும் பிலிப்பைன்ஸ், தாய்லாந்து எல்லாம் போயிகிட்டு இருக்கியா?'' என்று ராசுவிடம் கேட்டார் சுகவனம்.

''இப்ப அவ்வளவா இல்ல. கம்பெனியில வேலை செய்யுறவங்க பார்த்துக்குறாங்க. கூடிய சீக்கிரம் கம்பெனியை யாருக்காவது வித்துட்டு ரிடையராகலாம்னு இருக்கேன்.''

ராசு அசுவாரஸ்யமாகப் பதில் சொன்னான்.

''ஓ.''

''உன்னைப் பார்க்கவே முடியல. இன்னமும் இங்க பக்கத்துலதான் குடியிருக்கியா?''

''ஆமா. இங்கதான். வேற போக்கிடம் ஏது எனக்கு? பேரன் இப்ப வாரநாள்ல எங்கூடத்தான் தங்கியிருக்கான். அவனைப் பார்த்துக்கிறதுல பிஸியா இருக்கேன். இப்பக்கூட அவனைப் பள்ளிக்கூடத்துல விடறதுக்குத்தான் வந்தேன். இன்னைக்கி என்னமோ அவனோட டீச்சரப் போயி பார்க்கணுமாம். அதுவரைக்கும் நேரமிருந்துச்சு. அதனாலதான் இந்தப் பக்கம் வந்தேன்'' என்றார் சுகவனம்.

ராசுவும் செபஸ்டியனும் சுகவனம் சொன்னதைக் கேட்டு அவரை விநோதமாகப் பார்த்தார்கள். அவர்கள் முகத்தில் லேசான வெறுப்பும் தொற்றியிருந்தது. சுகவனம் தனது நாக்கை லேசாய்க் கடித்துக் கொண்டார். மூவரின் முகங்களும் இறுகியிருந்தன.

"என் பொண்ணுகளப் பார்த்து ரொம்ப நாளாச்சு" என்று ராசு தனக்குத் தானே சொல்லிக் கொள்வதைப்போல் சொல்லிக் கொண்டான்.

மீண்டும் மூவரும் மேசைமீது தொடாமலிருந்த காபியையும் உணவையும் பார்த்துக் கொண்டார்கள்.

"இந்தக் கிழட்டுச் சனியன் சட்டுனு காபியைக் கொண்டு வராளா பாரு". செபஸ்டியன் பரபரத்துக் கொண்டே ஸ்டூலிலிருந்து பாதி எழுந்து குளிர்பானக் கடையிருந்த திசையைப் பார்த்தான். அவனுடைய பெரிய உடம்பின் அங்க அசைவுகள் தரையிலிருந்து கிளம்ப முயன்று பறக்க முடியாமல் சிறகுகள் சடசடக்கும் ராட்சசப் பறவையொன்றின் அங்க அசைவுகளைப் போலவே இருந்தது. பின்பு கிழவியைக் காணாமல் மீண்டும் ஸ்டூலில் திரும்ப அமர்ந்து சற்று முன் நடந்த எல்லாவற்றையும் மறந்தவனைப் போன்று சுகவனத்திடம் தனது உள்ளங்கையைக் காட்டிப் பேச ஆரம்பித்தான். அவனது தடித்த முகம் விகாரமாக ஜொலித்தது.

"இதோ பார்த்தியா?"

சுகவனம் அவன் உள்ளங்கையில் எதைக் குறிப்பிட்டுக் காட்டுகிறான் என்று புரியாதவராய் அதை உற்றுப் பார்த்தார். செபஸ்டியனின் உள்ளங்கை சதைப்பற்று மிக்கதாக இருந்தது. கைவிரல்கள் ஒவ்வொன்றும் வெண்டைக்காய்களின் அகலத்திலும்

நீளத்திலும் இருந்தன. உள்ளங்கை செத்த மீன்களின் நிறத்தில் மெல்லிய சாம்பல் நிறப் பொலிவோடு இருந்தது.

''மோதிரம். யானைமுடி மோதிரத்தை இதோ இந்த விரல்ல போட்டிருக்கேன்.''

வலது கையின் மோதிர விரலில் சாதாரண தங்க மோதிரம். மோதிரத்தைச் சுற்றி இடைவெளி விட்டுப் கறுப்பு நிறத்தில் ஏதோ பளபளத்தது''

''ரெண்டு மாசத்துக்கு முன்னால கோலாலம்பூர் போயிருந்தப்போ உங்க ஆளு ஒருத்தருதான் விலைக்குக் கொடுத்தாரு. இது வாங்கி வந்து போட்டுகிட்ட நாளில இருந்து என் வீட்டு மீன் தொட்டியில வளர்க்குற பெரிய ஆரோவானா மீனோட பாஷை எனக்குப் புரிய ஆரம்பிச்சிருக்கு சுகா. புரிய ஆரம்பிச்சிருக்குனா மீன் எங்கிட்ட பேசுதுனு அர்த்தமில்ல. ராத்திரி நேரத்துல தொட்டியில நீந்துற மீனைப் பார்த்துக்கிட்டு ரொம்ப நேரமா பேசாம உட்கார்திருப்பேன். திடீருனு மீனு எங்கிட்ட பேசுறது என் மனசுக்குள்ள கேட்கும். காத்துல அசையுற மரக்கிளையாட்டம் ரொம்ப மென்மையான பாந்தமான குரல். சில பொண்ணுங்களுக்கு இருக்குற மாதிரியே. மணிக்கணக்கா கேட்டுகிட்டு இருந்தாலும் காதுக்குக் கொஞ்சம்கூட வலிக்காது. நானும் அப்படியே உட்கார்ந்து மீனு எங்கிட்டச் சொல்றதக் கேட்டுக்கிட்டு இருப்பேன். தொட்டியில சுத்தி வர மீனுகிட்ட என் கஷ்டங்களச் சொல்வேன். சில சமயம் மீனு எனக்கு அறிவுரை சொல்லும். சில நேரத்துல அடுத்த நாள் என்னென்ன செய்யணும்னு எனக்குப் பொறுமையாச் சொல்லிக் கொடுக்கும். சிலப்ப நான் செஞ்சது முட்டாள்தனம்னு முகத்துல அடிச்ச மாதிரி சொல்லும். இந்த ரெண்டு மாசத்துல மீனு எனக்கு லாட்டரி நாலு நம்பரையும் ரெண்டு

மூணு தடவை கொடுத்திருக்கு. ஆனா அடிக்கடி கொடுக்குறது இல்ல. அடிக்கடி லாட்டரி நம்பர் கொடுத்தா நீ வீணாப் போயிருவடானு நேரடியாவே சொல்லிடும். அது குரல்ல எவ்வளவு கண்டிப்பு தெரியுமா. உனக்கு ஒண்ணு தெரியுமா சுகா? மீனு நீந்துற வேகத்துலதான் அது சொல்லுற வார்த்தையும் வந்து விழுது. சிலப்ப அன்னன்னைக்கு நடந்த விஷயங்களைப் பத்தி வேடிக்கையாப் பேசிகிட்டு நாம ரெண்டு பேரும் சிரிச்சுப்போம். அதோட சிரிப்பு அவ்வளவு அழகா இருக்கும் போயேன்ம''

முகத்தில் பல விதமான உணர்ச்சிகள் பொங்கப் பேசிய செபஸ்டியனை மிகப் பெரிய ஆச்சரியத்தோடு லேசாய் வாய்பிளந்தபடி சுகவனம் பார்த்தார். பின்னர் எதிரில் அமர்ந்திருந்த ராசுவைப் பார்த்தார். அவன் புருவங்களைக் குறுக்கிக் கொண்டு வாயோரமாக மெல்லிய புன்சிரிப்பைத் தேக்கிக் கொண்டு சுகவனம் செபஸ்டியன் இருவரையும் மாற்றி மாற்றிப் பார்த்துக் கொண்டிருந்தான்.

''செபஸ்...'' என்று ஆரம்பித்துச் சுகவனம் எதையோ சொல்ல வந்தார்.

ராசு அவர் கையை லேசாய்த் தட்டிக் 'கொஞ்சம் பொறு' என்ற அர்த்தத்தில் உள்ளங்கையைத் தூக்கி விரித்துக் காட்டினார்.

''சும்மா சொல்லக் கூடாது உங்க ஆளு கொடுத்த மோதிரம் உண்மையிலேயே சக்தி வாஞ்சதுதான். அதுக்கு வெறும் ஆறாயிரம் ரிங்கிட்டுத்தான் கொடுத்தேன்னா பார்த்துக்கயேன். நில்லு, அந்த கிழவியப் போய்ப் பிடிச்சு உன்னோட காபி என்னாச்சுனு கேக்குறேன்.''

செபஸ்டியன் எழுந்து குளிர்பானக் கடையை நோக்கி நடந்தான். சுகவனம் ராசுவைக் கேள்விகள் நிறைந்த முகத்துடன் பார்த்தார்.

''செபஸ்டியனோட மூத்த பையன் அவருகிட்டயிருந்து மீன் கடையைப் புடுங்கிட்டான்.'' என்றான் ராசு. செபஸ்டியனின் அனைத்துச் செயல்களுக்கும் இந்த விளக்கமே போதும் என்பதைப் போன்ற தீர்மானத்தோடு.

''அவனோட ரெண்டு பொண்ணுங்களுக்குக் கல்யாணமானதுக்கு அப்புறம் செபஸ்டியனும் அவன் மகனும், மகனோட குடும்பமும் முன்னால தங்கியிருந்த வீட்டுலதான ஒண்ணாத் தங்கியிருந்தாங்க?''

ராசு மிகப் பெரிய பெருமூச்சு விட்டான்.

''அந்த வீட்டுக்கும் இப்ப கோர்ட்டுல கேஸு நடக்குது.''

சுற்றியும் கண்ணாடியும் வெளிச்சமும் நிறைந்த வீட்டில் தனியே அமர்ந்து கொண்டு தனது அதிர்ஷ்ட மீனுடன் பேசிக் கொண்டிருக்கும் பள்ளிக்கூட நண்பன். கடல்போன்ற காண்டோமீனிய வீட்டில் வேறு யாரும் வந்துவிடக் கூடாது என்று கவனமாய் இருக்கும் மற்றொருத்தன். இவர்களைச் சுற்றி உஷ்ணமான வெளிச்ச விளாறுகள் மெல்ல அசைந்து கொண்டிருக்கும் ஆலமரங்கள் நிறைந்திருக்கும் தோப்பாய் வெயில் நகரம்.

செபஸ்டியனின் வீட்டுத் தொட்டியில் நீந்தும் ஆரோவானா மீனைப்போலவே ராமேஸ்வரமும் தன்னிடம் பேச ஆரம்பித்திருக்கிறது. விழித்திருக்கும் ஒவ்வொரு நொடியும் அது தன்னை அழைக்கிறது. ஆழமான பக்தியோடு மனிதர்கள் கூடி நிற்கும் மிக நீண்ட கடற்கரையாகவும், உயரமான கோபுரத்தைக் கொண்ட மிக பழைமையான கோவிலாகவும், பாவங்களைத் தீர்த்து அருளும் இருபத்தோரு தீர்த்தக்கிணறுகளாகவும், சேதுபதி கட்டித் தந்த மூன்றாம்

பிரகாரத்தின் ஆயிரத்து இருநூற்று பன்னிரண்டு தூண்களாகவும், ஆதிசங்கரர் பிரதிஷ்டை செய்த படிக லிங்கமாகவும் அது தன்னை அழைக்கிறது. பிரம்மாண்டமான கடல் மீனின் வாலைப்போல் மிகுந்த சக்திவாய்ந்த ஆழிப் பேரலைகளை சுழற்றி அடித்து ராமேஸ்வரம் தன்னைக் கேலி செய்கிறது. நீ இயலாதவன் என்று சொல்லி முறுவலித்து நிற்கிறது. சின்ன வெள்ளை நுரைகள் சிலிர்க்கத் தன்னைப் பற்றித் தன்னிடமே புரளி பேசுகிறது.

ராசுவும், செபஸ்டியனும் தானும் மகா உக்கிரமானதான சொற்களுக்கு அடங்காத ஏதோ ஒரு வெறுமையால் சூழப்பட்டிருப்பதைச் சுகவனம் கண்டு கொண்டார்.

சுகவனம் ராசுவிடமும் செபஸ்டியனுடனும் காபிக் கடையில் அமர்ந்து பேசிக் கொண்டு இருந்த போது கடையின் பின்புறமாக அமர்ந்திருந்த மூன்று சீன இளைஞர்கள் அவரை வைத்த கண் வாங்காமல் கவனித்துக் கொண்டிருந்தார்கள். அவர்களின் கைகளிலும் கழுத்தின் பின்புறத்திலும் விதம் விதமாய்ப் பச்சைக் குத்தப்பட்டிருந்தது. சுகவனத்தைச் சுட்டிக் காட்டி அவர்கள் ஒருவரோடொருவர் கோபத்துடன் பேசிக் கொண்டார்கள். அவர்கள் கோபம் ராமேஸ்வரத்தின் கடலைப்போல் ஆழமுள்ளதாக இருந்தது.

ஒரு வேளை அவர்கள் அங்குத் தன்னைக் கவனித்தபடி அமர்ந்திருப்பதைச் சுகவனம் உணர்ந்திருந்தால் இன்னும் கொஞ்ச நேரம் தனது பால்ய கால நண்பர்களுடன் பேசியிருக்கலாம். ஆனால் அவர்கள் தன்னைப் பார்த்துக் கோபமாகப் பேசுவதை அவர் அறியவில்லை என்பதால் மெல்ல எழுந்து ராசுவிடமும் செபஸ்டியனிடமும் அவசரமாய் விடைபெற்றுக் கொண்டு இறுக்கமான முகத்தோடு காபிக் கடையிலிருந்து கிளம்பினார்.

காபிக் கடைக்கு அடுத்துள்ள கட்டடத்தின் தரைத்தளத்துக்குள் புகுந்து அடுத்த பக்கமாய் உள்ள கார் நிறுத்துமிடத்தில் வெளியேறுவதே காபிக் கடையைவிட்டு விரைவாக வெளியேறும் வழி என்று சுகவனத்துக்குத் தோன்றியது. அவர் அந்தப் பக்கமாக நடந்தார். கொஞ்சம் இடைவெளிவிட்டுச் சுகவனத்தைப் பின் தொடர்ந்த இளைஞர்கள் சுகவனம் ஒரு பெரிய தூணுக்குப் பின்னால் திரும்பக் காத்திருந்தார்கள். சுகவனம் தூணுக்குப் பின்னால் நடந்த போது அவரிருக்கும் இடத்துக்கு மிக வேகமாக நடந்து போனார்கள்.

மூன்று இளையஞர்களில் மிக உயரமான பையன் காலை உயரத் தூக்கிச் சுகவனத்தின் முதுகில் விலா எலும்புக்குக் கீழே, தோராயமாக சீறுநீரகம் இருக்கும் இடத்தைத் தனது முழங்காலால் பலங்கொண்ட மட்டும் தாக்கினான். மற்றொருவன் சுகவனத்தின் முகத்தில் குத்தினான்.

விரிந்து கிடக்கும் சாம்பல் நிறத் தரையை தீராத ஆவலால் தழுவப் போகிறவர்போலவும், அதைக் கட்டியணைத்து ஆழமாக முத்தம் கொடுக்கப் போகிறவர் போலவும் சுகவனம் முதுகை லேசாய்ச் சாய்த்து, கைகளைத் தரைக்கு நீட்டியபடி முழங்கால்கள் மடித்துத் தரையைப் பார்த்துக் குனிந்தார். எதிர்ப்பாராத விதமாக அடிபட்ட அதிர்ச்சியிலும் வலியிலும் அவர் கண்கள் நெற்றிப்பொட்டை நோக்கிச் செருகியிருந்தன.

அவர் நின்றிருந்த அடுக்குமாடிக் கட்டடத்தின் கூரையையும், அதில் பதிக்கப்பட்டிருந்த குழாய் விளக்குகளையும், ஓரத்திலிருந்து எட்டிப்பார்த்த கனச்சாம்பல் நிற வானத்தையும் கலங்கடித்தை ஒன்றினோடு ஒன்று கலக்கச் செய்யும் வகையில் அவருடைய தலைக்கு மேலே ‘கிழட்டு நாயே, எங்களப் பத்தியா போலீஸுு கிட்டச் சொல்ற’ என்ற கடுமையான குரல் ஒலித்தது.

9

சின்ன வயதில் தனமக்காள் இரண்டு வயதான சுகவனத்தைக் கையில் தூக்கிவைத்துக் கொஞ்சும் போது அந்தக் காலத்துச் சினிமா பாடல் மெட்டில் ஒரு பாடலைப் பாடுவாள்:

பத்தாவது மைலில் ஒரு குட்டிப் பாப்பா

அப்பா மிட்டாய் வாங்கிட்டு வராரானு எட்டிப் பாப்பா

பத்தாவது மைலில் ஒரு சின்னப் பொண்ணு

அம்மா ரொட்டி வாங்கிட்டு வராங்களானு பார்க்கும் நின்னு

மூன்று இளைஞர்களும் தரையில் சுருண்டு கிடந்த சுகவனத்தைக் கால்களால் குறிபார்த்து எத்தும்போது அவர் மனதில் காரணமே இல்லாமல் இந்த அர்த்தமற்ற பாடல் ஓடிக் கொண்டிருந்தது. சுகவனம் இரண்டு கரங்களையும் தலையின் மேல் மடித்து வைத்தபடி அவர்கள் தந்த உதைகளை சின்ன முனகல்களோடு வாங்கிக் கொண்டார். பிறந்ததிலிருந்து சுகவனம் நேரடியாக எந்த வன்முறையையும் சந்தித்ததில்லை. மலேசியாவிலிருந்து சிங்கப்பூருக்குச் சுகவனத்தின் குடும்பம் குடி வந்த புதிதில் புக்கிட் பஞ்சாங்கில் அவ்வப்போது குண்டர் குழுக்களுக்கு இடையே காபிக் கடைகளிலும்,

கடைகளுக்குப் பின்னால் ஓடும் சிறு சந்துகளிலும், மதுபான விடுதிகளின் வாசல்களில் நடைபெறும் சண்டைகளைப் பற்றி அடிக்கடிக் கேள்விப்படுவார். சில நேரங்களில் வேலை முடிந்து வீடு திரும்பும் அப்பா செம்பவாங்கில் இருந்த திரையரங்கில் புதுப்படங்களின் ரிலீஸின்போது எம்.ஜி.ஆர் ரசிகர்களுக்கும் சிவாஜி ரசிகர்களுக்குமிடையே நடந்த சண்டைகளைப் பற்றி வேலையிடத்து நண்பர்களிடம் கேள்விப்பட்டதை கதைகளாகச் சொல்வார். சிராங்கூன் சாலையிலிருக்கும் ஸ்ரீநிவாஸ பெருமாள் கோவிலிலிருந்து டேங்க் ரோடு தெண்டாயுதபாணி கோவில்வரை வருடா வருடம் நடக்கும் தைப்பூச ஊர்வலத்தின்போதும் எதிர்க் கோஷ்டியினருக்கு இடையே சண்டைகள் நடக்கும். சில சமயங்களில் கத்திக் குத்துகளும் நடப்பதுண்டு.

பெரும்பாலும் இந்தச் சண்டைகள் எந்தவிதமான லட்சியக் கோட்பாடுகளின் அடிப்படையில் நடப்பதில்லை. அப்போது தைப்பூச ஊர்வலத்தில் இசைக்கருவிகளை இசைப்பது தடைசெய்யப்படவில்லை. நண்பர்களின் காவடிகளைப் பின்தொடர்ந்து வரும் இளையர்கள் வரும் வழியில் கிடைக்கும் குப்பைத் தொட்டிகளையோ, வாளிகளையோ கையில் எடுத்துக் கொள்வார்கள். நடந்தபடியே அவற்றைக் குப்புறக் கவிழ்ப்பார்கள்., இறுக்கமான கால்சட்டைகளின் பின்பாக்கெட்டில் சொருகியிருக்கும் பிரம்பங்குச்சிகளைக் கையில் எடுத்துக் கொண்டு குப்பைத் தொட்டி, வாளி ஆகியவற்றின் அடிப்பாகங்களைப் பலமாகத் தட்டிக் காவடிப் பாடல்களை உரத்த குரல்களில் பாடுவார்கள். சிலர் பிரம்பங் குச்சியால் குப்பைத் தொட்டியின் மீது அடிக்கப்படும் தாளத்துக்கு ஏற்பவும், பாடப்படும் பாடல்களுக்கு ஏற்பவும் வாயில் செருகியிருக்கும்

போலீஸ் விசிலை 'ப்ரீட் ப்ரீட்' என்று பலமாய் ஊதுவார்கள். மற்றவர்கள் சப்ளாக் கட்டைகளைக் கையில் வைத்துத் தெருவில் ஆடிக் கொண்டே பேரொலி எழுப்புவார்கள். அவர்கள் கவனமெல்லாம் உடல் முழுவதும் அலகுகளைக் குத்திக் கொண்டு கனமான காவடிகளைத் தூக்கிக் கொண்டு போகிறவர்களை உற்சாகப்படுத்துவதிலும், தெருவோரமாய் நிற்கும் பெருங்கூட்டத்தில் உள்ள இளம்பெண்களின் உள்ளத்தைக் கவர்வதிலும் இருக்கும்.

சில இளைஞர்கள் இன்ன காவடிகளைப் பின்தொடர்கிறோம் என்றில்லாமல் ஊர்வலப் பாதையில் முன்னும் பின்னும் அலைந்து அவர்களுக்குத் தோன்றிய காவடிகளோடு சேர்ந்து கொள்வார்கள். இப்படி சுதந்திரப் புருஷர்களாக அவர்கள் பாடிக் கொண்டும் ஆடிக் கொண்டும் வரும்போது அவர்களை வம்புக்கு இழுக்கும் வகையிலும் மிஞ்சும் வகையிலும் வேறொரு கோஷ்டியினர் பாடிக் கொண்டும் வரும்போது முந்திய கோஷ்டிக்குக் கோபம் வரும்.

அந்த நேரத்தில் பெருமாள் கோவிலிலிருந்து கிளம்பி சிராங்கூன் சாலையைத் தாண்டி ஆர்ச்சர்ட் சாலைக்குள் திரும்பும்வரை வழிநெடுக மது பானம் விற்கும் பல சீனக் காபிக் கடைகள் விடிய விடியத் திறந்திருந்தன.

சின்னஞ் சிறு குமரா ஓடி வா ஓடி வா

சிங்கார வேலுடனே ஆடி வா ஆடி வா

சிந்தையிலே நினைப்பவரை நாடி வா

இப்படிச் சுகவனம் கேள்விப்பட்ட வன்முறைகள் எல்லாம் சினிமா, உணவு, கொண்டாட்டம் தொடர்புடையவையாக, திருவிழா குதூகலங்களாகவே இருந்தன. ஆனால் இப்போது அவர்

அனுபவிக்கும் வன்முறை தூசு படிந்த சாம்பல் நிறத் தரை நிறைந்ததாகவும், அடுக்குமாடிக் கட்டடத்தின் குப்பைத் தொட்டிகளிலிருந்து எழும்பும் மெல்லிய துர்நாற்றம் மிகுந்ததாகவும் இருக்கிறது.

சுகவனம் எக்கிப் பிடித்துத் தனது மூக்கினில் ஏற்பட்டிருந்த அடைப்பை அகற்றினார். அவருக்கு எதிரே கோழையோடு ரத்தமும் சேர்ந்து விழுந்து அவரை ஆச்சரியப்படுத்தியது.

சுகவனத்தை அடித்தும் மிதித்தும் கொண்டிருந்தவர்கள் அவரை நிறுத்தாமல் உதைத்தார்கள் அவர்களில் மிக உயரமாக இருந்தவன் அவ்வப்போது கொஞ்சம் பின்னால் நகர்ந்து வந்து காற்பந்தை உதைப்பதுபோல் இடுப்பிலிருந்து தனது மேலுடம்பைச் சுற்றிப் பாதி வழித் திருப்பி இரண்டு கைகளையும் பறவையின் இறக்கைகளாய் அகல வைத்துச் சுகவனத்தின் தொப்பையில் உதைத்தான். சுகவனத்தை அடித்தவர்கள் அவரைத் தண்டிப்பதற்காக மட்டும் அடிக்கவில்லை. அவரைப்போலிருக்கும் மற்றவர்களுக்கும் ஒரு நிரந்தரமான எச்சரிக்கையை விட்டுச் செல்வதற்காக அடித்தார்கள். அதனால் அவருடைய உடம்பு முழுவதும் ரத்தம் கட்டிப்போகும்வரைக்கும் எந்தவிதமான அவசரமும் இல்லாமல் பார்த்துப் பார்த்து அடித்தார்கள்.

சுகவனம் குவீன்ஸ்டௌனில் வசிக்கும் தனது அக்கா தனத்தை நினைத்துக் கொண்டார். அவர் படுத்துக் கிடந்த கருஞ்சாம்பல் தரையின் கடினமும் கதகதப்பும் அவருக்கு அக்காவை நினைவு படுத்தின. சின்ன வயதில் அவர்கள் வாழ்ந்த தெக் வாய் வீட்டுக்கு அண்டையில் வசித்த சீனப் பெண்கள் தனத்தின் அகலமான கண்களையும் கூர்மையான மூக்கையும் இடுப்புவரை நீண்ட

சுருள்சுருளான தலைமயிரையும் சிலாகித்துப் பேசுவார்கள். அவர்கள் வீட்டினருகில் வசித்த பல சீனர்களுக்கு சிறிய கண்களும் கொஞ்சம் சப்பையான மூக்கும், அடர்த்தியில்லாத நேரான தலைமயிருமே இருந்தன. இந்த மூன்றுக்கும் முற்றிலும் மாற்றாக தனத்தின் தோற்றம் இருந்தது. தனத்தின் தோல்நிறம் மட்டும் கறுப்பாக இல்லாமல் அவள் கொஞ்சம் சிவப்பாய் இருந்திருந்தால் அவளுக்கு இருக்கும் முக லட்சணத்துக்குப் பெரிய பெரிய கோடீஸ்வரர்கள் வந்து கொத்திக் கொண்டு போயிருப்பார்கள் என்று பவுனம்மாள் அடிக்கடிச் சொல்வாள்.

தனம் நல்ல உயரமாக இருந்தாள். கிட்டத்தட்ட ஐந்து அடி எட்டு அங்குலம். பண்டிகைக் காலங்களில் பூப்போட்ட புடவையையும் கைவைக்காத ஜாக்கெட்டையும் அணிந்து கொண்டுவரும் அக்காவைப் பார்க்கச் சுகவனத்துக்குப் பெருமையாக இருக்கும். அக்காவுக்குப் படிப்பு அவ்வளவாக வராவிட்டாலும் புத்திக்கூர்மை அதிகம் இருந்தது. உயர்நிலை நான்காம் வகுப்பில் கேம்பிரிட்ஜ் சாதாரன நிலைத் தேர்வுகளோடு படிப்பை முடித்துக் கொண்டாள். பின்பு பவனம்மாளின் மேற்பார்வையில் வீட்டு வேலைகளையும் சமையலையும் பழகிக் கொண்டவள் ஆறுமுகத்திடம் கெஞ்சிக் கூத்தாடிக் காசு வாங்கினாள். புக்கிட் பஞ்சாங்கின் முக்கிய கடைத்தெருவில் பக்கிரிசாமி என்பவரின் மாவரைக்கும் கடைக்கு எதிரே இருந்த அசோகன் என்பவரின் வர்த்தகப் பள்ளிக்குச் சென்று ஆங்கிலச் சுருக்கெழுத்தும் தட்டச்சும் கற்றுக் கொண்டாள். அப்படி வர்த்தகப் பள்ளி வகுப்புகளுக்குப் போகும் நேரத்தில்தான் கோடீஸ்வரர்கள் வந்து கொத்திக் கொண்டு போக வேண்டிய தனம் அதே வர்த்தகப் பள்ளியில் கப்பல் வாணிபம் தொடர்பான வர்த்தக

மற்றும் துறைமுக ஆவணங்களைத் தயாரிப்பது எப்படி என்று கற்றுக் கொள்ள வந்த கே.எம். பங்குனி என்ற மலையாளப் பையனிடம் தனது மனதைப் பறிகொடுத்தாள்.

புக்கிட் பஞ்சாங்கில் மலையாளிகள் நிறைய பேர்கள் இருந்தார்கள். அவர்கள் பெரும்பாலோர் படித்தவர்களாக இருந்தார்கள். பங்குனியின் அப்பா மாதவ மேனோன் செலத்தார் ஆகாயப்படைத் தளத்திலிருந்து இயங்கிய பிரிட்டிஷ் விமானப் படையில் தலைமை ஸ்டோர்கீப்பராக வேலை பார்த்து வந்தார். பங்குனி அப்போதுதான் பல்கலைக் கழக புகுமுக வகுப்புத் தேர்வுகளை எழுதி முடித்திருந்தான். தேர்வின் முடிவுகளுக்காகக் காத்திருந்தான். அதில் அவன் சிறப்பாகத் தேறினால் அவனை இங்கிலாந்திற்குச் சட்டம் படிக்க அனுப்ப வேண்டும் என்று மேனோன் முடிவு செய்திருந்தார். எதிர்பாராத விதமாகத் தேர்வின் முடிவு கைவிட்டது என்றால் எதற்கும் உதவியாக இருக்கட்டும் என்று பங்குனியை அசோகனின் பள்ளியில் வர்த்தகப் படிப்புப் படிக்க அனுப்பி வைத்தார்.

அகலமான அழகிய கண்களைக் கொண்ட தனது அக்கா இன்று முதுமையால் ஏற்பட்ட தளர்வினால் பாதிக் குருடியாகி விட்டிருக்கிறாள். மூன்று வருடங்களுக்கு முன்னால் அவளுடைய கணவன் குணசேகரன் சாலை விபத்தில் காலமான பிறகு அவர்கள் நாற்பது வருடங்களாக வசித்த டங்கிளின் ஹால்ட் சாலை வீட்டில் தனியே வசிக்கிறாள். அவளுடைய நான்கு மகன்களுக்கும் திருமணமாகியிருந்தது. அவர்கள் நால்வரும் சிங்கப்பூரின் வெவ்வேறு வட்டாரங்களில் குடும்பத்துடன் வசிக்கிறார்கள். இரண்டு மாதத்திற்கு ஒருமுறை நேரம் கிடைத்தால் அம்மாவை வந்து பார்க்கிறார்கள். அவளுடன் அரைமணி நேரம் இருந்துவிட்டு

மீண்டும் வீட்டிற்குத் திரும்புகிறார்கள்.

கண்பார்வை மங்கியிருந்தபோதும் தனம் சமையல் மேடையைத் தடவித் தடவியாவது சந்தையிலிருந்து வாங்கி வந்திருக்கும் பொருட்களை முகர்ந்து பார்த்துக் கைகளால் ஆராய்ந்து அவர்களுக்காக முட்டை சம்பலும், கோழிப் பிரட்டலும், தண்ணிச்சாறும் சமைத்து விடுகிறாள். பிள்ளைகள் வீட்டுக்கு எப்போது வருவார்கள் என்று இருளோவென்று கிடக்கும் வரவேற்பறையின் ஓரமாய்ப் போடப்பட்டிருக்கும் பழைய சோபாவில் அமர்ந்தபடி பொறுமையாகக் காத்திருக்கிறாள். அவள் வீட்டின் சமையலறைச் சன்னல்களின் வழியே உயரமான கோபுரமும் அழகான நுழைவாயிலும் உடைய முனீஸ்வரன் கோவில் தெரிகிறது. ஆனால் தனத்தால் கோவிலுக்குப் போக முடியாது. சாலையைக் கடக்கும்போது கண்பார்வை சதி செய்துவிடலாம். வாய்வால் பழுத்துப்போன முழங்கால் மூட்டுகள் படிகளில் ஏறும்போதோ இறங்கும்போதோ செயலிழந்து போகலாம்.

ஓரிடத்திலிருந்து மற்றொரு இடத்திற்கு நடக்கத் தனக்கு இன்னமும் மிஞ்சியிருக்கும் கொஞ்ச நஞ்ச சக்தியைத் தனம் தனது வீட்டுக்கு இரண்டு மாதங்களுக்கு ஒருமுறை வரும் மகன்களுக்காகவும் அவர்களுடைய மனைவிகள் குழந்தைகளுக்காகவுமே செலவிடுகிறாள். அவர்கள் வருவதாய்ச் சொல்லியிருக்கும் நாட்களில் அதிகாலையில் எழுந்து தங்களின் ஹால்ட் சாலையின் கடைசியில் இருக்கும் சந்தைக்கு மெல்ல நடந்து போய் கோழியும் முட்டையும் கீரையும் வாங்கி வருகிறாள். குணசேகரன் எப்போதோ வாங்கிப் போட்ட பழைய கேஸ் ஸ்டவ்வைப் பற்ற வைத்து உணவுப் பொருட்களைத் தடவியும் முகர்ந்து பார்த்தும் ஆராய்ந்து தயார்

செய்து சமைக்கிறாள். பிறகு சமைத்த உணவைப் பானைகளில் எடுத்து வைத்து அவர்கள் எல்லோரும் தனது வீட்டிற்கு வருவதற்காகப் பொறுமையாகச் சோபாவில் அமர்ந்தபடி காத்திருக்கிறாள். சில நாட்களில் அவர்கள் சொன்னபடி வராமல் போகலாம். பாவம், குழந்தைகள். அவர்களுக்கு வேலை இருக்காதா என்ன?

குணசேகரன் காலமானதற்குப் பிறகு தனம் தனது வீட்டின் எதிரில் இருக்கும் முனீஸ்வரன் கோவிலுக்கோ வேறு எந்தக் கோவிலுக்குமோகூடப் போவதில்லை. சமையலறைச் சன்னலில் நின்றபடியே முனீஸ்வரனைக் கையெடுத்துக் கும்பிடுகிறாள். அந்தப் பிரார்த்தனையும் தனது மகன்களுக்காகவும் அவர்களுடைய குடும்பங்களுக்காகவுமே இருக்கிறது.

பங்குனியைக் காதலித்த நேரத்தில் விருந்தாளிகள் யாரோ வீட்டில் விட்டுவிட்டுப் போன பழைய இந்தியன் மூவி நியூஸ் இதழில் அச்சிடப்பட்டிருந்த மலையாள நடிகையின் புகைப்படத்தில் காட்டப்பட்டிருந்ததுபோலவே தன்னுடைய அகலமான அழகிய கண்களுக்கு பளிச்சென்று தெரியும்படி மையிட்டுக் கொண்டாள். நெற்றிக்கு இட்டுக் கொள்ளும் வண்ணப் பொட்டின் அளவைச் சிறியதாக்கினாள். அதன் கீழ் மிக மெல்லியதாய் சந்தனத்தைத் தீற்றினாள். பவுனம்மாளின் கடும் எதிர்ப்பையும் மீறி சுருள்சுருளாக இடுப்புவரை நீளும் தனது கூந்தலை சீவி முடியாமல் இருந்தாள். கை வைத்த ஜாக்கெட்டுகளோடு புடவை கட்டிப் பழகியவள் சிராங்கத்திலிருந்து மலையாள டெய்லர் ஸ்டான்சிலாஸின் தையற்கடைக்குப்போய் கைவைக்காத அரை டஜன் ஜாக்கெட்டுகளைத் தைத்துக் கொண்டாள். முகத்தில் அடிக்கும் நிறங்கள் என்று அவள் கருத ஆரம்பித்திருந்த மஞ்சள், பச்சை, சிவப்பு

சித்துராஜ் பொன்ராஜ்

நிறச் சேலைகளை ஒதுக்குவிட்டு வெள்ளை நிறத்தை அடிப்படையாகக் கொண்ட அல்லது வெளிர் நீலம், மஞ்சள், பச்சை வண்ணங்களில் சேலை உடுத்தினாள். பல நேரங்களில் இந்தியன் மூவி நீயூஸில் காட்டப்பட்ட நடிகை அணிந்திருந்ததைப்போல வெள்ளை நிற பிளவுஸ்ஸும் மிடியும் அணிந்து வெளியில் போய் வந்தாள். தனத்தின் பேச்சில் மலையாள உச்சரிப்பின் சாயல் தோன்றி வளர்ந்தது. சிங்கப்பூர் வானொலிக் கழகத்தின் தமிழ் வானொலிச் சேவைக்கு நடுவே பிற்பகல் நாலரை மணிக்கு ஒலிபரப்பாகும் மலையாளப் பாடல்களைச் சத்தம் அதிகமாக வைத்துக் கேட்க ஆரம்பித்தாள்.

சிந்நும் வெண்தாரத்தின் ஆனந்த வேளா

எங்கும் மலர்ச்சரம் ஆடுன்ன வேளா

அடிகளும் உதைகளும் அவர்மீது சரமாரியாய் விழுந்து கொண்டிருகந்த நேரத்தில் மறுபடியும் சுகவனத்துக்குள் காரணமே இல்லாமல் பாடல் ஒலித்தது. சுகவனம் மார்புக்குக் குறுக்கே கைகளைப் பெருக்கல் குறிபோல் வைத்துத் தரைக்கு முகம்காட்டிச் சிறு முனகலுடன் திரும்பிக் கொண்டார். இசையைப்போலவே வன்முறையும் தாக்கப்படுபவரைத் தனக்குள்ளிருந்து வெளியேறி சொற்களுக்கு அடங்காத ஏகாந்தத்தில் நிற்க வைக்கிறது. அவரை அடித்துக் கொண்டிருந்தவர்களுக்குக் களைப்பு ஏற்பட்டதாகத் தெரியவில்லை. தனது ஊரின் மிகச் சிறிய பகுதியாக இருக்கும் மறைவான சிறு புள்ளியைப்போன்ற இடத்தில் தனது உடல் சகலவிதமான வன்முறை உத்திகளும் பயன்படுத்தித் தாக்கப்படுவதை உடலிலிருந்து கழன்று போய் தூண்களுக்கு அருகே நின்று தன்னைச் சுற்றிச் சூழ்ந்திருந்த மாபெரும் தனிமையை சிறு குழந்தைபோல் ஆரத் தழுவியபடி பார்த்துக் கொண்டிருந்தார்.

தனமக்கா பங்குனி மேனோனோடு கொண்டிருந்த காதலின் தொடக்கமும் முடிவும் சுகவனத்தின் கண்களுக்கு முன் பலவிதமான வடிவக்கோர்வைகளாகக் கலந்து பிரியும் கரும்சாம்பல் தரையையும் வெள்ளை நிற வெயிலையும்போல் குழப்பமாகவே இருந்தன. தனம் பங்குனியுடன் காதல் வயப்பட்டிருந்த நேரத்தில் சுகவனம் உயர்நிலைப் பள்ளிப் படிப்பை முடித்துத் தேசியச் சேவை அழைப்புக்காகக் காத்திருந்தார். பதினேழு வயது பூர்த்தியான அனைத்து ஆண் குடிமக்களுக்கும் தேசிய சேவை அழைப்பத் தாங்கிவரும் எஸ்.ஏ.எஃப் 100 என்ற கடிதம் வருவது நிச்சயம். ஆனால் அந்தக் கடிதம் எப்போது வரும் என்பதுமட்டும் உறுதியாகத் தெரியாமல் இருந்தது. கட்டாயத் தேசிய சேவை என்பதே மிக அண்மையில்தான் அமுலுக்கு வந்திருந்ததால் அதன் நடைமுறைகளைப் பற்றி யாருக்கும் அவ்வளவாய்த் தெரிந்திருக்கவில்லை.

தேசிய சேவைக்குத் தகுதியான வயதையுடைய மகன்களை உடைய பெற்றோர்கள் கவலை மிகுந்த முகங்களுடன் ஒருவருக்கொருவர் இரண்டரை வருடக் கால தேசிய சேவைப் பயிற்சிகளைப் பற்றி அதிகமாகப் பேசிக் கொண்டார்கள். அவர்கள் பேச்சில் சரிபாதி கற்பனையும் பீதியும் கலந்திருந்தன. தங்கள் பிள்ளைகள் இன்னின்ன பயிற்சிகளுக்கு அனுப்பப்பட்டால் வெளுத்து வாங்கிவிடுவார்கள் என்ற பேச்சிருந்தது. சில பயிற்சிகளில் சேர்ந்தால் உயிருக்கு ஆபத்துக்கூட நிகழலாம். இரவு உணவைச் சேர்ந்து சாப்பிடும்போதும், வீட்டில் பிள்ளைகள் சும்மா இருக்கும்போதும் அம்மாக்களும் அப்பாக்களும் பிள்ளைகளிடம் வலியப் போய்ப் பேச்சுக் கொடுத்தார்கள். வளர்ந்த பிள்ளைகளின் தலைகளை

ஆதரவாகத் தடவித் தந்தார்கள். ஏன் சாப்பிடாமல் இருக்கிறாய் என்றார்கள். நிறைய சாப்பிட்டால்தானே இராணுவச் சேவையில் சேரும்போது பலமிருக்கும் என்று கவலைப்பட்டார்கள். பெற்றோர்களில் ஒரு பகுதியினர் தேசியச் சேவையைக் கட்டாயமாக்கியிருக்கும் அரசாங்கத்தைத் திட்டினார்கள். ஆனால் 'உன் பிள்ளைக்கு உள்ளதுதானே என் பிள்ளைக்கும்' என்று பணக்காரன், ஏழை, படித்தவன், படிக்காதவன், இனம், மதம், மொழி என்று பேதமில்லாமல் எல்லா ஆண் குடிமக்களையும் தேசிய சேவைக்கு அழைத்த சட்டம் அவர்களை வாயடைந்து போகச் செய்தது. சிங்கப்பூரின் மற்ற பகுதிகளைப் போலவே இனப்பிரிவுகளும் மொழிப்பிரிவுகளும் தெளிவாய் நடைமுறையிலிருந்த புக்கிட் பாஞ்சாங்கிலும் எல்லா ஆண் குடிமக்களுக்குமான கட்டாயத் தேசியச் சேவை சமுதாயப் புரட்சியை நிகழ்த்தியது.

சுகவனமும் அவருடைய நண்பர்களும் இராணுவத்திடமிருந்து வரப்போகும் கடித உறைக்காகக் காத்திருந்தார்கள். கடிதம் வந்த பின்பு டெப்போச் சாலையில் இருக்கும் தற்காப்பு அமைச்சின் மத்திய ஆள்பல அலுவகத்துக்கு மருத்துவ பரிசோதனைக்காகப் போக வேண்டும் என்று சுகவனத்தின் நண்பர்கள் பேசிக் கொண்டார்கள். அந்தக் கடித்தத்தில்தான் எல்லாம் இருக்கிறதாம். மத்திய ஆள்பல முகாமில் உள்ள மருத்துவரின் தீர்ப்பின்படிதான் உடல்வலு உள்ளவர்கள் கடினமான இராணுவப் பயிற்சிகளுக்கும், உடல்நலம் குன்றியவர்கள் எழுத்தர், சமையற்காரன், லாரி ஓட்டுநர் போன்ற கொஞ்சம் லகுவான பணிகளுக்கும் அனுப்பப்படுவார்கள் என்று பேச்சிருந்தது.

மூன்று மாத அடிப்படை இராணுவப் பயிற்சி மட்டும்தான் கொஞ்சம் கஷ்டம். வார இறுதிகளில்தான் வீட்டிற்கு வர முடியும். பயிற்சி முடிந்து ஆண்டவன் புண்ணியத்தில் டிரைவராகவோ, சமையற்காரனாகவோ, எழுத்தராகவோ ஆகிவிட்டால். தினமும் மாலையில் வீட்டிற்கு வரலாம். சனிக்கிழமைகளில் அரைநாள் மட்டுமே வேலை. மற்ற நேரங்களில் வீட்டில் குடும்பத்தோடு இருக்கலாம். இராணுவப் பயிற்சிக்கு இராணுவப் பயிற்சியுமாகும். அதே சமயம், லாரி ஓட்டுவதையோ, சமைப்பதையோ இராணுவத்தில் இலவசமாகக் கற்றுக் கொண்டால் பிறகு வருமானத்துக்கும் உதவியாக இருக்கும்.

உடல்நிலை மிகச் சரியாக இருப்பவர்கள் பாவம் செய்தவர்கள். தேசியச் சேவைக்குண்டான இரண்டரை வருடங்களும் அவர்கள் பெரும்பாலும் முகாமிலேயே கடினமான பயிற்சிகளை மேற்கொள்ள வேண்டியதாக இருக்கும். கனமான முதுகுப்பையையும், கைத்துப்பாக்கிகளையும் தூக்கிக் கொண்டு காட்டிலும் மேட்டிலும் அலைய வேண்டியதாக இருக்கும். பயிற்சித் திடலில் பல நாட்களாகச் சேற்றில் புரண்டுவிட்டு வீட்டுக்கு வரும் வேளையில் அடைசலாக இருக்கும் பொதுப்பேருந்தில் ஏறினால் சுற்றியுள்ளவர்கள் உன் சீருடையின்மீது வீசும் வியர்வை நாற்றத்திற்காக முகம் சுளித்து உன்னிடமிருந்து தள்ளிப் போவார்கள்.

இராணுவத்தில் நீ என்னவாகப் போகிறாய்

சமையற்காரன், எழுத்தன் அல்லது வாகன ஓட்டுநன்!

என்றவரிகள் முழுநேரத் தேசியச் சேவையாளர்கள் கொதிக்கும் சிங்கப்பூர் வெயிலில் முழு ராணுவக் கவசத்தை அணிந்து கனமான

முதுகுப் பையையும் ரைஃபிளையும் சுமந்து கொண்டு தீவைச் சுற்றி ரூட் மார்ச் போகும்போது பாடும் நடைபாடல்களில் வேடிக்கைக்காகச் சேர்க்கப்பட்டன. முன்னால் நடக்கும் வீரன் 'இராணுவத்தில் நீ என்னவாகப் போகிறாய்?' என்று ராகத்துடன் இழுக்க அவனுக்குப் பின்னால் வருபவர்கள் 'சமையற்காரன், எழுத்தன், ஓட்டுநன்' என்று உரக்கச் சொன்னார்கள்.

சுவா சூ காங்கில் வசித்துவந்த லட்சுமியம்மாவின் மகன் சுந்தரம் அடிப்படை இராணுவப் பயிற்சுக்குப்பின் தீவின் கிழக்குப் பகுதியிலிருந்த பிடோக் முகாமில் லாரி ஒட்டுநராக நியமிக்கப்பட்டிருந்தான். தேசியச் சேவைக்காகக் காத்திருந்த மற்ற பையன்களின் பெற்றோர்களில் சிலர் லட்சுமியம்மாவைப் ஒருவகைப் பொறாமையுடன் பார்த்தார்கள். 'சுந்தரத்துக்கிட்டப் போய் பேச்சுக் கொடுத்து என்ன ஏதுனு தெரிஞ்சுகிட்டு வாயேன்' என்று பவுனம்மாள் சுகவனத்தைத் தூண்டிக் கொண்டே இருந்தாள்.

இராணுவ நடைப்பாடலின் வரிகள் இப்போது சுகவனத்தின் மனதிற்குள் அர்த்தமில்லாமலே மீண்டும் மீண்டும் ஓட ஆரம்பித்தன. தேசியச் சேவைக்குப் போகவிருந்த எல்லா ஆண்களும் கடினமான இராணுவப் பயிற்சிக்கு உள்ளாகாத எழுத்தராகவோ, சமையற்காரராகவோ, ஓட்டுநராகவோ, ஸ்டோர் கீப்பராகவோ ஆவதுதான் தங்கள் லட்சியம் என்றார்களே தவிரத் தேசியச் சேவைக்குப் போனவுடன் எது மிகக் கடினமான படைப்பிரிவோ அதில் சேர்ந்து பெரிய பதவியைப் பெற முயன்றார்கள். பயிற்சி முடிந்தவுடன் தேசியச் சேவையாளர்களுக்குப் பதவிச் சின்னங்களை வழங்கும் நிகழ்வுகளில் அவர்களுடைய பெற்றோர்கள் ஆடம்பரமான ஆடைகளை அணிந்து சிரித்த முகத்துடன் கலந்து

கொண்டார்கள். பயிற்சிகளை முடித்த தமது பிள்ளைகளின் தோள்களிலும் சட்டையின் கைப்பகுதியிலும் பதவிச் சின்னங்களை முகம் கொள்ளாத பெருமையுடன் பொருத்தினார்கள்.

முக்கிய இராணுவ நிகழ்ச்சிகளில் மட்டும் பயன்படுத்தப்படும் கறையில்லாத வெள்ளைச் சீருடையை உடுத்திக் கொண்டு ஒவ்வொருவரின் படைப்பிரிவையும் பிரித்துக்காட்டும் வண்ணமுள்ள துணித்தொப்பியை அணிந்தபடி நெஞ்சு நிமிர்த்தி வாய் நிறைந்த சிரிப்போடு நிற்கும் மகனுடன் புகைப்படம் எடுத்துக் கொண்டார்கள்.

எதுவும் தொடங்கும்வரைதான் அது கடினம். தொடங்கிக் கொஞ்ச காலம் கடந்த பிறகு உடம்பில் விழும் அடிகூடப் பழகிவிடுகிறது.

சுகவனம் தேசியச் சேவைக்குப் போகவிருந்த சூழ்நிலையில் தனத்தின் காதல் ஆறுமுகத்திடமும் பவுனம்மாளிடமும் எந்தக் கவனமும் பெறாதது ஆச்சரியமில்லைதான். தனத்திடம் ஏற்பட்டிருந்த மாற்றங்களைப் பவுனம்மாள் கவனித்தாரே தவிர அவர் அவற்றைக் காதல் நோயின் அறிகுறிகளாகக் கருதவில்லை. இருபது வயதை எட்டிய பெண்களின் வழக்கமான கிறுக்குத்தனங்களில் ஒன்றாகத்தான் தனத்திடம் ஏற்பட்டிருந்த மாற்றத்தைப் பவுனம்மாள் பார்த்தாள். தனத்தின் நடவடிக்கைகளைப் பற்றி கவலை தெரிவித்த ஆறுமுகத்திடமும் அந்த மாற்றங்களை வெறும் கிறுக்குத்தனமாகப் பார்க்கவே பவுனம்மாள் ஆலோசனை தந்தார்.

அறுப்புக்குத் தயாராகிவிட்ட வாத்துத் தானே வெளியே வரும் என்று சீனர்களிடையே பழமொழி ஒன்று இருந்தது. அந்த வாக்கியத்தின்படி ஒன்பதரைக் கல்லில் இருந்த ஈயமலை ஆண்டவர்

கோவிலில் வழிபாட்டிடத்தில் பங்குனியையும் தனத்தையும் சேர்த்துப் பார்த்ததை ஆறுமுகத்தின் நண்பர் ஒருவர் அவரிடம் சொன்னார்.

தனமக்கா பங்குனியுடன் கொண்டிருந்த காதலின் கடைசி அத்தியாயம் சுகவனத்தின் நினைவுகளில் மிகத் துல்லியமான காட்சிகளாகப் பதிந்திருக்கிறது. மாலை நேரத்தில் வேலை முடிந்து வீட்டுக்கு வந்த ஆறுமுகம் முகத்தில் மிகப் பெரிய கோபம் வெளிப்பட வலது கரத்தை தன் உடம்புக்கு முன்பு நீட்டியபடி தரையிலிருந்து எம்பிக் குதித்துத் தனமக்காவை நோக்கிப் பாய்கிறார். அவர் கைவிரல்கள் தீப்பற்றியதைப்போல் சிவந்து விறைப்பாய் இருக்கின்றன. வழக்கம்போல் வீட்டில் பூப்போட்ட மேல்சட்டை கணுக்கால்வரை நீண்டிருக்கும் பாவாடை என்று மலாய் உடையில் இருக்கும் பவுனம்மாள் வாயை அகல திறந்து வைத்துக் கொண்டுசிரிக்கிறாள். ஆனால் அவள் வாயிலிருந்து சிரிப்புச் சத்தம் வரவில்லை. அதற்குப் பதிலாகச் சிரிப்பு உச்சத்தை அடையும்போது தனது பெரிய கைகளை விரித்து வைத்துக் கொண்டு மீண்டும் மீண்டும் தனது தலையில் அடித்துக் கொள்கிறாள்.

அடுத்த ஒரு வாரத்துக்குப் பகலிலும் இரவிலும் செம்பாவாங்கிலும் மார்சிலிங்கிலும் வசிக்கும் நண்பர்களும் தூரத்துச் சொந்தக்காரர்களும் வீட்டிற்கு வருகிறார்கள். வீட்டின் நடுக்கூடத்தில் அமர்ந்து தங்களுக்குள் மிகவும் தாழ்ந்த குரலில் விவாதிக்கிறார்கள். இப்படி ஒரு முறை வந்திருந்தவர்களோடு ஆறுமுகமும் பவுனம்மாளும் கைகளை அசைத்து அபிநயம் பிடித்தபடி விவாதம் செய்யும்போது தனமக்கா திடீரென்று தனது படுக்கையறையின் கதவைத் திறந்து ஏதோ புதுமையைக் கண்டு விட்டவள்போல் வாசல் கதவைத் தாண்டி ஓடுகிறாள். வீட்டுக்கு வெளியில் இருக்கும் விளிம்புச்

சுவரில் ஒரு காலை வைத்து ஏறித் தனக்கு மட்டுமே தெரியும் அந்த புதுமையான விஷயத்தை நெருங்கிவிடத் துடிக்கிறாள். காற்பந்தாட்டத்தில் சிக்கலான ஒரு கட்டத்தில் வெற்றிகரமான கோல் செலுத்திய வீரனை அவனுடைய குழு விளையாட்டாளர்கள் கட்டிப் பிடித்துப் பாராட்டுவதைப்போல் வீட்டிலிருப்பவர்களும் அண்டை வீட்டுக்காரர்களும் அவளை ஓடி அரவணைத்துக் கொள்கிறார்கள்.

ஒரு நாள் மாதவ மேனோனையும் அவரைச் சேர்ந்தவர்களையும் சந்திக்க பத்தாவது மைலில் ஆறுமுகமும் மற்றவர்களும் சட்டையை முழங்கைவரை மடித்துவிட்டுச் சட்டைக் காலர்களைச் சரிசெய்தபடி கிளம்புகிறார்கள். கால்சட்டைகளுக்கு வெளியே தொங்கிக் கொண்டிருக்கும் சட்டை நுனிகளையும் கலைந்த தலைமயிரையும் சரிசெய்தபடி மீண்டும் வீட்டுக்குள் நுழைகிறார்கள். ஆறுமுகம் பவுனம்மாளிடம் டீ ஆற்றச் சொல்கிறார். தேநீருக்காகக் காத்திருக்கும் வேளையில் அவர்கள் முகங்களில் மிகப் பெரிய பொலிவு தென்படுகிறது. யாருக்கோ நல்ல பாடம் புகட்டிவிட்டதாகப் பேசிக் கொள்கிறார்கள். தமிழன்னா ஏமாளியா என்கிறார்கள். மலையாளத்தான் புத்தியைக் காட்டிட்டான் பார்த்தியா என்று ஒருவர் மற்றவருடைய முதுகைத் தட்டி ஆனந்தமாக அளவளாவுகிறார்கள்.

நேஷனல் சர்வீஸுக்குப் பிள்ளையை அனுப்பப் போறதில்லையாம். சிங்கப்பூர் சிட்டிசன வெட்டிட்டு இங்கிலாந்துல படிக்க அனுப்பப் போறானாம். தாயொளி.

இந்தக் கடைசித் தகவல்தான் தனமக்காவை மிக அதிகமாகப் பாதித்தது. தனமக்கா இடைக்காலத்தில் தன் தோற்றத்தில் செய்து கொண்ட அத்தனை மாற்றங்களையும் ஒரே இரவில் கலைத்தாள். கண்களுக்கு வழிய வழிய மை தீட்டிக் கொள்வதைத் துறந்தாள்.

சந்தனக் கீற்றை அணிவதை நிறுத்தினாள். அவள் அணியும் சேலைகள் மீண்டும் பழைய வண்ணங்களுக்கு மாறின. நாலரை மணிக்கு வானொலியில் மலையாளப் பாடல்கள் கேட்க ஆரம்பித்தால் அவசரமாகப் போய் ரேடியோ குமிழைத் திருகி அணைத்தாள்.

கோடீஸ்வரர்கள் வந்து கொத்திக் கொண்டு போவார்கள் என்று பவுனம்மாள் எதிர்ப்பார்த்த தனமக்காவை இரண்டே மாதத்தில் ஆறுமுகத்தோடு கப்பல் கம்பெனியில் வேலை பார்க்கும் பக்கிரிசாமியின் மகனான டெலிபோன் வயர்மேன் குணசேகரன் கொத்திக் கொண்டு போனான். அவர்கள் திருமணம்கூடக் காதும் காதும் வைத்ததுபோல் ஏதோ ஒரு அதிகாலை நேரத்தில் ரயில்வே பாதைக்கு ஓரமாய் இருந்த பழைய குவின்ஸ்டௌன் முனீஸ்வரன் கோவிலில் நடந்தது. தனமக்காவின் கழுத்தில் தாலி ஏறிய போது ஆறுமுகம் கண்களில் நீர்வழிய பக்கிரிசாமியின் கைகளைத் தனது கைகளுக்குள் பொத்திக் கொண்டார். சுற்றி நின்று இந்தக் காட்சியைக் கவனித்த சொற்ப வருகையாளர்களுக்குச் சம்பந்திகளிடையே நல்ல அன்னியோன்னியம்தான் என்று சொல்லத் தோன்றியது.

தனமக்கா குனிந்த தலை நிமிராமல் குணசேகரனின் அருகில் மாலையும் கழுத்துமாக நின்றிருந்தாள்.

ஆசா சுந்தர கல்பன ஸ்வப்னம்

ஜீவித யாத்ரா

மதுராஷா தூக்குன்ன கோமள வேளா

எங்கும் மலர்ச்சரம் ஆடுன்ன வேளா

அவர்களுக்குப் பின்னாலிருந்து 'ஹோ ஹோ' என்று குரல் கேட்டது. ஆனால் யார் கத்தினார்கள் என்று தெரியவில்லை. மூவரும் களைத்திருந்தார்கள். குரல் கேட்டதும் தலைவன்போல் இருந்த உயரமானவன் கையை உயர்த்திக் காட்டினான். மற்ற இருவரும் தரையில் கிடந்த சுகவனத்தை உதைப்பதை நிறுத்திவிட்டு அவன் பக்கத்தில் போய் நின்று கொண்டார்கள்.

தலைவன்போல் இருந்தவன் தீனமான குரலில் முனகியபடி கிடந்த சுகவனத்தின் அருகில் குனிந்து அமர்ந்தான்.

"நேத்து அந்தக் கிராப் பொடியன அடிச்சதைப் போலீசு கிட்டப் போயி சொன்னதுக்காகத்தான் இந்த அடி. இன்னைக்கு நடந்ததையும் போய்ச் சொன்னேனு வச்சுக்க. உன் வீட்டுக்குள்ள புகுந்து அடிப்போம். நிச்சயமா செத்துப் போயிருவே. கிழட்டுப் பொணம்."

சுகவனத்தின் தலையின் உச்சியில் இருந்த முடியை ஒரு கையால் கொத்தாய்ப் பிடித்து முன்னும் பின்னும் உலுக்கிவிட்டு மீண்டும் தரைமீது பொத்தென்று விழச் செய்தான். சுகவனத்தின் தலை ரப்பர் பந்தைப் போலவே ஓரிரு முறைகள் தரைமீது மோதிப் பின் அடங்கியது. மூன்று இளைஞர்களும் சுற்றும் முற்றும் பார்த்தபடி அந்த இடத்தை விட்டு மெல்லக் கலைந்தார்கள்.

முன்பு குரல் கொடுத்த பங்களாதேசத்துத் துப்புரவு தொழிலாளி தூணுக்குப் பின்னாலிருந்து வெளியில் வந்து சுகவனம் அருகில் நடந்தார். சுகவனத்தின் உடைகளின்மீது அவரை மிதித்த சப்பாத்துக்களின் சேறு பதிந்த சுவடுகள் பொன்னிற இலைகளாகத் தூவப்பட்டிருந்தன. கன்ன மேட்டிலும் நெற்றிப் பொட்டிலும் ஏற்பட்ட காயங்களில் ரத்தம் கட்டி அழகிய நீல நிறப் பூக்களாய் வீங்க

சித்துராஜ் பொன்ராஜ்

ஆரம்பித்திருந்தன. தரையை நோக்கித் திருப்பியிருந்த அவருடைய மூக்குக்கும் வாய்க்கும் ரத்தமும் கோழையும் சிந்தியிருந்தன. மூன்று இளையர்களும் இடுப்பில் மிதித்ததில் அங்குள்ள எலும்பில் ஏதெனும் விரிசல் விட்டிருக்க வேண்டும். இடுப்பை மட்டும் மற்ற உடல் பாகங்களிலிருந்து தனியாகப் பிரித்து வைத்துக் கிடப்பதுபோல் சுகவனம் கிடந்தார். முற்றிலும் கலைந்து நெட்டுக்குத்தி நின்ற அவர் தலைமயிர் சுகவனம் தரையைத் தழுவிக் கொண்டிருந்த போது தரையிலிருந்து எதிர்பாராமல் பாய்ந்த மின்சாரம் அவரைத் தாக்கிவிட்டது போன்ற தோற்றத்தைத் தந்தது.

யூனுஸ் முஹம்மது தன் கையிலிருந்த கூட்டுமாறை அருகிலிருந்த சுவரில் சாய்த்து வைத்தான். காதிலிருந்து கால்சட்டைப் பாக்கெட்டுக்குள்ளிருந்த கைத்தொலைபேசிக்கு நீண்டிருந்த வயரைக் காதிலிருந்து கழற்றினான். குனிந்து கொண்டே சுகவனத்தின் அருகில் அமர்ந்தான்.

கட்டையான உருவம். வங்காளிக்கு உரிய வட்ட வடிவ முகம். சற்றே உப்பலான கன்னங்கள். வெளிச்சம் பொங்கி வழிந்து கொண்டிருக்கும் முட்டைக் கண்கள்.

தன்மீது யூனுஸின் நிழலாடுவதைக் கண்டு தன்னை மறுபடியும் முன்பு அடிக்க வந்த இளையன்தான் வருகிறான் என்று நினைத்த யூனுஸ் தன் முகத்திற்கு நேராக கைகளை உயர்த்திக் கொண்டு விம்மினார்.

‘‘அங்கிள், அங்கிள்’’ யூனுஸ் சுகவனத்தின் தோளைத் தொட்டு மெல்ல உலுக்கினான். பின்பு கையை வெடுக்கென்று பின்னுக்கு இழுத்துக் கொண்டான்.

இந்த இடத்தில் வசிப்பவர்களில் சிலபேர் அடுக்குமாடி வீடுகளின் தரைத்தளங்களையும் சுற்றியுள்ள பகுதிகளிலும் நடக்கும்போது யூனுஸ் போன்ற துப்புரவுத் தொழிலாளர்கள் தங்கள் அருகில் வருவதை விரும்புவதில்லை. சில நேரங்களில் எதிர்ப்பாராத விதமாகத் தரையைக் கூட்டிக் கொண்டிருக்கும்போது கடந்து போகிறவர்களின் மீதுகூட்டுமாற்றுக் கட்டையின் நுனியோ, யூனுஸ் உருட்டிக் கொண்டு போகும் குப்பைத் தொட்டி வண்டியின் ஓரமோ, யூனுஸின் கையோ பட்டால் அவர்கள் எரிந்து விழுவார்கள் சிலர் யூனிஸ் வேலை பார்த்த துப்புரவு காண்ட்டிராக்ட் நிறுவனத்தின் மேலிடம்வரைப் போய் புகார் கொடுத்திருக்கிறார்கள்.

அதே சமயம், சீனப் பெருநாள், ஈத் உல் ஃபித்ரி, ஈத் உல் ஆதா, தீபாவளி, கிறிஸ்துமஸ் பண்டிகைகளுக்கு இவனைப் போன்ற துப்புரவுத் தொழிலாளிகளைத் தேடி வந்து டப்பர் வேர் பெட்டியில் பலகாரங்களையும், அங் பௌ என்று சீனர்களால் அழைக்கப்படும் சிவப்பு நிறக் கவரில் கொஞ்சம் பணத்தையும் வைத்துக் கொடுப்பவர்களும் உண்டு.

விநோதமான ஊர். இதில் கீழே கிடப்பவர் எந்த ரகம் என்று யூனுஸுக்குத் தெரியவில்லை.

குரல் வித்தியாசத்தை உணர்ந்து கொண்ட சுகவனம் தரையைப் பார்த்துக் கொண்டிருந்த நிலையிலிருந்து மெல்லத் திரும்பினார். உடலின் ஒவ்வொரு அசைவும் அவருக்கு மிகப் பெரிய வலியை ஏற்படுத்தியது. திரும்பியவர் தனக்கு மேலே மிதந்துகொண்டிருந்த யூனுஸின் முகத்தைப் பார்த்தவுடன் ஆழப் பெருமூச்சு விட்டார். வெளியிலிருந்து தரைத்தளத்துக்கு உள்ளே பொலிந்து கொண்டிருந்த சூரிய வெளிச்சத்தில் யூனுஸின் முகம் ஜோதி மிகுந்ததாகத்

தோன்றியது.

சுகவனம் தனது உடலில் இருக்கும் சக்தியை எல்லாம் முகத்துக்கு வரவழைத்தார். தன்னைக் கவலையோடு பார்த்துக் கொண்டிருந்த யூனுஸ் இருந்த திக்கில் மெல்லிய புன்னகை ஒன்றைக் கசிய விட்டார். சுற்றி இருக்கின்ற பொருள்களைத் துல்லியமாகப் பார்ப்பதில் சிரமம் ஏற்பட்டிருப்பதைப்போல் சுகவனத்துக்குத் தோன்றியது. யூனுஸ் உட்பட அவருக்கு பொருள்கள் யாவும் மங்கலாகவே தெரிந்தன.

சுகவனம் தனது கண்களை பல முறைகள் மூடி மூடித் திறந்தார்.

யூனுஸ் சுகவனத்திற்கு தன் கையைக் கொடுத்து அவர் எழுந்து கொள்ள உதவினான். அப்படித் தரையிலிருந்து மெல்ல எழும்போதே தன் தலைமயிருக்குள் விரல்களை விட்டுக் கலைந்திருந்த தலைமுடியைப் படிய வைக்க முயன்றார். சட்டைக் காலரின் நுனிகளை விரல்களால் பிடித்து ஓரிரு முறைகள் உலுக்கி உடுப்பைச் சரிசெய்து கொண்டார். பாதி எழுந்துவிட்டிருந்த சுகவனத்தின் உடலைத் தனது தொடையின்மீது தாங்கிக் கொண்டு யூனுஸும்கூட சுகவனத்தின் உடைகளின்மீது படிந்திருந்த அழுக்குகளையும் மண் துகள்களையும் தட்டிவிட்டான்.

தரைத்தளத்தின் அகலமான தூண்களுக்குப் பின்னாலிருந்த அகண்ட வானத்திலிருந்து தரைத்தளத்தின் சாம்பல் நிற இருட்டுக்குள் பொழிந்து கொண்டிருந்த சூரிய கிரணங்களுக்குச் சுகவனம் முகத்தைத் திருப்பிக் கொண்டார். யூனிஸின் தொடையில் சாய்ந்து தரையில் கால் நீட்டிப் படுத்திருந்தார். யூனுஸ் சுகவனத்தின் இரண்டு பக்கமாகவும் இறைஞ்சுவதைப்போல் கைகளை நீட்டித் தலையை லேசாய்ச் சாய்த்தபடி அவர் முகத்தையே கவலையுடன் பார்த்துக்

கொண்டிருந்தான்.

''கெட்ட பையன்ங்க'' என்றான் யூனுஸ், சுகவனத்தின் பிடறியில் ஒட்டியிருந்த காய்ந்த கரப்பான்பூச்சிச் சிறகு ஒன்றை விரலால் அப்புறப்படுத்திக் கொண்டே.

சுகவனத்துக்கு ஆச்சரியமாக இருந்தது. காலி இருமல் மருந்து பாட்டில்களை தனது பைக்குள் வைத்திருந்த கிராப் டெலிவரி பையனை அந்த மூன்று இளையர்களும் அடிப்பதை அவர் பார்த்தது உண்மைதான். அது யதேச்சையாக நடந்தது. ஆனால் அதைப்பற்றி அவர் போலீஸிடம் போகவில்லை. ஆனால் அவர் போனதாக அந்த இளைஞர்கள் நினைத்திருக்கிறார்கள். அல்லது அவர்களுக்கு அப்படிச் சொல்லப்பட்டிருக்கிறது. இப்படிப்பட்ட குண்டர் கும்பல்களுக்குள்ளே காட்டிக் கொடுப்பதைவிட மோசமான குற்றம் வேறெதுவும் இல்லை என்று அவர் கேள்விப் பட்டிருக்கிறார்.

சுகவனம் முந்தைய நாள் அடிவாங்கிய பிறகும் கொஞ்சம்கூட கம்பீரம் குறையாமல் தன்னை முறைத்துப் பார்த்த பையனை நினைத்துக் கொண்டார். மிக மூர்க்கமாகத் தாக்கப்பட்டும் கம்பீரம் குறையாமல் இருக்கிறான் என்றால் அவன் அதற்கு முன்பு எத்தனை முறைகள் அப்படி அடி வாங்கியிருக்க வேண்டும் என்று அவர் மனம் கணக்குப்போட ஆரம்பித்தது.

சுகவனத்துக்கு அப்படி அடிவாங்கிய அனுபவம் இல்லை. இப்படி நடுத்தெருவில் கட்டவிழ்க்கப்படும் மிகத் துல்லியமான மிக மூர்க்கமான வன்முறையில் கலந்து கொள்ள அவருக்கு இதுவரை எந்தச் சந்தர்ப்பமும் வாய்த்ததில்லை. அந்தக் கிராப் பையனுக்கு அப்படிபட்ட வாய்ப்புக்கள் நிறைய ஏற்பட்டிருக்கும்.

நடுத்தெருவில் வைத்துத் தன்னைச் சூழ்ந்து நின்று கொண்டிருக்கும் பல பேர்களின் கையால் அடிவாங்கியவர்கள் எடுத்த எடுப்பிலேயே போர்க்கலையில் வல்லுநர்களாவோ யாரும் ஜெயிக்க முடியாத சூரர்களாகவோ மாறிவிட மாட்டார்கள். யார்மீது குற்றம் என்பதைத் தாண்டியும் பொது இடத்தில் பலர் கையால் அடிவாங்கும்போது திருப்பி அடிக்க முடியாமல் தலை குனிந்து நிற்கும் மரணத்துக்குச் சமமான அந்த அனுபவம் ஒரு மனிதனுக்குள் மிகப் பெரிய இறுக்கத்தை ஏற்படுத்தும். தொடர்ந்து அடிகளை வாங்கும்போது இந்த இறுக்கம் கூடி மனிதன் தானே தனக்குள் மூழ்கி நிலைத்து நிற்க ஆரம்பிக்கிறான். தனக்குள் உருவாகியிருக்கும் இந்த இறுக்கம் ஆழமாகும்போது ஒரு மனிதன் எந்த இடத்திலும் எந்தச் சூழ்நிலையிலும் அச்சப்படாமலும் அவமானப்படாமலும் இருக்கக் கற்றுக் கொள்கிறான்.

இந்த அடியும் அவமானமும் ஒருவருக்குச் சந்தர்ப்பச் சூழ்நிலைகளால் தானே வந்து சேர்வது ஒருவகை. ஜெயிக்க வேண்டும் என்பதற்காக அடியையும் அவமானத்தையும் தேடிக் கொண்டு போவது மற்றொரு வகை.

முந்திய நாள் தனது கண்முன்னால் அடிவாங்கிய கிராப் பையனுக்கு அவனுடைய நடவடிக்கைகளால் அடியும் உதையும் தேடி வருகின்றன. அதனால் ஏற்படும் அனுபவங்களை உள்வாங்கி அவன் எதற்கும் அஞ்சாதவனாக, கம்பீரமுள்ளவனாக மாறியிருக்கிறான். ஆனால் அவனை வாழ்க்கையில் வெற்றிப் பெற்றவனாகக் கருத முடியாது. அவன் வாழ்க்கையில் பெரும் வெற்றிகளைப் பெற்றுக் கொண்டாலும் அவன் என்றும் வெறும் ரௌடியாகத்தான் இருப்பான். சுற்றியுள்ளவர்கள் அவனைப் பார்த்து வியந்தாலும் அவனைக்

குண்டன் என்றுதான் அழைப்பார்கள்.

ஆனால் அதே சமயம் அடி வாங்கிவிடுமோமே என்ற பயத்தில் சரியான சண்டைக்காக, சரியான களத்தில் கலந்து கொள்ளாமல் ஒதுங்கிப் போகிறவன் கோழையாகவேதான் தனது வாழ்க்கையை முடித்துக் கொள்வான்.

வாழ்க்கை முழுமைக்கும் தான் அப்படிப்பட்ட கோழையாகவே இருந்திருப்பதாகவே சுகவனத்துக்குப் பட்டது. இதற்கு நேர்மாறாகத் தன்னுடைய முன்னேற்றத்துக்குச் சவாலாய் இருந்தவர்கள் என்று சுகவனம் கருதிய அத்தனைப் பேர்களுக்கும் சண்டைகளும் அவமானங்களும் பழக்கமாகியிருந்தன. அவர்கள் தங்கள் முன்னேற்றத்திற்காகத் தோதான சண்டைகளையும் சவால்களையும் தேர்ந்தெடுத்தார்கள். இடையில் வரும் அவமானங்களைப் பொருட்படுத்தாமல் யுத்த பூமியில் இறங்கி நின்றார்கள். வன்முறைக்கும் அவமானத்துக்கும் எதிரானவன் என்று தன்னை வளர்த்துக் கொண்ட, மற்றவர்களால் அப்படிப் போதித்து வளர்க்கப்பட்ட சுகவனம் காலம் என்னும் மாயாநதியின் நகர்வுக்கு அந்நியமாகிப் போனார். ரௌடிச் சண்டைக்கும் வாழ்க்கைக்குத் தேவையான போருக்கும் இடையே உள்ள நுண்ணிய வேறுபாடு அவருக்குப் புரியாமலேயே போனது. பெரும் பிரவாகமாக அதன் குளிர்ந்த பேரலைகள் மிகப் பெரிய இரைச்சலுடன் தன் காலடிக்கு முன்னால் சில அடிகள் தூரத்தில் நகர்ந்தபோது அவர் அதீதப் பாதுகாப்பு உணர்வுடன் ஒதுங்கி நின்றார். அவரே அவருக்குள் வளர்த்துக் கொண்ட அந்நியமும் இறுக்கமும் அவருக்குள் மிக பெரிய வன்மத்தை உண்டு பண்ணியிருந்தன. அந்த வன்மம் வளர்ந்து நாளடைவில் தன்னைச் சுற்றியிருந்தவர்களின்மீது அர்த்தமற்ற

வன்முறைகளை ஏவிவிடும் அளவுக்குச் சுகவனத்தை மாற்றியது.

தனது கைகளின்மீது ஒட்டியிருந்த மணல் துகள்களைச் சுகவனம் உற்றுப் பார்த்தார். கவனமாக ஒவ்வொரு துகளாகத் தட்டி விட்டார். பத்தாவது மைல் என்று அழைக்கப்படும் இந்த புக்கிட் பாஞ்சாங்கூட ஒரு காலத்தில் ஆளுயரத்துக்கு லாலாங் புல்மண்டிக் கிடந்த காடாக இருந்தது. இங்குப் புலிகளும், காட்டுப் பன்றிகளும், இன்னும் பல்வேறு விதமான மிருகங்களுமே உலவியிருந்தன. யுத்தத்திற்கும் அவமானங்களுக்கும் அஞ்சாதவர்கள் உழைத்த உழைப்பில் இரண்டு நூற்றாண்டு இடைவெளியில் இது இப்போது சகல வசதிகளும் உள்ள நகரமாக உருமாறி நிற்கிறது. இன்னும் ஒரு நூற்றாண்டு காலம் கடந்தால் இன்னமும் மேம்பட்டு நிற்கும்.

எவ்வளவுதான் இந்த இடம் மாறினாலும் அதன் மிகத் தூரத்து விளிம்புகளில் அந்தி நேரத்து இளம்சிவப்பு நிழல்களாகவும் ஆழமான மௌனங்களாகவும் இந்த இடத்தின் புற்காடுகள் நிறைந்த பழைய காலம் ஒட்டிக் கொண்டுதான் இருக்கிறது. அந்த அந்தி இளம்சிவப்பில் ஒரு காலத்தில் இந்த இடங்களில் உலவிய பழைய மிருகங்கள் இன்னமும் உலவத்தான் செய்கின்றன. அந்தப் பழைய காடும் மிருகங்களுமே இந்த நகரத்தின் வளர்ச்சிக்கு ஊற்றுக்கண்களாக இருக்கின்றன. பச்சை ஜீவரசம் ததும்பி வழியும் காடும் மிருகங்களும் இந்த நகரத்தின் ஓரங்களில் வாய்வைத்து ஊதிப் பெரிதாக்குகின்றன. இந்த நகரமும் கண்ணைக் கவரும் பலூனாக வடக்கே ஜோகூர் நிரணையிலிருந்து புறப்பட்டு வரும் உஷ்ணக் காற்றுகளில் லேசாய் அசைந்தபடி நிற்கிறது. சில நேரங்களில் தனது உடம்பிலும் உடையிலும் ஒட்டியிருக்கும் மணல் துகள்களாக அந்தப் பழைய நகரம் இங்கு வசிப்பவர்களுக்குத் தன்னுடைய இருப்பை வெளிக்காட்டிக்

கொள்கிறது.

சுகவனத்துக்குச் சூரியன் கொப்பளிக்கும் இந்த நகரத்தின் இயல்புகள் கொஞ்சம் புரிவதுபோல் தோன்றியது.

சுகவனத்தின் நெற்றிப்பொட்டில் கசிந்து பின் காய்ந்து போயிருந்த ரத்தச் சேற்றில் ஒட்டியிருந்த தலைமயிரை யூனுஸ் கவலையுடன் பார்த்தான்.

''மருத்துவமனைக்குச் சொல்லவா? ஆஸ்பிடல்?'' என்றான்.

நினைவுகள் கலைந்தவராகச் சுகவனம் யூனுஸிடம் திடுக்கிட்டுத் திரும்பினார். அவருடைய கண்கள் பரந்த காட்டுப் புல்வெளிகளின் மீது படுத்திருக்கும் சூரிய வெளிச்சமாக ஜொலித்தன. அவர் மனதில் மருத்துவமனையில் வெள்ளை படுக்கையுறைகளுக்கு நடுவே வெறும் கூடாய், தனக்குள் சுருண்டுகொண்ட மாவிலையாய்க் கிடந்த ஜெயக்கொடியின் உருவம் நிழலாடியது.

இதற்குப் பின்னர் சுகவனம் மோகனையும் பாமாவையும் நீலாவையும் மால்கமையும் நினைத்துக் கொண்டார். ராமேஸ்வரத்தை ஒரு கணம் நினைத்தார்.

''வேண்டாம், வேண்டாம்'' என்று சுகவனம் யூனுஸிடம் அவசரமாகச் சொன்னார்.

யூனுஸ் ஒன்றும் புரியாதவனாய்த் தலையைப் பலமாக ஆட்டி, கையை முகத்துக்கு அருகில் அசைத்துக் காட்டும் சுகவனத்தைப் பார்த்தான். சுகவனத்தின் முகத்திலும் கழுத்துப் பட்டையிலும் சிவப்பேறி மெல்ல நீலம் பாரிக்க ஆரம்பித்திருக்கும் காயங்கள் அவனைப் பார்த்து ஏளனமாகச் சிரித்தன.

யூனுஸ் கை கொடுக்க சுகவனம் மிகவும் சிரமப்பட்டு எழுந்து நின்றான். தனது கால்களையும் மூட்டுகளையும் ஒருமுறை சோதனை செய்து பார்த்தார். நிற்கவும் நடக்கவும் முடியும் என்று அவருக்குத் தோன்றியது. தனது கையில் வைக்கப்பட்டிருந்த யூனுஸின் கையை மெல்லத் தட்டிக் கொடுத்தார்.

"மருத்துவமனை வேண்டாம். நானே பார்த்துக்குறேன்."

"காயம் அதிகமா இருக்கு "

தன்னிடமிருந்த ஆங்கிலம் கைவிட்டுவிடவே யூனுஸ் தடித்த விரல்களால் சுகவனத்தின் உடம்பிலிருந்த காயங்களைக் காட்டினான்.

"வேண்டாம். வேண்-டாம். மருந்து போட்டாச் சரியாயிடும். மருத்துவமனைக்குப் போனா ரொம்ப நேரம் காத்திருக்கணும். என்ன ஆச்சுனு சொல்லணும். போலீஸ் ரிப்போர்ட் பண்ணச் சொன்னாலும் சொல்லுவாங்க."

சுகவனமும் வார்த்தைகள் வற்றிப் போய் சிறுச் சிறு அபிநயங்களாகவும் கைவிரல்களை வளைத்துக் காட்டும் முத்திரைகளாகவும் சொல்ல நினைத்ததை யூனுஸுக்குக் காட்டினார். போலீஸ் என்ற வார்த்தையில் யூனுஸின் முகம் பிரகாசமானது. வெளிநாட்டு ஊழியர்கள் அனைவருக்கும் நன்கு பரிச்சயமான வார்த்தை.

சுகவனம் தன் கால்சட்டைப் பாக்கெட்டுக்குள் துழாவி சிவப்பு நிற நோட்டுகளை வெளியில் எடுத்தார். அவற்றிலிருந்து இரண்டு நோட்டுகளைப் பிரித்து யூனுஸின் கைகளுக்குள் திணித்தார்.

"வேணாம், வேணாம்."

யூனுஸ் தனது கைகளில் வைக்கப்பட்டிருந்த கசங்கிய இருபது வெள்ளிகளை ஆசையுடன் பார்த்தபடி தலையாட்டினான். காரணங்கள் இல்லாமல் வரும் ஊதியங்கள் இந்த நகரத்தில் பிரச்சனையில் போய் முடியும் என்பது அவனுக்குப் போதிக்கப்பட்டிருந்தது. சுகவனம் மூன்று இளையர்களால் தாக்கப்படுவதைப் பார்த்ததும் இயல்பாய் எழுந்த பச்சாதாபத்தால் யூனுஸ் வந்து உதவினானே தவிர கொஞ்சம் யோசிக்க நேரம் கிடைத்திருந்தால் விளக்குமாறை எதிர்திசையில் சுழற்றிக் கூட்டியபடி அந்த இடத்திலிருந்து தூரமாய் நகர்ந்து போயிருப்பான். சுகவனம் இப்போது கொடுக்கும் பணம் அவனை ஏதேனும் சிக்கலில் மாட்டிவிடுமோ என்ற அச்சம் அவனுக்கு இருந்தது.

"இல்ல. வச்சுக்கோ. இதை நான் இனாமா உனக்குக் கொடுக்கல. இன்னைக்கு நான் படிச்ச பாடத்துக்கு ஏதாச்சும் கட்டணம் கொடுக்கணுமில்லயா? உன்கிட்ட கொடுத்துட்டுப் போறேன். புரியுதா? பாடம். லெஸ்ஸன். ஃபீஸ்."

சொல்லிவிட்டுச் சுகவனம் யூனுஸிடமிருந்து திரும்பி விந்தி விந்தி நடந்தார். உடம்பின் எல்லாப் பாகங்களிலிருந்து வலி பின்னித் தெறித்தது. அந்த வலிக்கு இனிமேலாவது பழகிக் கொள்ள வேண்டும் என்று தனக்குள் பேசிக் கொண்டார்.

இத்தனை மூர்க்கமாக அடிவாங்கிய பின்னும் காணக் கிடைக்காத ஒன்றைக் கண்டுவிட்டதைப் போல் முகத்தில் பெரும் நிறைவுடன் நடந்து போகும் கிழவரை யூனுஸ் வியப்புடன் பார்த்தான். அவருக்குத் தெரிந்த பாடம் தனக்கும் தெரிந்தால் நன்றாக இருக்கும் என்று அவனுக்குத் தோன்றியது.

சித்துராஜ் பொன்ராஜ்

அடுக்குமாடிக் கட்டடத்தின் தரைத்தளத்திலிருந்து மெல்ல நடந்து வெளியேறிய சுகவனத்தின் பாதையில் ஒரு சின்ன மினிமார்க்கெட் குறுக்கிட்டது. கடையின் வெளியே பலவிதமான குளிர்பானங்களோடு ஒரு சின்ன குளிர்சாதனப் பெட்டி நிறுத்தி வைக்கப்பட்டிருந்தது. அதன்மீது முகம் பார்க்கும் கண்ணாடியின் அளவில் சின்ன வெள்ளி அட்டை ஒன்றை ஒட்டியிருந்தார்கள்.

நடக்கும் போது வெள்ளி அட்டையைக் கவனித்த சுகவனம் அதற்கு முன்னால் தயங்கி நின்றார். அட்டையில் நிழலுருவமாகப் பிரதிபலித்த தனது முகத்தைப் பார்த்தார். கன்ன மேட்டிலும் நெற்றிப் பொட்டிலும் ஏற்பட்ட காயங்கள் இன்னும் மோசமாகும் என்று அவருக்குத் தெரிந்தது.

மறுபடியும் கலைந்திருந்த தனது தலைமயிரை விரல்களால் கோதிச் சரிசெய்ய முயன்றார். முகத்தில் எவ்வளவுதான் அடிபட்டிருந்தாலும் மனிதர்களுக்குத் தலைமுடி அலங்காரம் எவ்வளவு முக்கியமாகப்படுகிறது என்று நினைக்கும்போது அவருக்கு லேசாய்ச் சிரிப்பு வந்தது.

தன்னுடைய உண்மையான முகம் என்ன என்பதை வழியில் குறுக்கிட்ட மினிமார்க்கெட் குளிர்சாதனப் பெட்டியில் ஒட்டியிருந்த சின்ன வெள்ளி அட்டையின் வெளிச்சத்தில் சுகவனம் கண்டு கொண்டார்.

10

சுகவனம் தனது வீட்டைப் போய்ச் சேர்ந்தபோது வீட்டுக்கு வெளியே நீலா நின்றிருந்தாள். அவள் கையில் உணவுப் பொட்டலங்கள் அடங்கிய பிளாஸ்டிக் பை ஒன்று இருந்தது. வேறெங்கோ பார்த்துக் கொண்டிருந்தவள் சுகவனம் மின்தூக்கியிலிருந்து இறங்கி நடந்துவரும் காலடிச் சத்தத்தைக் கேட்டதும் திரும்பினாள். அவள் முகத்தில் கோபத்தின் அறிகுறிகள் தெரிந்தன. சுகவனம் வருவதைப் பார்த்ததும் முதலில் முறைத்தவள் பின்பு வலிந்து முகத்தில் புன்சிரிப்பை வரவழைத்துக் கொண்டாள்.

சுகவனத்தின் வீட்டு வாசலில் அவள் விளிம்புச் சுவருக்கு பக்கத்தில் நின்று கொண்டிருந்தாள். அவள் தலைக்குப் பின்னால் ஒற்றை மைனாப் பறவை சரசரவென்று பறந்து போனது.

சிங்கப்பூரில் மைனாப் பறவைகளைப் பார்த்து எத்தனை நாளாகிவிட்டது என்று சுகவனம் ஒரு கணம் தன்னை மறந்தவராய் யோசித்தார். சின்ன வயதில் தெக் வாய் வீட்டிலிருந்து காலை நேரங்களில் கீழே வரும்போது அடுக்குமாடிக் கட்டடங்களுக்கென இருந்த சிறிய புல்திடல்களில் சிட்டுக்குருவிகள் தத்தித் தத்திப் போய் உணவு தேடிக் கொண்டிருக்கும். எங்கிருந்தோ புல் திடலில் இறங்கும்

மைனாக்கள் உரக்கக் குரல் கொடுத்தபடி சிட்டுக்குருவிகள் கஷ்டப்பட்டு இழுத்துப்போட்ட புழுக்களையும் சிறிய உணவுத் துண்டுகளையும் அவ்விறற்றிடமிருந்து பறித்துக் கொண்டோடும். உணவுப் பொருள் கொஞ்சம் பெரிதாக இருக்கும் பட்சத்தில் சிட்டுக்குருவிகளுக்கும் மைனாக்களுக்குமிடையே பஞ்சாயத்துப் பண்ணி வைப்பதைப்போல் பெரிய காகங்கள் இறக்கைகள் சடசடக்கத் தரையில் இறங்கி மற்ற பறவைகளை வல்லடியாக விரட்டிவிட்டு உணவுப் பொருள்களைத் திருடிக் கொண்டு போகும்.

புக்கிட் பஞ்சாங் பகுதியைப் பழங்காலத்தில் நிறைத்திருந்த உயரமான லாலாங் புற்களைப் போலவும் மிருகங்களைப்போலவும் பறவைகளும் சாயங்கால நேரத்தின் சிவப்பு நிழல்களுக்குள்ளும் மௌனத்துக்குள்ளும் மறைந்து போய் இந்த அகண்ட வட்டாரத்துக்கு ஜீவரசத்தை அனுப்பிக் கொண்டிருப்பதாகவே சுகவனத்துக்குப் பட்டது. தன் சட்டையில் ஒட்டியிருக்கும் மண்துகள்களைப்போல நீலாவுக்குப் பின்னால் பறந்து செல்லும் இந்த மைனாவும் பத்தாவது மைலை இந்தக் கடற்கரைப் பட்டினத்துக்குள் ஆழ வேரூன்றி வைத்திருக்கும் இயற்கையின் அடையாளமாகவே வெளிப்பட்டிருக்கிறது.

ஒரு முறை தலைமையாசிரியர் வேலையிலிருந்து ஓய்வு பெற்ற பிறகு சிங்கப்பூர்த் தீவின் தெற்குப் பகுதியில் இருந்த பிரசித்திபெற்ற நொவீனா தேவாலயத்திற்கு எதிர்ப்புறமாக அமர்ந்து பசியாறிக் கொண்டிருந்தபோது சாலையில் தாழப் பறந்து வந்த காகம் ஒன்று விரைந்து ஓடும் வாகனத்தில் மோதி தரையில் விழுந்ததைச் சுகவனம் பார்த்தார். வாகனம் மோதிய காகத்தின் இறக்கை முறிந்துவிட்டது போலும். அடிப்பட்ட இறக்கையை உடம்பிலிருந்து தனியே

தூக்கிவைத்துக் கொண்டு தரையில் நகர முடியாமல் சடசடவென்று துடித்தது தன் திசையில் விரைந்து வந்து கொண்டிருக்கும் வாகனங்கள் தன்மீது ஏறாமல் இருக்க தனது உடம்பை இந்தப் பக்கமும் அந்தப் பக்கமும் புரட்டிப் போட்டு மரணாவஸ்தையில் தவித்தது. வாகனங்கள் ஓய்ந்திருந்த நேரத்தில் அடிப்பட்ட காகத்தைச் சுற்றி மரத்திலிருந்து இறங்கி வந்த மற்ற காகங்கள் அமர்ந்து கொண்டன. 'அடிப்பட்டச் சகோதரனை நலம் விசாரிக்க வருகின்றன பார் மற்ற காக்கைகள்' என்று காபியை உறிஞ்சிக் கொண்டே சுகவனம் நினைத்துக் கொண்டார். கொஞ்ச நேரம் அடிப்பட்ட காகத்தைச் சுற்றி வாய்பிளந்தபடி அமர்ந்திருந்த மற்ற காகங்கள் சிறிதுக்கெல்லாம் அதனருகில் தாவி வந்தன. நல்ல கறுப்பு நிற உடம்பும் மின்னும் கண்களையுமுடைய பெரிய காகம் ஒன்று உயிர்போகும் அவஸ்தையில் இருந்த காகத்தைக் கொத்த ஆரம்பித்தது. இதற்காகத்தான் காத்திருந்தவைபோல் மற்ற காகங்களும் அடிப்பட்ட காகத்தைக் கொத்தின. மற்ற காகங்கள் தன்னை உயிரோடு கொத்தித் தின்பதால் ஏற்படும் வலியைத் தாங்க முடியாமல் கீழே கிடந்த காகம் வானத்தில் தாவி ஏறிப் பறக்க முயன்றது. ஆனால் அதனால் பறக்க முடியவில்லை. மாமிச வெறி கண்ட மற்ற காகங்கள் அலகுகளால் அடிப்பட்ட காகத்தின் உடம்பைத் தூக்கிப் போட்டுப் பிடிப்பதுபோல் பந்தாடின. கொஞ்ச நேரத்துக்கெல்லாம் அடிப்பட்ட காகம் கொத்தித் தின்னப்பட்டது. அது அடிபட்டுக் கிடந்த இடத்தில் கறுப்பும் சாம்பலும் கலந்த வட்டமாக சிறகுகளும், பளீர் சிவப்புச் சதைத் துண்டங்களும், எலும்புகளும், கண்கள் செருக செத்துப்போன காகத்தின் தலையோடு சேர்ந்த மூளியான உடம்பும் மட்டுமே சாலைமீது சிறு வட்டமாகப் பரவியிருந்தன. காகங்கள் தின்றது போக மீந்திருப்பதைக் கொத்தித்

தின்ன மைனாக்களும் வேறு பறவைகளும் சாலையோரமாகப் போடப்பட்டிருந்த பச்சை நிற வேலியில் தவ்விக் குதித்தபடி கூப்பாடு போட்டன.

பாதி உணவிலேயே வயிற்றைப் புரட்ட சுகவனம் எழுந்து போனார்.

நீலா கண்கள் மின்ன அவர் வருவதைப் பார்த்தாள். ஏதோ கேட்க வருவதைப்போல் அவரை நோக்கி நடந்தாள். சுகவனம் கால்சட்டைப் பைக்குள் கையைவிட்டு ஓரிரு முறை குலுக்கி வீட்டுச் சாவியைத் துழாவி எடுத்தார்.

வீடுகளுக்கு வெளிப்புறத்தின் நிரம்பி வழிந்து கொண்டிருந்த வெள்ளை வெயில் சுகவனத்தின் உடம்பில் ஏற்பட்டிருந்த காயங்களை ஒரு கணம் அவள் பார்வையிலிருந்து மறைத்திருக்க வேண்டும்.

''ஒரு பொடியன ஸ்கூல்ல விட்டுட்டு வரதுக்கு இவ்வளவு நேரமா எடுப்பாங்க. ஏழரை மணியில இருந்து காத்துகிட்டு இருக்கேன். எந்தப் பொறுப்புமில்லாம. அப்பா! உடம்புல என்ன அடி? இப்படி ரத்தம் வருது?''

நீலாவின் கேள்விக்குப் பதில் சொல்லித்தான் ஆகவேண்டுமா என்று சுகவனம் யோசித்தார். தேவையில்லை என்று தானே முடிவு செய்து கொண்டார்.

''ஒண்ணுமில்லம்மா. வர வழியில சரியாப் பார்க்காம அள்ளூறுல விழுந்திட்டேன்.''

''கொஞ்சமாவது பொறுப்பா இருக்கிங்களா நீங்க? வயசான காலத்துல பார்த்து நடக்க வேணா? நீங்க போயி ஆஸ்பத்திரில

படுத்துக்கிட்டிங்கனா யாரு கஷ்டப்படுறது? பிள்ளைங்கதான காசு கட்டணும், வீட்டுக்கும் வேலைக்கும் ஆஸ்பத்திரிக்கும் மாரடிக்கணும்னு கொஞ்சமாவது நினைக்கிறிங்களா?''

அடிப்பட்ட காகத்தைத் தின்ற காகங்கள் ஒரு சின்ன ஒலிகூட எழுப்பாமல் அந்தக் காரியத்தைச் செய்து முடித்தன.உயிருடன் கொத்தித் தின்னப்பட்ட காகமும் தனது சிறகுகளின் சத்தத்தைத் தவிர எந்தவிதச் சத்தமும் எழுப்பாமல் செத்துப்போனது. அப்படித்தான் சுகவனத்துக்குத் தோன்றுகிறது. நினைவில் காட்சிகள் மட்டுமே தங்குகின்றனவே ஒழிய ஓசைகளோ குரல்களோ தங்குவதில்லை. ஜெயக்கொடியின் குரலை மீண்டும் ஞாபகப்படுத்திக் கொள்ள முயன்று சுகவனம் தோற்றுப் போனார்.

பகல் வெயில் கண்ணெதிரே தோன்றும் காட்சிகளின் வண்ணங்களை வற்றச் செய்து மயக்கம் ஏற்படுத்துகிறது. வீட்டு வாசலில் நின்று கொண்டிருந்த நீலா அசப்பில் ஜெயக்கொடி போலவும் தனத்தைப் போலவும் பவுனம்மாள் போலவும்கூடச் சுகவனத்தின் கண்களுக்குத் தோன்றினாள். மூவருக்கும் பிற்காலத்தில் சற்றுப் பருமனான உடம்பு. சதா அசைந்து கொண்டிருக்கும்பெரிய கறுப்பு யானைகளைப்போல் எங்கும் சூழ்ந்திருக்கும் இருளின் நடுவில் ஏற்றி வைக்கப்பட்ட சின்ன எண்ணெய் விளக்கின் ஒளியைப்போல் மெல்லிய ஜொலிப்புடன் கூடிய கரிய நிறம். எடுப்பான கன்ன மேடுகள். நீளமான மூக்குகள். கூந்தலின் திரை விலகிய அரங்கத்தைபோன்ற அகலமான நெற்றி.

நீலாவைப் பார்த்த கணத்தில் தன் எதிரே யார் நிற்கிறார்கள் என்று சுகவனம் குழம்பினார்.

தனக்கு முற்றிய நிலையில் கர்ப்பப்பை புற்றுநோய் உருவாகியிருந்ததை ஜெயக்கொடி அறிந்து கொள்வதற்குச் சில வருடங்களுக்கு முன்பு சுகவனத்திடம் வந்து ஏதோ நடன வகுப்பில் சேரப் போவதாகச் சொன்னாள். தன்னிடம் கேட்காமல் ஜெயக்கொடி அப்படி ஒரு முடிவு எடுத்ததற்காகச் சுகவனம் மிகப் பெரிதாகக் கோபித்தார்.

''இப்ப எதுக்கு உனக்கு நாட்டியக் கிளாஸு. டான்ஸ் கத்துகிட்டு டி.வி.ல போயி டான்ஸாடப் போறியா?''

சுகவனம் பயன்படுத்திய வார்த்தைகள் மோசமில்லை என்றாலும், அதை அவர் கேட்ட விதமும் தொனியும் ஆபாசமாக இருந்தது.

''இல்லங்க. மோகனும் வேலைக்குப் போக ஆரம்பிச்சுட்டான். நீலாவும் யூனிவர்ஸிட்டில கடைசி வருஷ பிராஜக்ட் அது இதுனு இங்கயும் அங்கயும் ஓடிகிட்டு இருக்கா. உங்களுக்கும் ஸ்கூல் வேலை. ஸ்கூல்ல என்னோட வேலை பார்க்குற சில ஆசிரியைங்க ஒண்ணா ஸ்கூல் முடிஞ்சப்புறம் வாரத்துல ரெண்டு நாள் டான்ஸ் கிளாஸ் போகலாம்னு சொன்னாங்க. என்னையும் கூப்பிட்டாங்க. சரி, உடம்புக்கும் நல்லது. எனக்கும் புதுசா எதாவது ஒரு விஷயத்தைக் கத்துகிட்டாப் பொழுது போகுமேனு நினைச்சேன்.''

''பொழுது போகல. அதுக்காக அரைகுறையா டிரஸ் பண்ணி கண்டவங்க பார்வைக்கு உடம்பக் குலுக்கி ஆட்டிகிட்டு நிக்கப் போற. அப்படித்தான?''

சுகவனம் எதற்காகக் கோபப்படுகிறோம் என்று அறியாமலேயே கோபப்பட்டார். தனது இரு கண்களையும் மிக மெல்லிய சிவப்புத் திரையால் மறைத்து காதுகள் இரண்டிலும் 'கொய்ங்' என்ற ஒலியை

ஏற்படுத்திச் செவிடாக்கும் அந்தக் கோபத்தின் விளைவால் சொல்லத் தகாத வார்த்தைகளைச் சொன்னார். தனது வார்த்தைகளுக்கு வலு சேர்க்கும் விதத்தில் கைகளிரண்டையும் தனது உடம்புக்கு முன்னால் வைத்து உடம்பை விரசமாக அசைத்தார். ஜெயக்கொடியின் முகம் இறுகிப் போனது.

"இந்தச் சின்ன விஷயத்துக்கு ஏங்க இப்படி பெரிய வார்த்தையெல்லாம் பேசுறீங்க?"

மிக நிதானமாகவே கேட்டாள்.

சுகவனம் நிதானமாய்ப் பதில் சொல்லும் கட்டத்தை மிக எளிதாகத் தாண்டி வந்திருந்தார். ஆரம்ப நாளிலிருந்தே ஜெயக்கொடியின் உடம்பு அவரைப் பயமுறுத்துவதாகவே இருந்து வந்திருந்தது. இது அவர் திருமணத்துக்கு முந்தின விஷயம். மிகச் சிறிய வீட்டில் அம்மாவோடும் அக்காவோடும் வாழ்ந்த போதிலும் சுகவனத்துக்குப் பெண்களின் உடம்பு மர்மம் மிகுந்த பிரதேசமாக, ஆண்களை முற்றிலும் ஏமாற்றிக் கவிழ்க்கக் கூடிய தந்திரங்கள் நிறைந்ததாகத் தோன்றி வந்தது. தெக் வாய் அடுக்குமாடி வீடு என்ற சிறு வட்டத்திற்குள் பெரும்பாலான நேரங்களில் மிக சகஜமாகப் பேசிக் கொண்டிருக்கும் அம்மாவும் அக்காவும் திடீரென்று மர்மமானவர்களாக மாறுவார்கள். மாதத்தில் ஒரு சில நாட்களில் காரணமே இல்லாமல் எரிந்து விழுவார்கள். வா, இன்னைக்குக் கோவிலுக்குப் போயிட்டு வரலாம் என்று கொண்டாட்டமாக வீட்டுக்கு வரும் அப்பா அறைக்குள் சென்று அம்மாவிடம் பேசிய பிறகு இறுக்கமான முகத்தோடு 'இன்னைக்கு வேணாம், வேறொரு நாள் பார்த்துக்கலாம்' என்றபடி அறையைவிட்டு வெளியே வருவார். அப்பாவிடம் நிகழும் இந்தத் திடீர் மாற்றத்தின் காரணத்தை

நிர்ணயிக்க முடியாமல் சுகவனம் விழிப்பார். சில நேரங்களில் அம்மாவோ அக்காவோ கீழே இருக்கும் சீனன் கடைக்குப் போய் ஏதோ ஒரு பொருளை வாங்கி வருவார்கள். மற்ற பொருள்களை வாங்கிக் கொண்டு வரும்போது பொருளிருக்கும் பையோடு கைவீசிக் கொண்டு வரும் அம்மாவும் அக்காவும் இந்தப் பொருளை வாங்கிக் கொண்டு வரும்போது மட்டும் பையை மார்போடு அணைத்தபடி கொண்டு வருவார்கள். ஒரு நாள் அக்கா இப்படி வாங்கி வந்த பொருளை பையோடு மடித்துப் படுக்கையறை அலமாரியின்மேல் வைத்துக் குளியலறைக்குள் நுழைந்தாள்.

வீட்டின் கூடத்தில் அமர்ந்து புத்தகம் படித்துக் கொண்டிருந்த சுகவனம் ஆர்வ மிகுதியால் படுக்கையறைக்குள் மெல்ல நுழைந்து போய் பையைப் பிரித்து அதில் அப்படி என்னத்தான் இருக்கிறது என்று பார்த்தார். செவ்வக வடிவத்தில் வழவழப்பான உறையுடன் ஒரு பொட்டலம். அமுக்கிப் பார்த்தபோது மெத்து மெத்தென்றிருந்தது. பொட்டலத்தின் மீது ஒரு இளம்பெண் இறுக்கமான கால்சட்டையை அணிந்து கால் அகட்டித் தாவுவதைப்போல். அவள் தலைக்குமேல் 'கோட்டெக்ஸ்' என்ற வார்த்தை. சுகவனத்துக்கு எல்லாம் மர்மமாக இருந்தது. பிரித்த பையை மீண்டும் மடித்து வைப்பதற்குள் படுக்கையறைக்குள் நுழைந்த அம்மா சுகவனம் செய்யும் காரியத்தைப் பார்த்துவிட்டாள். அவர் அருகில் வந்து அவர் எந்தப் பொருளைப் பார்த்திருக்கிறார் என்பதை உறுதிப்படுத்திக் கொண்டாள்.

அம்மா அதிகம் எதையும் பேசவில்லை. 'அட கருமத்த' என்று முடித்துக் கொண்டாள். சுகவனத்தின் கையிலிருந்த பையை அவனிடமிருந்து பிடுங்கி அலமாரிக்குள் வைத்துப் பூட்டினாள்.

அலமாரியின் சாவியை வெளியில் இழுத்துத் தன்னோடு வைத்துக் கொண்டாள். சுகவனத்தைப் பார்த்து ‘வெளிய போடா’ என்றாள். கொஞ்ச நேரத்துக்குப் பிறகு குளியலறையிலிருந்து வெளியில் வந்த அக்காவுக்கு கால்மணி நேரத்துக்கு அம்மாவிடமிருந்து திட்டு கிடைத்தது. கூடத்தில் அமர்ந்திருந்த சுகவனத்துக்குப் சாத்திய படுக்கையறைக் கதவுக்கு அருகில் அம்மா அக்காவைத் திட்டும் ஒலி மங்கலாகக் கேட்டதே ஒழிய அவள் என்ன வார்த்தைகளைப் பயன்படுத்தி அக்காவைத் திட்டுகிறாள் என்பது தெளிவாகக் கேட்கவில்லை.

ஆனால் அம்மா ‘அட கருமத்த’ என்று உச்சரித்த பாணியும் அதில் எச்சில்போல் தெறித்த வெறுப்பும் அவரை அதிகம் பாதித்தது.

பிற்காலத்தில் மிக சகஜமான தினசரி சம்பவங்களின் வழியாகவும் பள்ளி நண்பர்களோடு நடத்திய உரையாடல்களின் வழியாகவும் சுகவனத்தால் அம்மாவும் அக்காவும் தன்னிடமிருந்து எதை மறைக்க இத்தனை சிரமப்பட்டார்கள் என்று ஊகிக்க முடிந்தது. ஆனால் அதற்குள் பெண்கள் உடம்பு என்பதைப் பற்றிய அசௌகரியமான எண்ணமே சுகவனத்துக்குள் வேரூன்றி இருந்தது

தன்னிடம் மிகக் குறைவாகவே பேசும் ஜெயக்கொடி நடன வகுப்பைப் பற்றித் தன்னிடம் முன்வந்து பேசியதில் ஏதேனும் சூழ்ச்சி இருக்கும் என்பதாகவே சுகவனம் கருதத் தலைபட்டார்.

‘‘பெரிய வார்த்தையா? நான் பேசுறனா? நீ பேச வைக்கிற. ஒரு டீச்சர மரியாதையா இல்லாம நீ டான்ஸ் கிளாஸ் அவுத்துப் போட்டு ஆடுற கிளாஸுனு தேவடியாத்தனம் பண்ணுவ. அதைப் பார்த்துகிட்டு நான் சும்மா இருக்கணுமா?’’

ஜெயக்கொடி அதன்பிறகு நடன வகுப்பைப் பற்றிச் சுகவனத்திடம் பேசவில்லை. நடன வகுப்புக்குப் போகவும் இல்லை.

ஜெயக்கொடியை நடன வகுப்புக்குப் போக அனுமதித்திருக்கலாமோ என்று குற்ற உணர்வு சுகவனத்தின் இதயத்துக்குள் குறுகுறுத்தது. நடைபாதைமீது பளீரென அடிக்கும் வெயில் திடுதிப்பென ஜில்லென்ற ஐஸ்கட்டிகளாக மாறியதுபோல். சுகவனம் நீலாவை உற்றுப் பார்த்தார். நீலா எப்போதாவது நடன வகுப்புக்குப் போயிருப்பாளா, அல்லது போக எண்ணியிருப்பாளா என்ற எண்ணம் அவரைக் குடைந்தது.

பழைய வாசல் கதவு. கையின் நடுக்கத்தால் சுகவனத்தால் எளிதில் சாவி போட்டுக் கதவைத் திறக்க முடியவில்லை. சாவியைத் துவாரத்துக்குள் நுழைத்து இந்தப் பக்கமும் அந்தப் பக்கமும் திருப்பி அசைத்துக் கடைசியில் கதவின் குமிழைக் கையால் பிடித்து ஓரிரு முறை இழுத்துச் சுகவனம் கதவைத் திறந்தார்.

இருவரும் வீட்டுக்குள் நுழைந்தார்கள். சுகவனம் உடை மாற்றிக் கொண்டு வருவதாகச் சொல்லி உள்ளே போனார். கைலிக்கு மாறி மறுபடியும் கூடத்துக்கு வந்தபோது நீலா சமையலறையிலிருந்து தட்டுகளைக் கூடத்துக்கு எடுத்து வந்திருந்தாள். வாங்கி வந்த உணவுப் பொட்டலங்களைப் பிரித்து அந்தத் தட்டுகளில் பரப்பியிருந்தாள். முட்டை புரோட்டாவின் மணமும் மீன் குழம்பின் வாசனையும் கூடம் முழுவதும் கனமாய்ப் பரவி நின்றன.

முட்டை புரோட்டாவும் மீன் குழம்பும் சூடாக இருந்தால்தான் நன்றாக இருக்கும். நீலா அதையே சொன்னாள்.

"சூடா வாங்கிட்டு வந்தேன். அப்பவே சாப்பிட்டிருந்தா ரொம்ப

நல்லா இருந்திருக்கும். இந்தப் பொட்டலத்துல இன்னும் ஒரு முட்டை புரோட்டாவும் ரெண்டு சாதா புரோட்டாவும் இருக்கு. வேணும்னா ஒரு சாதா புரோட்டாவையும் கொஞ்சம் எடுத்துக்கிங்க. அப்படி இல்லனா அப்புறமா ராகேஷ் வந்ததும் சட்டில வச்சுக் கொஞ்சம் சூடு பண்ணி லஞ்சுக்குச் சாப்பிட்டுக்கலாம்.''

சர்க்கரைச் சுயப் பரிசோதனைக் கருவி அன்று காலை சர்க்கரையின் அளவு 7.6 என்று காட்டியது. மிக அதிகம். இதில் புரோட்டா சாப்பிட்டால் சர்க்கரை அளவு இன்னும் அதிகமாகும். ஆனாலும் சுகவனத்தின் நாக்கில் எச்சில் சுரந்தது.

மீன் குழம்போடு புரோட்டா தின்பதில் பின்பற்ற வேண்டிய வழிமுறைகள் இருக்கின்றன. அந்தக் காலத்தில் யொங் பெங்கிலுள்ள மரைக்கான் கடையில் வேலை பார்த்தவரான ஆறுமுகம் சுகவனத்துக்கும் தனத்துக்கும் சின்ன வயதில் அவற்றைச் சொல்லித் தந்திருந்தார். புரோட்டாவைப் பற்றி எதுவும் அறியாதவர்கள்தான் அதை துண்டுகளாகப் பிட்டுக் குழம்பில் ஒவ்வொரு துண்டாய்த் தொட்டுச் சாப்பிடுவார்கள்.

சுகவனம் குழம்பு கட்டியிருந்த பையை அவிழ்த்தார். தட்டில் வைக்கப்பட்டிருந்த முட்டை புரோட்டாவின்மீது குழம்பைக் கவிழ்த்தார்.

''ஆனத்துல முழு புரோட்டாவையும் முக்கிச் சாப்பிடணும்டா. அதுதான் டேஸ்டு.'' என்பார் ஆறுமுகம்.

குழம்புக்குள் மூழ்கியிருந்த புரோட்டாவை விரல்களால் துழாவிப் பிட்டுத் தின்று கொண்டிருக்கும் சுகவனத்தை நீலா லேசான அருவருப்போடு பார்த்துக் கொண்டிருந்தாள்.

சித்துராஜ் பொன்ராஜ்

''ஒரு சின்ன விஷயம்'ப்பா. அதனாலதான் உங்களப் பார்க்க வந்தேன்.''

''இன்னைக்கு வேலைக்குப் போகலையா'ம்மா? குழந்தை எங்க? கூட்டிகிட்டு வந்திருக்கலாமில்லயா? உங்க மெயிட்டுதான அவளைப் பார்த்துக்குறா?''

புரோட்டாவைத் தின்று கொண்டிருந்த குஷியில் சுகவனத்துக்கு நீலா மீது ஏற்பட்ட பாசத்தால் நீலா கேட்டதற்கு எவ்விதமான சம்பந்தமும் இல்லாமல் பேசினார். சர்க்கரை நோய்க்குப் பயந்து மிகப் பல நாட்களாகச் சாப்பிடாத உணவு. தனக்கு மிகவும் பிடித்ததும்கூட. சற்றுமுன் அடிவாங்கியதில் உடம்பு ஏற்பட்ட ஊமைக் காயங்கள் பேயாய் வலிக்க ஆரம்பித்திருந்தன. மொத்தமாக இருக்கும் புரோட்டாவைக் கடித்து மெள்ளும்போது பின்பக்கப் பல் ஒன்று ஆடுவதுபோல் இருந்தது.

''அப்புறமா போகணும். புதுசா ஒரு பொருள வெளியாக்குற சமயம். லீவு கிடைக்காது. ஆனா ஒரு முக்கியமான விஷயம்ப்பா.''

சுகவனம் கசப்பும் துவர்ப்பும் கலந்திருந்த சுவையான மீன் குழம்பு ஒட்டியிருந்த தனது கைவிரல்களை ஓசையெழச் சப்பினார்.

''மால்கமுக்கு வேலை போகப் போகுது. அப்படிப் போனா எம்ப்ளாய்மெண்ட் பாஸும் சிங்கப்பூர்ல தங்கியிருக்க அவருக்கு இருக்குற அனுமதியும் ரத்தாயிடும். அவரு திரும்பவும் ஆப்ரிக்காவுக்குப் போக வேண்டியதா இருக்கும். நாங்களும் அவருகூட போகணும். குழந்தைக்குக் கஷ்டம்.''

''நீதான் சிட்டிசனாச்சே. அதை வச்சு அவருக்குப் பாஸு வாங்கலாமில்ல.''

"முயற்சி பண்ணிகிட்டுத்தான் இருக்கோம். இன்னும் எதுவும் சாத்தியமாகல. அப்பா! ரொம்பக் கவலையா இருக்கு."

நீலா ஏதோ உண்மையை மறைப்பவளைப்போல் சட்டென்று தனது கண்களைத் தாழ்த்திக் கொண்டாள்.

நீலா பிறந்த நேரத்தில் ஜெயக்கொடி சுகவனத்தோடு பேசுவதை மிகவும் குறைத்திருந்தாள். ஆனாலும் கோவில் விக்கிரகம் போல ஜெயக்கொடியின் அருகில் படுக்க வைக்கப்பட்டிருந்த நீலாவைப் பார்த்ததும் பூரித்துப் போனார். எல்லா அப்பன்களுக்கும் பெண் குழந்தை ஒரு போதை. பெண் குழந்தை தந்தைகளுக்கு தங்கள் மனைவியை நினைவு படுத்துவதால்தான் இந்த பிரியம் என்று பல பேர் நினைக்கிறார்கள். அது அப்படி இல்லை. ஒவ்வொரு பெண் குழந்தையும் அப்பனுக்குத் தனது பரம்பரையின் பல நூறு பெண்களை ஞாபகப்படுத்துகிறார்கள். அதனால்தான் பல ஆண்கள் தங்கள் குழந்தைகளுக்கு அம்மாவின் பெயரையோ பாட்டியின் பெயரையோ சூட்ட ஆசைப்படுகிறார்கள்.

சுகவனம் தனது மகளுக்குத் தனது பாட்டி நீலாம்பரியின் பெயரைச் சூட்டினார்.

பின்பு நீலாவும் மால்கமும் காதலித்த போது அவன் கறுப்பனாகவும் வயது முதிர்ந்தவனாகவும் இருந்ததால் சுற்றியிருந்தவர்களிடமிருந்து அவள் சந்தித்த கேலிகளையும் விமர்சனங்களையும் அவர் நினைத்துக் கொண்டார்.

நைஜீரியனையா கட்டிக்கப் போற உன் பணத்தை எல்லாம் திருடிகிட்டுப் போயிடப் போறான் பாரு, கிழவனைக் கட்டிக்கிறியே உன் குழந்தைங்க அவனை எப்படிக் கூப்பிடும், தாத்தானா? முதல்

இரவுக்கு எதுக்கும் நல்ல வெளிச்சமான இடத்தை ஃபிக்ஸ் பண்ணு, லைட்ட ஆஃப் பண்ணதும் இருட்டுல அவனை எப்படித் தேடிக் கண்டு பிடிக்கிறது.

அந்த நகரம் சூரியனை உபாசிக்கும் நகரம். வெள்ளைத் தோலின் பக்கமாகவும் கறுப்பினத் தோலுக்கு எதிராகவும் இருப்பது. இது இன்று நேற்று உருவானதல்ல. பல காலமாக இருப்பது. நீலாவையும் மால்கமையும் கேலி செய்யப் பயன்படுத்தபட்ட ஒவ்வொரு வசனத்தையும் பின் தொடர்ந்த அசிங்கமான பெரும் சிரிப்பின் அடியாழத்தில் அதன் உண்மை குணமும் வெளிப்பட்டது.

சுகவனம் தனக்கெதிரில் தலை கவிழ்ந்து அமர்ந்திருக்கும் நீலாவைக் கனிவுடன் பார்த்தார்.

''இப்ப என்னம்மா பண்ணுறது?''

''அவரோட பிரெண்டு ஒருத்தர் இருக்காருப்பா. இந்தோனேசியாக்காரரு. ஒரு பிஸினஸ் தொடங்கப் போறாரு. மால்கமையும் பார்ட்னராச் சேர்த்துக்கத் தயாரா இருக்காரு. ஒரு மில்லியன் டாலர் முதல் போட்டுத் தொடங்குற வியாபாரம். இந்த வியாபாரத்தோட மதிப்பு பெரிசுங்கிறதால வெளிநாட்டு முதலீட்டாளர் சலுகையில மால்கமுக்கு இங்கத் தங்க அனுமதி கிடைக்கும்.''

''நல்ல விஷயம்தான்.''

''ஆனா அதுக்கு முதல்ல அவரு பிரெண்டு தொடங்குற கம்பெனியில முதலீடு பண்ணனும்பா. முதல் தொகையா மூணு லட்சம் கொடுத்தா போதும்னு அவரு பிரெண்டு சொல்லியிருக்காரு. நம்ம சேமிப்புக் கொஞ்சம் இருக்கு, ஆனா மொத்த பணத்துல ஒரு

ரெண்டரை லட்சம் குறையுது.''

சுகவனம் சோபாவில் நன்கு சாய்ந்து அமர்ந்து கொண்டார். அவர் கையில் ஒட்டியிருந்த மீன் குழம்பு காய்ந்து போயிருந்தது.

''எங்கிட்ட எங்கம்மா அவ்வளவு பணம். உங்கம்மா ஆஸ்பத்திரி செலவுக்கும், காரியத்துக்குமே என்னோட சேமிப்பும் உங்கம்மாவோட்ட சேமிப்பும் எல்லாம் கரைஞ்சுப் போச்சு. இப்ப நீயும் உங்கண்ணனும் கொடுக்குற காசுலதான நான் வாழ்ந்துகிட்டு இருக்கேன்.''

'இல்லப்பா. அம்மாவோட இன்சூரன்ஸ் காசு இருக்கில்லையா. அம்மா ரொம்ப நாளா மாசா மாசம் அதுக்குள்ள காசு போட்டுகிட்டு வந்தாங்க. அவங்களுக்குச் சீக்கு வந்தப்பவும் கான்சருக்கு அந்த இன்சூரன்சு பாலிஸி உதவாதுனு சும்மா இருந்துட்டாங்க. இப்ப போய் அதை மூட்டா ரெண்டு மூணு லட்சம் வரும்னு நினைக்கிறேன்.''

ஜெயக்கொடியின் கடைசிக் கலகம் என்று சுகவனம் தனக்குத் தானே சொல்லிக் கொண்டார். அவள் அப்படி ஒரு காப்புறுதித் திட்டத்தில் சேர்ந்திருப்பது சுகவனத்துக்குத் தெரியாது. ஜெயக்கொடி அவரிடம் சொல்லாமல் விட்ட எத்தனையோ விஷயங்களில் இதுவும் ஒன்று.

''பாலிஸி பத்திரமெல்லாம் அம்மா எங்க வச்சிருக்காங்கனு எனக்குத் தெரியும்பா.''

''சரிம்மா. செஞ்சுரலாம்.''

நீலாவின் முகம் பிரகாசமானது.

''அண்ணனுக்குச் சொல்ல வேணாம்பா. அப்புறம் அண்ணி எதாச்சும் சொல்வாங்க.''

"சரி."

"நான் அண்ணன்கிட்ட பேசுறன். பாலிஸி காசு வந்ததும் அதுல இருந்து கொஞ்சக் காசை நானே கொடுக்குற மாதிரி உங்களுக்குத் தரேன். நீங்க ராமேஸ்வரத்துக்குப் போயி உங்க இஷ்டப்படி அம்மாவுக்கு நூத்தியெட்டு முழுக்குப் போட்டுகிட்டு வந்துருங்க."

காரியம் முடிவானவுடன் வேலைக்கு அவசரமாகப் போக வேண்டும் என்று சொல்லி நீலா கிளம்பினாள். சோபாவில் மீன் குழம்புக் கறை படிந்த விரல்களுடன் சுகவனம் நெடுநேரமாய் யோசித்தபடி அமர்ந்திருந்தார்.

அடிவாங்கிய வலியில் உடம்பு வலித்தது.

ஜெயக்கொடியின் காப்புறுதி ஏற்பாடுகளைப் பற்றி நீலா இப்போது ஏன் சொன்னாள்? இதற்கு முன்பு ஏன் சொல்லவில்லை என பலவாறு யோசித்தார்.

நீலா கடைசியில் அவருக்கு ராமேஸ்வரம் பற்றிச் செய்து தந்த வாக்குறுதியைப் பற்றி நினைக்கையில் அவருக்குச் சிரிப்பு வந்தது.

பரிச்சயமே இல்லாத மூன்று இளைஞர்களிடம் அடி வாங்கித் தரையில் புரண்டு எழுந்த பிறகு அவருக்கு ஏதோ தெளிவும் வைராக்கியமும் பிறந்திருப்பதைப்போலவே தோன்றியது.

சுகவனம் தனது கைவிரல்களில் ஒட்டியிருந்த காய்ந்த மீன் குழம்பை முகர்ந்து பார்த்தார். மனிதர்களுடைய பல மகிழ்ச்சிகளும் சித்ரவதைகளும் வாசனைகளோடு தொடர்புடையவையாக இருக்கின்றன.

காட்சிகளைச் சேகரித்து வைத்துக் கொள்ளும் சக்தியை உடைய நினைவுகளால் ஒலிகளையும் குரல்களையும் மட்டுமல்ல வாசனைகளையும் சேகரித்து வைத்துக் கொள்ள முடிவதில்லை.

ஜெயக்கொடி கடைசி முறையாக மருத்துவமனைக்குப் போனபோது ஆறு மாதங்கள் மருத்துவமனையில் அனுமதிக்கப்பட்டு இருந்தாள். ஆறு மாதங்களின் இறுதியில் அவளுக்கு உடல்நிலை மோசமானதால் அவசர அறுவை சிகிச்சை நடந்தது. அடுத்த நாள் கண் விழித்த ஜெயக்கொடி மருத்துவர்களே அதிசயிக்கும் வகையில் நல்ல விழிப்புடன் இருந்தாள். மருத்துவர்கள் கேட்ட கேள்விகளுக்குத் தெளிவாகப் பதில் சொன்னாள். மருத்துவர்கள் மீண்டும் வந்து பார்ப்பதாகச் சொல்லிவிட்டு வெளியேறிய பிறகு ஜெயக்கொடி சிகிச்சை அறையின் ஓர் ஓரமாக நின்று கொண்டிருந்த சுகவனத்தைத் தனது அருகில் அழைத்தாள்.

''எனக்கு மீன் குழம்பு சாப்பிடணும்போல இருக்குங்க. நல்லா உறைப்பா. நம்ம வீட்டுப் பக்கத்துல இருக்குற கரு ரெஸ்டாரண்ட்ல வைக்குற மீன் குழம்பு வாங்கிட்டு வரிங்களா?''

''உன் உடம்பு இப்ப இருக்குற நிலைமையில உன்னை மீன் குழம்பு சாப்பிட விடுவாங்களா? கொஞ்சம் நாள் பொறுத்துக்க. உடம்பு கொஞ்சம் சரியானவுடன நான் வாங்கிட்டு வரேன்.''

சுகவனம் தனது வார்த்தைகளிலேயே நம்பிக்கை இல்லாதவராகச் சொன்னார்.

''இல்ல நீங்க வாங்கிட்டு வாங்க. நான் டாக்டர் கிட்ட பேசிக்கிறேன்.''

மரணத்தின் தறுவாயில் பிடிவாதம். மரணம்போல் பிடிவாதம்.

சுகவனம் குழப்பத்துடன் சிகிச்சை அறையை விட்டுக் கிளம்பியபோது வெளியே பெரிய மருத்துவர் அவருடைய உதவியாளர்களுடன் வந்து கொண்டிருந்தார்.

''மிஸ்டர் சுகவனம். நல்ல வேளை. உங்களப் பார்க்கத்தான் வந்து கிட்டிருந்தோம். கொஞ்சம் பேசணும். கூட வரீங்களா?''

''இல்ல, என் பிள்ளைங்க வந்துருவாங்க. மோகன் சுகவனம். நீலா மால்கம். பேரு இருக்குதில்லையா. அவங்க வந்த அவங்களையும் வச்சு...''

''மன்னிக்கணும் மிஸ்டர் சுகவனம். இது இப்பவே பேச வேண்டிய விஷயம். அவசரம். நீங்கதான திருமதி ஜெயக்கொடியோட கணவர்? வேணும்னா அப்புறமா உங்க பிள்ளைங்க வந்த பிறகு நீங்க அவங்க கிட்ட சொல்லிக்கலாம்.''

''சரி.''

வார்டின் முகப்பினோரமாக இருந்த ஒரு சின்ன அறைக்குள் எல்லோரும் போனார்கள்.

''மிஸ்டர் சுகவனம். நாங்க சொல்லப் போறத கவனமா கேளுங்க. மருத்துவமனையில அனுமதிக்கப்படுற நோயாளிங்க படுக்கையில ரொம்ப நேரமா அசையாம படுத்திருக்குறப்போ அவங்க உடம்புல புண்ணு ஏற்படுறதுக்கு வாய்ப்பு இருக்கு. அதனால ஒவ்வொரு நாளும் நர்ஸுங்க அசையாம படுத்திருக்குற நோயாளிங்களக் குளிப்பாட்டுறப்போ அவங்க கால் கையை அசைப்பாங்க. உடம்புல புண்ணு ஏற்பட்டுச்சுனா அதுக்கு வேண்டிய மருந்து பூசுவாங்க.''

பெரிய மருத்துவர் சொல்லிவிட்டுத் தன் உதவியாளர்களைப் பார்த்தார். பெரிய மருத்துவர் சொல்வது உண்மைதான் என்பதுபோல் அவர்களும் தலையை ஆட்டி அவர் சொன்னதை ஆமோதித்தார்கள்.

''சில சமயம் இப்படிப் புண்ணு ஏற்பட்டா அதன் வழியா மருத்துவமனையில சுத்துற கிருமிகள்ல ஏதாவது ஒண்ணு நோயாளியோட உடம்புக்குள்ள புகுந்து அவங்களோட ரத்தத்துல கலந்துடற வாய்ப்பு உண்டு. இதுக்கு செப்டீசிமியானு பேரு. அப்படி ரத்தத்துல கிருமி கலந்து அதைக் கவனிக்காம போனா அந்தக் கிருமிங்க ரத்தம் வழியா உடல்ல இருக்குற சிறுநீரகம், நுரையீரல், இதயம்னு எல்லா முக்கியமான் உள்ளுறுப்புக்கும் போயி எல்லா உள்ளுறுப்பையும் செயலிழக்கச் செய்யும்.''

சுகவனம் மருத்துவர் இந்தத் தகவல்களை எல்லாம் மருத்துவர் தன்னிடம் ஏன் சொல்கிறார் என்று கேட்பதைப்போல் உதவி மருத்துவர்களைப் பார்த்தார். அவர்கள் அனைவரின் முகத்திலும் எந்தச் சலனமும் இல்லாமல் இருந்தார்கள்.

''எல்லா அறுவை சிகிச்சைக்கு முன்னாலயும் நோயாளியோட ரத்தத்தைப் பரிசோதனைக்கு அனுப்புவோம். நேத்து உங்க மனைவிக்கு நடந்த அறுவை சிகிச்சைக்கு முன் ரத்தத்தையும் பரிசோதனைக்கு அனுப்புனோம். இன்னிக்குத்தான் முழு ரிஸட்டும் வந்துச்சு. மன்னிக்கணும் மிஸ்டர் சுகவனம். உங்க மனைவியோட ரத்தத்துல கிருமிகளோட அளவு ரொம்ப அதிகமா இருக்கு.'' என்று சொல்லி நிறுத்தினார். சுகவனத்துக்குக் கொஞ்சம் புரிவதுபோல் இருந்தது.

''இதுக்கு மருந்து கொடுக்க முடியாதா டாக்டர்.''

"சாதாரணமா இந்த நிலையில இருக்குற நோயாளிங்களுக்குச் சக்திவாய்ந்த சில ஆண்டிபயாடிக்குகளைக் கொடுத்து நிலைமையச் சரி பண்ணிடுவோம். ஆனா உங்க மனைவியோட உடம்பு அப்படிப்பட்ட சக்திவாய்ந்த மருந்தைத் தாங்கிக்குற நிலையில இல்ல."

"மீறிக் கொடுத்தா என்னாகும்?"

"உங்க மனைவி ரொம்பக் கஷ்டப்படுவாங்க. அதுக்கும் மேல அந்த மருந்து முழுப்பலனையும் கொடுக்குமானு தெரியாது."

"ஆக..."

"முடிவு உங்க கையிலதான் இருக்கு மிஸ்டர் சுகவனம். அவங்களுக்கு இருக்குற புத்துநோய் ஏற்கனவே நாலாவது கட்டத்தைத் தாண்டியிருச்சு. இதுக்கு மேல எத்தனை மாசம் உயிரோடிருப்பாங்கனு சொல்ல முடியாது. இதுக்கு நடுவுல அவங்க இந்தக் கஷ்டமும் படணுமா?"

சுகவனம் உறைப்பான மீன் குழம்புக்காகச் சிகிச்சை அறையில் காத்திருக்கும் ஜெயக்கொடியை நினைத்துக் கொண்டார்.

"வேற வழியே இல்லைனு சொல்றிங்க."

பெரிய மருத்துவர் மௌனமாக அமர்ந்திருந்தார்.

"மாத்திரை கொடுக்கலனா எத்தனை நாளைக்கு..."

"எங்கக் கணிப்புப்படி மூணு நாளோ நாலு நாளோ."

"சரி."

"என்ன?"

மருத்துவர் திடுக்கிட்டார்.

"சரி. மருந்து கொடுக்க வேணாம். அவ நிம்மதியா பயணமாகட்டும்."

"உங்க பிள்ளைங்க கிட்டப் பேசி..."

"நான் சொல்லிக்கிறேன். நீங்க அவங்ககிட்ட எதுவும் சொல்லத் தேவையில்ல"

பெரிய மருத்துவர் சுகவனத்தை உற்றுப் பார்த்தார்.

"சரி."

சுகவனம் அவர்கள் நீட்டிய தாள்களில் கையெழுத்துப் போட்டார். அப்படிக் கையெழுத்துப் போடும்போது 'எத்தனை நாளைக்குத்தான் இப்படி மருத்துவமனைக்கு வந்துட்டும் போயிகிட்டும் இருக்கிறது' என்ற கேள்வி அவர் இதயத்தில் எழுந்தது.

இந்தக் கேள்விதான் அவரை இதுவரை வாட்டுகிறது.

நினைவுகளால் குரல்களையும் வாசனைகளையும் மீண்டும் கொண்டு வர முடிவதில்லை.

மருத்துவர்களிடம் பேசிவிட்டுச் சுகவனம் மீண்டும் சிகிச்சை அறைக்குள் நுழைந்தபோது ஜெயக்கொடி அவர் கைகளை ஆவலுடன் பார்த்தாள்.

"மீன் குழம்பு வாங்கிட்டு வரலையா?"

"டாக்டர் பேசணும்னு கூப்பிட்டாங்க."

"என்னவாம்?"

"ஒண்ணுமில்ல. உனக்குத் தரவேண்டிய மருந்தைப் பத்தி."

"மோகன்கிட்டயும் நீலாகிட்டயும் ஒரு வார்த்தை சொல்லச் சொல்லுங்க."

'சரி.'

"மீன் குழம்பு வாங்கிட்டு வாங்க. நாக்கு நமநமங்குது."

"இப்பவே போறேன்."

ஆனால் சுகவனம் ஜெயக்கொடிக்கு மீன் குழம்பு வாங்கி வரவே இல்லை. அதற்குப்பின் அவளுக்கு நினைவு தப்பிவிட்டது. கடைசியாக அவளைப் பார்த்தபோதுகூட அவளுடைய மரணத்திற்கு நாள் குறித்து வந்திருந்ததை அவளிடமோ பிள்ளைகளிடமோ சொல்லாமல் இருந்துவிட்ட குற்ற உணர்வு அவரை அரிக்கத் தொடங்கியது.

அதில் ஜெயக்கொடிக்கு இனியும் சிகிச்சை தர வேண்டாம் என்று கையெழுத்து போட்டபோது இனியும் மருத்துவமனைக்கு அலைய வேண்டாம் என்று அவர் நினைத்த நினைப்பு மையமாக இருந்தது.

குற்ற உணர்வு ஏற்படுத்திய அயர்வினால் அடித்துப் போட்டதுபோல் சுகவனம் தூங்கிக் கொண்டிருந்த போது அவருக்கு ஜெயக்கொடி செத்துப்போனதாகச் சேதி வந்தது.

சுகவனம் மீண்டும் காய்ந்த மீன் குழம்பின் வாசனை வீசும் தனது விரல்களை முகர்ந்து பார்த்தார்.

யாரிடமும் பங்குப் போட்டுக் கொள்ள முடியாத இந்தக் குற்ற உணர்வுக்கு ராமேஸ்வரம்தான் என்ன சொல்லக் கூடும். அதனால் என்ன பதில்தான் சொல்ல முடியும்?

அடி வாங்கிய வலியைப் பொறுத்துக் கொள்ள வேண்டும் என்று முடிவு செய்து பெரிய ஞானோதயம் ஏற்பட்டதுபோல் வீட்டிற்குத் திரும்பிய வேளையில் அவருக்குள் ஏற்பட்ட மகிழ்ச்சியும் ஆரவாரமும் எவ்வளவு போலியானவை என்று சுகவனம் கண்டு கொண்டார்.

எதிரிகள் அடிக்கும் வலியைப் பொறுத்துக் கொள்வது வேறு. அன்புக்குரியவர்களுக்கு ஒரு துரோகத்தைச் செய்துவிட்டு அதற்குப் பிராயச்சித்தம் என்று எதையும் செய்ய முடியாத நிலையில் ஏற்படும் வலி வேறு.

சுகவனம் சோபாவில் அமர்ந்தபடியே கைகளால் முகத்தில் மீண்டும் மீண்டும் அறைந்து கொண்டு அழுதார்.

அந்த அழுகை எப்போதும் அழாத அழுகையாக இருந்தது.

11

மோட்டார் சைக்கிளின் சடசடப்பில் அதில் மாட்டப்பட்டிருந்த ஐஸ் கிரீம் உரிமம் ஆடிக் கொண்டிருந்தது. கீழே இறங்கிய சீனக் கிழவன் வழக்கமாகப் பள்ளிவிடும் நேரத்துக்குத்தான் வந்து நிற்கும் சுகவனம் வந்து நிற்பதைப் பார்த்து அவர் நின்றிருந்த திசையைப் பார்த்துக் கையசைத்தான்.

சுகவனம் மெதுவாக அவனிருக்கும் இடத்துக்கு நடந்தார்.

''என்ன ஓ? சீக்கிரமே வந்துட்ட. அது என்ன மூஞ்சியில காயம். காலையில பொழுது போகாம யார் கூடயாவது குஸ்தி போட்டியா?''

தலையில் அணிந்திருந்த தலைக்கவசத்தைப் பின்னுக்குத் தள்ளி இரண்டு கைகளையும் முஷ்டிகளாக்கித் காற்றில் குத்திக் காட்டினான். அவனுடைய சாம்பல் நிறக் கண்களில் குறும்பு மினுமினுத்தது.

சுகவனம் உடம்பில் விட்டுவிட்டுத் தெறித்த வலியையும் பொருட்படுத்தாமல் வாய்விட்டுச் சிரித்தார். அவருக்கு இந்தக் கிழவனைப் பிடித்திருந்தது. புக்கிட் பஞ்சாங்கின் பழைய லாலாங் புற்களைப்போல், அங்கு ஒரு காலத்தில் உலவிய மிருகங்களையும், பறவைகளையும், மனிதர்களையும்போல் இவரைப்போன்ற

கிழவர்களும் இந்த வட்டாரத்துக்குள் ஜீவரசத்தை அனுப்பிக் கொண்டிருக்கும் மாய ஊற்றுக்கண்களாகவே அவர் நினைத்தார்.

இந்தக் கிழவரின் காலத்திற்குப் பிறகு இவரைப் போன்று மோட்டார் சைக்கிளோடு பூட்டிய வண்டியில் ஐஸ் கிரீம்களைக் கொண்டு வந்து விற்கும் கிழவர்கள் இல்லாமல் போகலாம். அரசாங்கம் இவருடைய ஐஸ் கிரீம் வண்டியில் நடப்பட்டிருக்கும் இரும்புக் கோலின் உச்சியில் தட்தட் என்று ஆடும் ஐஸ் விற்கும் உரிமத்தை மற்றொருவர் பெயரில் புதுப்பிக்காமல் போகலாம். ஆனால் இந்தக் கிழவன் புக்கிட் பஞ்சாங்கில் உலவிய புலிகளோடும், காட்டுப் பன்றிகளோடும், வர்த்தகர்களோடும், கூலிகளோடும், தோட்ட முதலாளிகளோடும், காபிக் கடை சீனர்களோடும் இந்த வட்டாரத்தின் விளிம்பில் நிகழ்காலத்துக்கும் இறந்தகாலத்துக்கும் இடைப்பட்ட மிக நுண்ணிய எல்லைக் கோட்டில் மாலை நேரக் காற்றில் கொட்டிக் கிடக்கும் செம்பொன் நிறமான சூர்ய கிரணங்களில் மறைந்தபடி இருப்பார். ஒவ்வொரு நூற்றாண்டிலும் அவ்வப்போது இவரைப் பார்க்கக் கொடுத்து வைத்தவர்களின் கண்களில் தென்படுவார்.

''இல்லை தௌக்கே. நான் யார் கூடயும் சண்டைக்குப் போகல. வர வழியில கவனமில்லாம அள்ளூறுல விழுந்திட்டேன். இப்பப் பரவாயில்ல. பேரனோட கிளாஸ் டீச்சர் என்னப் பார்க்கணும்னு சொன்னாங்க. அதான் சீக்கிரம் வந்துட்டேன்.''

சிரிப்பும் கும்மாளமுமாக இருந்த கிழவனின் கண்கள் தீவிரமாயின. மோட்டார் சைக்கிளின் முன்னாலிருந்த பெரிய பையில் கைவிட்டுக் குடைந்து ஆரஞ்சு லேபிள் ஒட்டிய பாட்டில் ஒன்றை வெளியில் எடுத்தார். பாட்டிலில் கருமையான நிறத்தில் ஏதோ ஒரு

திரவம் இருந்தது. பாட்டிலின்மீது ஒட்டப்பட்டிருந்த ஆரஞ்சு லேபிளில் பெரிய மீசை வைத்த ஒருத்தனின் படம்.

மீசைக்காரத் தைலம். உடலில் வரும் வலிகளுக்கும் காயங்களுக்கும் நிவாரணி. பழைய புக்கிட் பஞ்சாங்கில் பல்வேறு விதமான உபாதைகளுக்குப் பல விதமான எளிய மருத்துகள் கிடைத்தன. உடம்பில் ஏற்படும் காயங்களுக்கு புறாத் தைலம். மூக்கடைப்பு முதல் மயக்கம், தலைவலி, சின்ன வலி ஆகியவற்றுக்கு எக்ஸ் பிராண்ட் தைலம். இன்னும் பெரிய வலிகளுக்கு மீசைக்காரத் தைலம். அது இல்லையென்றால் டைகர் பால்ம். வயிற்றுக் கடுப்புக்கு ப்ரூக்ளெக்ஸ். சிறு வயதில் அப்பா வீட்டில் வாங்கி வைத்திருந்த ப்ரூக்ளெக்ஸ் பட்டையைச் சாக்லேட் என்று எண்ணிச் சுகவனம் முழு பட்டையையும் ஒரே மூச்சில் தின்றுவிட்டார். இரண்டு நாட்களுக்கு அவருக்குப் பேதி பிடுங்கியது.

''இல்ல தௌக்கே. எனக்கு வீட்டுல இருக்கு. இதை நீயே வச்சுக்க.''

சுகவனம் தன்னைத் தௌக்கே என்று அழைத்தது குறித்துக் கிழவனுக்கு முகம் கொள்ளாத சிரிப்பு.

''நானும் ஒருத்தரோட குஸ்தி போடணும்'' என்றான்.

காலை நேரப் பள்ளிக்கூடம் முடிவதற்கு இன்னும் முக்கால்மணி நேரம் இருந்தது. பிற்பகல் நேரப் பள்ளி மாணவர்களை அழைத்துவரும் பள்ளிப் பேருந்துகள் வர ஆரம்பித்திருந்தன. பேருந்துகளிலிருந்து இறங்கிய பிள்ளைகளில் சிலர் ஐஸ் கிரீம் வண்டியை வட்டமிட ஆரம்பித்திருந்தார்கள். இதைக் கவனித்த கிழவன் ஐஸ் கிரீம் விற்பதற்கான உபகரணங்களைப் பையிலிருந்து சீக்கிரமாக எடுத்து வைத்தபடி பேசினான்.

"என்ன? யாரு? யாருகூட சண்டை போடப் போற இந்த வயசுல?" சின்ன பதற்றத்துடன் சுகவனம் கேட்டார்.

கிழவன் சிரித்தான்.

"வேறு யாருகூட? எல்லாம் அந்த ஐஸ் கிரீம் கம்பெனிகாரனோடதான்."

"ஏன்? எதுக்கு?"

"அங்கிள், அங்கிள்"

தன் பாதி உடம்பின் அகலத்திலும் உயரத்திலும் இருந்த புத்தகப்பையைச் சுமந்து கொண்டிருந்த ஒன்றாம் வகுப்புப் பையன் ஒருவன் ஐஸ் கிரீம் வண்டியின் முன் எம்பிக் குதித்துக் கொண்டிருந்தான்.

"என்ன ஐஸ் கிரீம் வேணும்?"

"வெனிலா... இல்ல, இல்ல ஸ்ட்ராபெர்ரி ரிப்பிள்."

எங்கே கிழவன் தனது ஆர்டரை மாற்ற விடமாட்டானோ என்ற பயத்தில் சிறுவன் அவசரமாக, வார்த்தைகள் ஒன்றன்பின் ஒன்று தடுக்கி விழப் பேசினான். அவனுக்கு லேசாய் மூச்சிரைத்தது.

"சரி, சரி கோன்னா, கப்பா, இல்லை ரொட்டியா?"

எல்லா வகையான கேள்விகளுக்கும் தயாராக இருந்த பையன் இந்தக் கேள்வியை மட்டும் எதிர்ப்பார்க்கவில்லை போலும். கிழவனின் கேள்விக்கு அவன் முகம் வெளிறிப் போனது. உதடுகள் துடித்தன.

சித்துராஜ் பொன்ராஜ்

கிழவனே சிறுவனின் சிக்கலை அறிந்து ஒரு ஆலோசனை தந்தான்.

''கோன்லியே தரட்டுமா? கோன்ல பிஸ்கட் இருக்கும். அதையும் சேர்த்துச் சாப்பிடலாம். ரொட்டினா ஒழுங்காப் பிடிக்கலனா சட்டையில ஐஸ் கிரீம் சிந்தும். அப்புறம் டீச்சர் ஏசுவாங்க.''

சிறுவன் மிகப் பெரிய நிறைவோடு தலையாட்டினான். அரைக்கால்சட்டைப் பாக்கெட்டில் திணித்து மணிபர்ஸை எடுத்து அதற்குள் ஒற்றை விரல்விட்டுத் துழாவி வேண்டிய காசுகளை மிகக் கவனமாக எண்ணிக் கிழவனிடம் தந்தான்.

சிறுவன் ஐஸ் கிரீமைத் தின்றபடி போவதை சுகவனமும் கிழவனும் சிறிது நேரம் பார்த்துக் கொண்டிருந்தார்கள்.

''நேத்து ஐஸ் கிரீம் வித்தக் கணக்கை நான் ஒழுங்கா வச்சுக்கலையாம். கணக்குல என்னமோ இடிக்குதாம். அவன் மூஞ்சியில நான் இடிச்சிருக்கணும்.''

மூர்க்கமான தொனியில்தான் கிழவன் இதைச் சொல்லினான் என்றாலும் அவன் கண்களில் நிறைய சிரிப்பிருந்தது. அதை நிரூபிக்கும் வகையில் சுகவனத்தின் முகத்திற்கு நேராக 'ஆ ஊ' என்று மெல்லிய குரலில் கூவியபடி சில சீனக் குங் ஃபூ அசைவுகளைச் செய்து காட்டினான்.

''ப்ரூஸ் லீ பார்த்திருக்கியா? அவரையெல்லாம் தூக்கி சாப்பிடுற அளவுக்குப் பெரிய மாஸ்டர் ஹாங் காங்ல வாழ்ந்த இப் மான். நான் இப் மானோட ஸ்டூடண்ட் தெரியுமா?''

அவர்கள் இருவரையும் கடந்து போன பள்ளி மாணவர்களில் சிலர் குழப்பமான முகங்களுடன் இருவரையும் பார்த்துக் கொண்டு

சென்றார்கள்.

‘‘ஆனாலும் ஒத்தை ஆளா இந்த வண்டியப் பார்த்துக்கிறது கஷ்டம்தான் இல்லயா? சுத்தி நிக்குற பிள்ளைகளோட காட்டுக் கூச்சலுக்கு நடுவுல அவங்களுக்கு என்ன வேணும்னு கேக்கணும். அவங்களுக்கு வேண்டியத எடுத்துத் தரணும். பையைப் பிரிச்சு ஐஸ் கிரீம் கோன்களையும் கப்புகளையும் அப்பப்ப வெளியில எடுத்து அடுக்கணும். ரொட்டிய வெட்டணும். காசை வாங்கிச் சரியா இருக்கானு கணக்குப் பார்க்கணும். சில்லறையத் திருப்பிக் கொடுக்கணும். அப்பா.’’

ஐஸ் கிரீம் விற்கும் சீனக் கிழவன் ஒவ்வொரு நாளும் ஐஸ் கிரீம் விற்கும்போது செய்ய வேண்டிய காரியங்களைப் பட்டியலிடுவதுதான் சுகவனத்தின் எண்ணமாக இருந்தது. ஆனால் அவர் போட்ட பட்டியலே நீளமாகப் போக ஐஸ் கிரீம் விற்பதில் எத்தனை விஷயங்கள் அடங்கியிருக்கின்ற என்று அவருக்குத் தெளிவாகப் புரிந்தது.

சீனக் கிழவர் ரொட்டியை சமமான துண்டுகளாக அரிந்து கொண்டிருந்தான்.

‘‘உண்மைதான். எனக்குத் தெரிஞ்ச சில பேரும் சேமிச்சு வச்சக் காச எடுத்துகிட்டு தைவான், ஹாங்காங், சீனா எல்லாம் போய்ப் பார்த்துட்டு வரச் சொல்றாங்க. எனக்கும் இந்த ஊரெல்லாம் பார்க்கணும்னு ஆசைதான். எத்தனைத் தடவை இந்த ஊரையெல்லாம் டிவிலயும் சினிமாலயும் பார்த்திருக்கேன்? ஆனா போக மனசில்ல. இங்க நின்னு ஐஸ் கிரீம் விக்கறப்ப ஒவ்வொரு குழந்தையும் சேமிச்சு வச்சக் காசுல ஐஸ் கிரீம் வாங்கிச் சாப்பிடறப்போ

அவங்க முகத்துல தோணுற சந்தோஷத்தைப் பார்க்குறப்போ எனக்கும் ஒரு சந்தோஷம் வருமே. ஐஸ் கிரீம் விக்குறத விட்டுட்டா நான் வேற எங்கப் போயி அந்த மாதிரி சுத்தமான சந்தோஷத்தைப் பார்க்குறது? சீனாவுலகூட இப்படி ஒரு சந்தோஷத்தை என்னால பார்க்க முடியுமானு எனக்குத் தெரியல. சீனால சந்தோஷம் இல்லனு நான் சொல்ல வரல. என்னால இப்படி ஒரு சந்தோஷம் அங்கயும் ஏற்படுமானுத்தான் கேக்குறேன்.''

சுகவனம் சீனக் கிழவனை உற்றுப் பார்த்தபடி ஆணியடித்தாற்போல் நின்றிருந்தார்.

பள்ளிக்கூடத்துக்குள் பாட வேளை முடிந்துவிட்டது என்று காட்டும் வகையில் சத்தமாக மணி அடித்தது.

'ஆமா, நீயும் இந்தியால எங்கயோ இருக்குற கோவிலுக்குப் போய் உன் மனைவிக்காக பிரார்த்தனை பண்ணனும்னு சொன்னியே. ஏற்பாடு பண்ணிட்டியா. எப்பப் பயணம்?''

சுகவனம் நிறைய நேரம் மூச்சுவிடாமலேயே இருந்தவர்போல் தன் உடலை ஒருமுறை உலுக்கி மிக நீண்ட பெருமூச்சு விட்டார்.

''நான் போகப் போறதில்லை தௌக்கே.''

''ஓ. அன்று போறேன்னு சொன்னே. மனசு மாறிட்டியா?'' என்று சீனக் கிழவன் கேட்டான்.

''அப்படியெல்லாம் ஒண்ணுமில்ல. ரொம்ப நாளா யோசிச்சதுதான். ஆனா இப்போதைக்குப் போகத் தேவையில்லனு தோணுது.''

"அங்கப் போகாம பிரார்த்தனைக்கு என்ன பண்ணப் போற?"

"உனக்குப் போட்டியா இந்தப் பள்ளிக்கூட வாசலிலேயே ஐஸ் கிரீம் விக்கலாம்னு இருக்கேன். ஆனா அதுக்கு முன் என் பேரன்கூட ஒரு தடவையாவது காற்பந்து விளையாடணும்."

சீனக் கிழவனுக்குப் புரிந்து விட்டது போலும். பலமாகத் தலையை ஆட்டியபடியே 'ஓ, ஓ, ஓ' என்று சொல்லியபடி தனது வண்டியைச் சுற்றி நின்ற மாணவர்களுக்கு ஐஸ் கிரீம்களை விற்க ஆரம்பித்தான்.

ஹொக்கியன் மொழியில் 'ஓ' என்ற வார்த்தைக்கு 'நல்லது' என்ற அர்த்தமும் உண்டு.

காலையில் அடிபட்ட போது கழுத்தில் ஒட்டிக்கொண்ட மண் துகள் ஒன்று சுகவனத்தை உறுத்தியது. சுகவனம் விரலால் அதை அகற்றித் தனது முகத்துக்கு முன்னால் கொண்டு வந்து அதனை உற்றுப் பார்த்தார். அடிபட்ட பிறகு வீட்டிற்குப் போய்க் குளித்துவிட்டுத்தான் சுகவனம் மறுபடியும் பள்ளிக்கு வந்திருந்தார். ஆனாலும் மணல் துகள் அவர்மீது விடாமல் ஒட்டிக் கொண்டிருந்தது அவருக்கு ஆச்சரியத்தைத் தந்தது.

காலையில் ஏற்பட்ட அனுபவத்தால் அந்தத் துகளுக்குள் தானும் தனக்குள் அந்தத் துகளும் ஒன்றாகிவிட்டதாகச் சுகவனத்துக்குத் தோன்றியது.

நிலம்சார்ந்த அனுபவங்களே ஒரு மனிதனை நிர்ணயிக்கின்றன. பழைய புக்கிட் பஞ்சாங்கும், தெக் வாய் சாலையும், சின் ஹுவா சினிமாவும், துளசிதாஸ் புத்தகக் கடையும், முருகன் திருக்குன்றமும், ஈரச் சந்தையும், ரவுண்டானா காவல் நிலையமும், அவற்றுடன் தொடர்புடைய மனிதர்களின் முகங்களும் கதைகளும் அவருக்குள்

சித்துராஜ் பொன்ராஜ்

இருந்தன. சுகவனம் காலம் உள்ளவரைக்கும் இவை அனைத்தையும் தனக்குள் தூக்கிச் சுமந்து கொண்டே இருப்பார்.

அதுபோலவே இந்தப் புக்கிட் பாஞ்சாங்கும் சுகவனத்தையும் அவர் வாழ்க்கையில் தொடர்ந்து வரும் அத்தனைப் பேரையும் தூக்கிச் சுமந்து கொண்டே இருக்கும்.

பேரன் வரும் நேரம். சுகவனம் ஐஸ் வண்டியிலிருந்து திரும்பிப் பள்ளிக்கூடத்தின் வாசலுக்கு நடந்தார். அந்த இடத்தை நிறைத்திருந்த சூரிய ஒளிப் பெருகி அவர் உருவத்தைச் சலவை செய்ததுபோல் சுத்தமாகக் காட்டியது.

சுகவனத்துக்கும் அதுதான் சரியென்று பட்டது.